பனையடி

(நாவல்)

இரா. செல்வம்

நியூ செஞ்சுரி புக் ஹவுஸ் (பி) லிட்.,
41-பி, சிட்கோ இண்டஸ்டிரியல் எஸ்டேட்,
அம்பத்தூர், சென்னை- 600 050.
☎: 044 - 26251968, 26258410, 48601884

Language: Tamil

Panaiyadi

(Novel)

Author: **R. Selvam IAS**

Wrapper Design: **Trotsky Marudhu**

First Edition: October, 2021

Second Edition: July, 2022

Third Edition: October, 2022

Copyright: Author

No. of pages: 208

Publisher:

New Century Book House Pvt. Ltd.,

41-B, SIDCO Industrial Estate,

Ambattur, Chennai - 600 050.

Tamilnadu State, India.

Email: info@ncbh. in

Online: www. ncbhpublisher. in

ISBN: 978 - 81 - 2344 - 143 - 6

Code No. A 4496

₹ 250/-

Branches

Ambattur (H.O.) 044 - 26359906 **Spenzer Plaza (Chennai)** 044-28490027 **Trichy** 0431-2700885 **Pudukkottai** 04322- 227773 **Thanjavur** 04362-231371 **Tirunelveli** 0462-4210990, 2323990 **Madurai** 0452 2344106, 4374106 **Dindigul** 0451-2432172 **Coimbatore** 0422-2380554 **Erode** 0424-2256667 **Salem** 0427-2450817 **Hosur** 04344-245726 **Krishnagiri** 04343-234387 **Ooty** 0423 2441743 **Vellore** 0416-2234495 **Villupuram** 04146-227800 **Pondicherry** 0413-2280101 **Nagercoil** 04652-234990

பனையடி

(நாவல்)

ஆசிரியர்: **இரா. செல்வம் இ.ஆ.ப.**

அட்டை வடிவமைப்பு: **ட்ராஸ்ட்கி மருது**

முதல் பதிப்பு: அக்டோபர், 2021

இரண்டாம் பதிப்பு: ஜூலை, 2022

மூன்றாம் பதிப்பு: அக்டோபர், 2022

*அச்சிட்டோர்: **பாவை பிரிண்டர்ஸ் (பி) லிமிடெட்.,***

16 (142), ஜானி ஜான் கான் சாலை, இராயப்பேட்டை, சென்னை - 14

☎: 044 - 28482441

All rights reserved. No part of this book may be reprinted or reproduced or utilised in any form or by any electronic, mechanical, or other means, now known or hereafter invented, including photocopying and recording, or in any information storage or retrieval system, without permission in writing from the publishers.

அணிந்துரை

ஞாலம் கருதினும் கை கூடும்!

நியூசெஞ்சுரி புக் ஹவுஸ், அக்டோபர் 2021-ல் வெளியிட்ட 'பனையடி' எனும் நாவல் டிசம்பர் முதல் வாரத்தில் வாசிக்கக் கிடைத்தது. நடு நாட்டு இலக்கிய நாயகன் கண்மணி குணசேகரன் முன்னுரை எழுதியுள்ளார். நூலின் இறுதியில் நூலாசிரியர் இரா. செல்வம், இ.ஆ.ப., அவர்களின் தன்னுரையும், ஆர்.எஸ். கோபாலன், இ.ஆ.ப., அவர்களின் வியந்துரையும்.

ஓவியர் ட்ராட்ஸ்கி மருதுவின் முகப்போவியத்துடன் கலை உணர்வுடன் தயாரிக்கப்பட்ட நூல். NCBH-க்கு வாழ்த்துக்கள்.

வாசிப்பு ஈர்ப்பினைக் கருத்தில் கொண்டு, ஆடம்பரமும் அலங்காரமும் இல்லாத எளிய சொற்றொடர்களால் முழு நாவலுமே கட்டமைக்கப் பெற்றுள்ளது.

நாவலாசிரியர் இரா. செல்வம் அவர்கள் எனக்கு அறிமுகம் இல்லை. அல்புனைவில் தொடங்கிய எழுத்து வாழ்க்கை, புனைவில் பூரணம் பெற்றுள்ளது. ஆனால் நாவல் முழுவதுமே முழுப் புனைவு என்றும் கொண்டு விடலாகாது. பெயர்களும் தலங்களும் சம்பவங்களும் கருத்தோ மாற்றியோ வைக்கப்பட்டிருக்கலாம். ஒரு நாவலில் தன் வரலாற்றுத் தன்மைகள் இடம்பெறுவது குற்றம் அல்ல.

சொந்த அனுபவங்களின் வலுவில் தனது இளம் பருவத்து வாழ்க்கையை புனைவாக்க முயன்றிருக்கிறார் நாவலாசிரியர். அந்த அனுபவப் பதிவுகளில் உண்மையும் நேர்மையும் யதார்த்தமும் உணர முடிகிறது.

அய்யப்ப நாயக்கன் பேட்டையின் புஞ்சை நிலப் பகுதியான பனையடி எனும் நிலப்பரப்பின் விவசாயிகளின் பாடுகளைப் பேசுகிறது நாவலின் முதற்பகுதி. உரையாடல்களிலும், சம்பவங்களிலும், மனிதர் உறவுகளிலும், விவசாயச் செய்திகளிலும் எந்த மிகையும் இன்றிப் பதிவாகியுள்ளன. அணில், கொக்கு, எலி, பெருச்சாலி சுட்டுத் தின்ற வாழ்க்கையை நானும் அறிவேன். அனுபவத்தினால் மட்டுமே கற்றுக் கொள்வது சாத்தியமாகிற மொழியில் அவை பேசப்பட்டுள்ளன. உரையாடல்களில் மண்ணின் கூறுகளும் மாந்தரின் இயல்பும் புலனாகிறது. மெல்லிய எக்காள உணர்வுடன், விவசாயப் பெருமக்களுக்கே உரிய எள்ளலும், குத்தலும், நகையும் சிறப்பாகப் பதிவாகி உள்ளன.

குறு விவசாயிகளின் பிள்ளைகள் இன்னும் பள்ளிப் படிப்பைத் தாண்டுவது என்பது சாமான்யமான சங்கதி அல்ல. கல்வி ஒன்றே மீட்சியின் தூதுவன் என்பது எனது அனுபவம். நாற்பதாண்டுகள் முன்பு கல்வி என்பது எளிய மாணாக்கருக்கு எட்ட இயலாத வானத்து நிலவாக இருந்தது என்பதை நாவலின் ஆரம்ப அத்தியாயங்கள் மிகையின்றி உரைக்கின்றன. காலமும் களமும் வேறு என்பதைத் தவிர எனக்கும் இந்தப் பாடுகள் இருந்தன.

தொடக்கப் பள்ளியைத் தாண்டி, உயர்நிலைப் பள்ளி, தொடர்ந்து விவசாயக் கல்லூரி வாழ்க்கை என நாவலின் களம் புலம் பெயர்கிறது. மாணவர் விடுதி அனுபவங்கள் சுவைபடப் பேசப் பெற்றுள்ளன. களம் மாறினாலும் நாவலின் நாயகன் பார்வையும் வாழ்க்கைப் போராட்டம் குறித்த அணுகுமுறையும் மாறவில்லை.

நிலக்கடலை என்றும், மணிலாக் கொட்டை என்றும், மல்லாட்டை என்றும், கடலக்காய் என்றும் அழைக்கப்படுகிற கல்லக்காய் மூட்டைகளை அரசின் கொள்முதல் கூடங்களில் விற்கப்போவது தமிழின் அனுபவப் பரப்புக்கு ஒரு சின்ன எடுத்துக்காட்டு. அரசு அதிகாரங்கள் எனப்படும் இரத்த நாளங்களில் ஊழலும் சுரண்டலும் அநீதியும் ஆன கொழுப்புக்கள் படிந்து குருதிப் பாய்ச்சலின் வேகங்களைத் தடைப்படுத்தும் சாட்சிகள் இவ்வகை அனுபவங்கள்.

கிள்ளிகுளம் விவசாயக் கல்லூரியில் சேர்ந்த பிறகான கல்லூரி வாழ்க்கை நாவலின் இரண்டாம் பகுதியாகப் பேசப்படுகிறது. விரிவாக தொடர்ந்து அலுவலக வாழ்க்கை அனுபவங்கள்.

மூன்றாம் பகுதி முக்கியமான பகுதி. தமிழ்ப் புனைவு இலக்கியத்தில் மற்றெவரும் முனையாத பகுதி. தமிழ் எனும் பெயரிய சிறு கிராமத்து எளிய குடி மாணவனின் குடிமைப் பணித் தேர்வுகள் வென்றெடுக்கும் முயற்சிகள். ஒன்றல்ல, இரண்டுமல்ல, ஐந்து முறைகள் தேர்வெழுதி, நேர்காணல்களில் பங்கேற்று, இறுதியாக வென்று இ.ஆ.ப., அலுவலராக இலக்கை அடையும் போராட்டம்.

மலைப்பாக இருக்கிறது. நாவல் நாயகனின் நம்பிக்கை, உழைப்பு, ஊக்கம், உறுதிப்பாடு. சற்றே சோர்ந்திருந்தால், தமிழ் விவசாயத்துறை அதிகாரியாகவோ, இரயில்வேத் துறை அதிகாரியாகவோ, வாழ்க்கையை வெற்றி கொள்ளத் தீர்மானித்திருக்கலாம். ஐ.ஏ.எஸ். எனும் பெருங்கனவு சாத்தியமாகும் வரை களைப்பில்லை, கண் துஞ்சலும் இல்லை.

'காலம் அறிதல்' எனும் அதிகாரத்துக் குறளொன்று கூறுகிறது-

"ஞாலம் கருதினும் கைகூடும் காலம்
கருதி இடத்தாற் செயின்".

என்று. இந்த நாவல் சொல்ல வரும் செய்தி அதுவே தான். இருண்மைச் சிந்தனை அற்று, நோய்மைச் சிந்தனை தவிர்த்து, யாவற்றையும் நம்பிக்கையுடன் முயன்று, உழைப்போம் எனில் ஞாலம் கருதினும் கை கூடும்!

குடிமைப்பணித் தேர்வு, மருத்துவப் படிப்பு என்றல்லாமல் வாழ்க்கையில் வென்று காட்ட வேண்டும் என முனையும், பள்ளி கல்லூரிப் பருவத்து இளைஞர் யாவரும் வாசிக்கத் தகுந்த நூல் இது. என்னைக் கேட்டால், ஓரிரு சொற்றொடர்களைத் தவிர்த்து விட்டு, பாடப்புத்தகத்தில் வைத்துப் போதிக்கும் தகுதி வாய்ந்தது. ஆனால் நமது தீப்பேறு அதனையும் ஈண்டு பெரும்பாலும் சுய நலங்களே தீர்மானிக்கின்றன.

நாவல் வடிவத்தில் எழுதப் பெற்ற தன்னூக்க அனுபவப் பதிவுகளே இந்த நூல்.

ஆனால் நாவல் எனும் கலை அனுபவத்தின் தரிசனங்களைப் பெறுவதற்கு, நூலாசிரியர் இன்னும் கூர்த்த, நோக்குடன் முனைய வேண்டும். மொழியிலும், உத்தியிலும், மொழிதற் பாங்கிலும், வாழ்க்கைப் போராட்ட உக்கிரங்களைக் கலை நுட்பங்களுடனும் காட்ட முயலலாம். ஒரு நாவல் கலை வெற்றி என்பதுவும் உழைத்து, முயன்று, போராடிப் பெறும் காரியமே!

'பனையடி' என்ற பெயரில், நாவல் வடிவத்தின் மூலம் பெருங்கனவு கொண்ட இளைஞர்களுக்கு ஒரு வழிகாட்டுதலைச் செய்திருக்கிறார் திரு. இரா. செல்வம், இ.ஆ.ப., அவர்கள். அவருக்குப் பாராட்டும், வரவேற்பும், நன்றியும்.

கோயம்புத்தூர் 641 042

மிக்க அன்புடன்,

நாஞ்சில் நாடன்

படித்துப் பார்த்தேன் சரி. படிக்கக் கேட்டேன் சரி!

யதார்த்த எழுத்தாளனுக்கு எதிர்காலம் இல்லை; அவனது எழுத்து களைப் படிப்பதற்கு மட்டுமல்ல ஏறெடுத்துப் பார்ப்பதற்குக்கூட ஆளில்லாமல் அநாதையாய் தெருவில் அலைந்து அல்லலுற்றுப்போகும் என்றார்கள். யதார்த்தவாத எழுத்தாள மாப்பிள்ளைக்குப் பெண்ணும், பெண்ணுக்கு மாப்பிள்ளையும் கிடைப்பது அரிதிலும் அரிது என்று மட்டும்தான் சொல்லவில்லை.

மக்களின் ஊடாக வாழக் கொடுத்துவைக்காதவர்கள், மண்ணில் கால்பாவுவதற்குக் கொடுப்பணை இல்லாமல் சபிக்கப்பட்டவர்கள், மண்ணின் புழுதி படர்ந்த ஈர மொழியைப் பேசத் தெரியாதவர்கள் இன்றும் இப்படிச் சொல்லிக்கொண்டிருக்கிறார்கள். நாளையும் சொல்லக்கூடும்.

இருபத்து ஐந்து ஆண்டுகளுக்கும் மேலாக நான் எழுதிக் கொண்டிருக்கிறேன். படிக்கப்பட்டுக்கொண்டும்தான் இருக்கிறேன். என்னைப் போல் யதார்த்தவாத எழுத்தில் இயல்பு வாழ்க்கையை எழுத ஆட்கள் வந்துகொண்டுதான் இருப்பார்கள். தாம், தம் மக்கள் வாழ்க்கையை முத்திரைத்தாள் பத்திரத்தின் வரிகளைப் போல 'படித்துப் பார்த்தேன் சரி. படிக்கக் கேட்டேன் சரி' என்பதாய் உள்ளது உள்ளபடிக்கு எழுதிப் பதியவைத்துப்போவார்கள். இன்றில்லாவிட்டாலும் பிற்காலத்தில் அவனது எழுத்துகள் மக்களின் ஆவணங்களாக அவர் களின் மனங்களில் நின்று நிலைபெறவே செய்யும்.

யதார்த்தவாத எழுத்தின் அண்மைக்கால வரவு செல்வம் ஐஏஎஸ். சனத்திரள் மிகுந்த பெருநகர வணிகவீதியில் பொட்டைமண் பூசிய கவிச்சிக்குரல் கேட்ட ஓர் அவசரத் திரும்பலில் உள்ளூர்க்காரனைப் பார்த்துவிட்ட மகிழ்வுதான் அவரது 'பனையடி' படிக்க வாய்த்த கணம்.

நெடுங்கோடைக்குப் பிறகு செம்மேகமாய்ப் புழுதியை அள்ளிக் கொண்டு வந்து 'ஆலங்காய் அரசங்காய்' விழ அடித்துப் பெய்யும் கோடை மழையில் நான் நனைந்துகொண்டிருக்கிறேன். நான் மல்லாட்டை என்றால் அவருக்குக் கடலை, கல்லை, கல்லைச் சரக்கு.

ஆனால், மழை ஒன்றுதான் எல்லா ஊர்களைப் போலவே அங்கும் ‘காய்ந்தும் கெடுக்கிறது, பேய்ந்தும் கெடுக்கிறது.’

எல்லோரும் விவசாயிகளாகவே இருக்கிற ஊர் ‘அய்யப்ப நாயக்கன் பேட்டை’. எப்போதும் ஒரே மாதிரி பயிர் வைக்கிற பனையடி ‘நிலப்பகுதி’. ‘நடுப்புள்ளை’ மிகப் பிற்படுத்தப்பட்ட சமூகத்தின் ஒட்டுமொத்தக் குறியீடு. நிலத்தில் கடலை போடுகிறார். தொடர்ந்த மழையில் வெள்ளப்பாழாய்ப் போவது விதைப்பு மட்டுமல்ல; அவரது கனவுகளும்தான். தமிழை வெளியூர் போய் படிக்கவைக்க வேண்டும் என்பது அவருள் கனன்றுகிடக்கிற தலையாயக் கனவு. (போக்கியம் வைத்த நிலத்தை மூக்க வேண்டும், வாடகைத் தண்ணீருக்குக் கையேந்தாமல் கொல்லையில் போர் போட வேண்டும், மனைவியின் நகைகளை மீட்க வேண்டும் என்பதெல்லாம் அடுத்த பட்சம்.)

கதையில் பெருச்சாளிக்கும் செனையனுக்குமான கரண்டு சர்வீஸ் பாகப்பிரிவினை, இன்றும் எல்லா ஊர்களிலும் நடக்கக்கூடியது. நடுப்புள்ளை போன்று ஊரில் பெரிய மனிதர்களைப் புறந்தள்ளிவிட்ட சமூகமானது சகடை போன்றவர்களிடம் கேப்பாப்பேச்சி கேட்டும் மணியார் போன்று அரசு அலுவலர்கள் தகா யோசனைகளை ஏற்றும் போலீஸ், கோர்ட்டு கேசு என அலைந்து சோர்ந்து கடைசியில் நடுப்புள்ளை சொன்ன தீர்ப்பையே நீதிமன்றமும் சொல்லக்கேட்டு சமாதானமாகிப்போவதும் நாவலின் உச்சபட்ச பகுதி.

மற்றொரு குறிப்பிட வேண்டிய பகுதி விவசாயம் பாதிக்கப்பட்டு நட்டமடைகிறபோது ஊரில் பெரும்பாலானவர்கள் சாராயம் காய்ச்சுகிறார்கள், விற்கிறார்கள். போலீஸ் நுழைந்து தேடுகிறது. தேடுகிறவர்களைத் தாக்குகிறார்கள். பிறகு, பணியிட மாறுதலில் வருகிற மீன்சுருட்டி காவல் அதிகாரி சாராயத் தொழிலையே அழித்துக் கட்டுக்குள் கொண்டுவருகிறார். கள்ளச்சாராயத்தை விட்டு இயல்பிற்குத் திரும்பிய பிறகு அதில் முக்கியமானவர்களாய் இருந்த நபர்களைப் பற்றிக் குறிப்பிடும் இடம் பெரும் அவலக் காட்சியாய் விரிவுகொள்கிறது.

‘காளையன் சிறைக்குச் சென்றதும் அவன் மனைவி தூக்கில் தொங்கினாள். பொக்கவாயன் சிறையிலிருந்து வந்த ரெண்டு மாதத்தில் உடல் நலக்குறைவால் இறந்துபோனான். காளையனும் முனியனும் தொடர்ந்து நீதிமன்றம் சென்றார்கள். காளையன் தொழிலை விட்டார். விவசாயத்தைப் பார்க்க ஆரம்பித்தார். இரண்டு வருடத்தில் அவரும் இறந்துபோனார். குழந்தைகள் அனாதையாகினர். முனியனின் மனைவி மார்பகப் புற்றுநோயில் இறந்துபோனாள். அவனது மகளும் மகனும் அரவணைப்பின்றி சுற்றித்திரிந்தார்கள்.’

இப்படி விவசாயம் நலிவடைந்து நாலாபுறம் கள்ளச்சாராயம் மலிந்துகிடக்கிற பேட்டையிலிருந்து தமிழ் தம் அப்பாவின் கனவைப் போல வெளியூர் போய் படிக்கிற அனுபவங்கள் நம்மை நெகிழச் செய்பவை. கல்லூரிக் காலங்களில் செய்கிற சேட்டைகள் மகிழவைப்பவை. அவர் பெறும் வெற்றிகளில் நம்மையும் கலந்துகொள்ள வைப்பவை.

வேளாண்மை படித்து ஒரு தற்காலிகப் பணியிலிருந்து பிறகு நிரந்தரப் பணிக்கு மாறி அதிலிருந்து மேலும் மேலும் தேர்வுகள் எழுதி இறுதியில் ஒரு உச்சமாக ஐஏஎஸ் ஆகிறார் தமிழ். இது ஒருவகையிலான தன்வரலாற்று நாவல்தான். செல்வம் ஐஏஎஸ்ஸின் சொந்த அனுபவம் தான். குடிமைப்பணித் தேர்வு எழுதுபவர்களின் விடாமுயற்சியைச் சொல்வதாக, அதேநேரத்தில் ஒரு புனைவிற்கான கூறுகளோடு எழுதப்பட்ட நாவல்.

முற்பகுதி தந்தையின் கனவு, பிற்பகுதி மகனின் இலக்கு என விரிவுகொள்ளும் இந்த நாவலில் என்னளவில் நிற்பவை இந்தக் கதாபாத்திரங்களுக்கு அவர் தேர்ந்தெடுத்த பெயர் சூட்டல்கள்தான். ஓட்டச்செக்கு, சகடை, செனையன், பெருச்சாளி, குள்ள நாட்டான், வாலு நாட்டான், ரெக்கட்டை, கூழ்ப்பானை, சுள்ளாணி, சுங்குருப் பொண்டாட்டி...

ஊரில் சின்ன வயதில் பட்டப்பேர் வைப்பதில் பேர்போனவராக இருக்க வேண்டும் செல்வம். மண்ணை நேசிப்பவர்கள் அவசியம் படிக்க வேண்டிய நூல்.

அன்புடன்
கண்மணி குணசேகரன்
மணக்கொல்லை
17.03.21

1

பனையடி. பல விவசாயக் குடும்பங்களை வாழவைத்தும் அழவைத்தும் பார்க்கும் அய்யப்ப நாயக்கன் பேட்டையின் புஞ்சை நிலப்பகுதி. இங்குள்ள ஒற்றைப் பனைமரம் பல கதைகளைச் சொல்லி நிற்கிறது. சரியாக மழை பெய்தால் பொன் விளையும். இல்லாவிட்டால் உயிர்களும் பயிர்களும் காணாமல்போகும். சிலருக்குக் கையும் காலும் தான் மிஞ்சும். இது இயற்கைக்கும் மனிதனுக்குமான போராட்டக்களம். வானத்தை நம்பியே வாழ்க்கை. கடலை, மிளகாய், மக்காச்சோளம், கம்பு, கேழ்வரகு விளையும். மிளகாயும் கடலையும் கண்ணில் கொஞ்சம் காசைக் காட்டும்.

ஏரிலிருந்து மாடுகளை அவிழ்த்துவிட்டார் நடுப்புள்ளை. நுகத்தடியிலிருந்து விடுபட்ட மாடுகள் வரப்பைக் கரண்டின. தலப்பாவை அவிழ்த்து முகத்தைத் துடைத்தபடி பனை மரத்தடியில் உட்கார்ந்தார். இயற்கையோடு போராடக் கற்றுக்கொண்ட வாழ்க்கை. முறுக்கேறிய தேகம். புன்னகை பூக்கும் முகம். காய்ப்புக் காய்த்த கைகள். கள்ளம் கபடமற்ற சிரிப்பு. ஓய்வறியா உழைப்பாளி, ஐந்து தங்கைகளுடனும் இரண்டு சகோதரர்களுடனும் பிறந்தவர். இன்று நிலக்கடலை விதைத்த நிம்மதி. இருந்தாலும், மனதுக்குள் இனம்புரியாத பயம். பூமியினுள் விழுந்தது வெறும் கடலைச்சரக்கு மட்டுமல்ல; அவரின் எதிர்காலக் கனவுகளும்தான்.

மாமரத்துக் கொல்லை வரப்பைக் கழித்துமுடித்தான் தமிழ். ராணுவ வீரனுக்கு முடிவெட்டியதுபோல் இருந்தது. அருகம்புல் வேர்கள் மண்ணுடன் வெட்டப்பட்டு வீழ்ந்தன. பின், மண் கட்டியை உடைத்துப் புல்லை அப்புறப்படுத்தினான். புற்களைக் கட்டியெடுத்து வைக்கோல் போருக்கு அருகில் போட்டான். குளிர்க்காற்று அவனது உடலை வருடிச்சென்றது. பனை மரத்தடி நோக்கிச் சென்றான்.

இருள் சூழ்ந்த வானம். கருமேகங்கள். இரண்டு மணிக்கே பொழுது சாய்ந்ததுபோல் இருந்தது. தும்பிகள் தாழப் பறந்தன. பனைமரத்தில் இருந்த தூக்கணாஞ் சிட்டுக் கூடுகள் ஊஞ்சல்களாய் ஆடின. சிட்டுகள் வெளியே வரவும் உள்ளே போகவுமாய் ஆட்டம் காட்டின.

பனையடி

திடுமெனப் பேய்பிடித்ததுபோல் மாமரம் ஆடியது. மரத்தில் பறிக்காது இருந்த ஒன்றிரண்டு மாங்காய்களைக் கிளிகள் கொத்தித் தின்றுவிட்டு மேலே பறந்தன. சிலது மீண்டும் மாமரத்தில் வந்தமர்ந்தன. காற்றின் வேகம் அதிகரித்தது. கிளைகள் அமைதியை நாடின. காற்று விடவில்லை.

திசைமாறி கிழக்கு மேற்காகக் காக்கைகள் பறந்துதிரிந்தன. இதுகாறும் புழுக்களைப் பொறுக்கித் தின்ற மைனாக்களுக்கு ஒன்றும் புரியவில்லை. குழப்பத்தில் சற்றே தலைசாய்த்து வானத்தைப் பார்த்தன. பிறகு, குனிந்து புழுக்களையும் பூச்சிகளையும் தேடின.

கூடலைச் சரக்கைப் போட்ட பொம்பளையாட்கள், “சாயந்தரம் வந்து கூலி வாங்கிக்கிறோம்” என்றனர்.

பண ஏர் ஓட்டிய மந்திரவாதியும், “நானும் ஒழவு ஓட்டுனதுக்குக் கூலிய சாய்ங்காலமே வாங்கிக்கிறேன்” என்றார். கலப்பையின் கொழுவில் இருந்த மண்ணை அகற்றிக்கொண்டே, “மடிய அவுத்து ஓதறிக் காட்டிட்டுப் போங்கடி. மடியில ஒண்ணும் சரக்குக்கிரக்கு எடுத்துட்டுப் போவலியே” என்றார் மந்திரவாதி.

“இந்தாங்க... பாத்துக்குங்க.” புடவைச்சுற்றை அவிழ்த்துக் காட்டினார்கள், சுங்குருப் பொண்டாட்டியும் கொளஞ்சியும்.

இருவரையும் அனுப்பிவைத்த நடுப்புள்ளை, வானத்தைப் பார்த்தார். வானத்தைப் போல மனத்திலும் இருள் சூழ்ந்தது.

மழைக்கான அறிகுறிகள் தென்பட்டன. ஐப்பசி மாதம் பேய்மழையாக இருக்கும். வெள்ளத்தில் காடு கழனியெல்லாம் காணாமல்போகும். பனையடியில் எத்தனை வருடம் விழுந்து புரண்டாலும் இயற்கையைக் கணிக்க முடியவில்லை. பல வருடங்கள் வாழ்க்கை பாழாகிப்போனது. எதிர்காலத்தை எண்ணி அசைபோட்டார். இந்த வருட உழைப்பும் தண்ணீரோடு போய்விடுமா என்ற கவலையில் அடி எடுத்து வைத்தார்.

ஐப்பசிப் பட்டம். 'கல்ல போட்டு வூடு வந்து சேந்தாத்தான் நமக்கு உசுரு.' ராசக்குமாரியிடம் முணுமுணுத்தார் நடுப்புள்ளை. மத்தியானச் சாப்பாட்டுக்கு அழைத்த ராசக்குமாரி, கம்மங்கூழைக் கரைத்து முன்னே வைத்தார்.

"மழ வருமா?" கவலையுடன் கேட்டார் ராசக்குமாரி.

"வரும்போலத்தான் தெரியுது" தலையாட்டினார். மோர் மிளகாயுடன் கூழ் உள்ளே சென்றது நடுப்புள்ளைக்கு.

நடுப்புள்ளை, ராசக்குமாரி தம்பதிக்கு இரண்டு பிள்ளைகள். மூத்தவன் தமிழ். இளையவன் சண்முகம். இவர்களுடன் சின்னப்பயலும் கூலி வேலை செய்தான். தமிழுக்கு சின்னப்பயல் உடன்பிறவா தம்பி. கொல்லை வேலை செய்வதில் மூவருக்கும் போட்டி இருக்கும். ஏர் ஓட்டுவதில் ஆரம்பித்து, எருக்கலைத்தல், அண்டை வெட்டுதல், பாத்தி கட்டுதல், வாய்க்கால் கிழித்தல், விதைத்தல், ஓட்டுத்தண்ணீர் பாய்ச்சுதல், களையெடுத்தல், பூச்சிமருந்து அடித்தல், அறுவடை என எல்லா வேலைகளிலும் ஒருவருக்கொருவர் போட்டியிடுவார்கள். விதைப்பி லிருந்து அறுவடை வரைக்கும் குடும்பமே பனையடியில் கிடக்கும்.

"தமிழு சாப்புட்டது போதும், சீக்கிரம் எந்திரி. ராசமாணிக்கத்துக் காள, கூழக் காள ரெண்டையும் போர்ல கட்டிடு. சண்முகம்... நீ எதுத்த வூட்டு மந்திரவாதிக் காளைகள சீக்கிரம் ஓட்டிட்டு வா. சின்னப்பயலே... நீ பல்லுளிக் கலப்பய எடுத்துட்டு வா." கட்டளையிட்டார் நடுப்புள்ளை.

ரெண்டு காணியும் கடலை போட்டு முடிந்தது. அடுத்து சரக்குப் போட்ட நிலத்தைப் பல்லுளிக்கட்டி சமன் செய்யும் வேலை. ஆயத்தமானார் நடுப்புள்ளை. "நீங்க மேற்காலக் கொல்லையில வாய்க்காக் கிழிச்சுப் பாத்தி கட்டுங்க. நாங் கோடு கிழிச்சிட்டுப் போறேன்." அப்பாவின் அவசரம் புரிந்தது தமிழுக்கு.

ஐப்பசிப் பட்டத்தில்தான் சரியான ஈரப்பதம் கிடைக்கும். பெரும்பாலான வருடங்கள் மழை அதிகமாகப் பெய்து சம்சாரிகளைப் பராரிகளாக ஆக்கிவிடும். இந்த முறை சரியான பதத்தில் பனையடி

விவசாயிகள் கடலை போட்டார்கள். 'இந்தத் தடவ கடல நெல்லா மொளைச்சிடும்' என்ற நம்பிக்கை.

'எப்படியாவது இந்த முறை கல்ல வெட்டி பசங்களை வெளியூர்ல படிக்க வைக்கணும். கடைசித் தங்கை கல்யாணத்துக்குப் போக்கியம் வச்ச அரைக்காணி நெலத்த முனுசாமிட்டருந்து மூக்கணும். போக்கிய நெலத்த மூக்கறத்துக்கான காலக்கெடு முடிஞ்சுச்சு. இது ஆறாவது வருஷம். இந்த வருஷம் மூக்கலன்னா நெலம் முனுசாமிக்குச் சொந்தம். கெணத்திலேயே ஒரு போர் வேற போடணும்.'

முனுசாமியோ அந்த அரைக்காணி நிலத்தைச் சொந்தமாக்கிக் கொள்ளலாம் என்ற கனவில் இருந்தார். ஆடிப்பட்டத்தில் முனுசாமி யிடம் வாடகைத் தண்ணீர் கேட்கும்போது அவமானம் பிய்த்துத் தின்னும். பனையடியில் பத்துக் காணிக்கு மேல் நிலம் வைத்திருக்கிறவர் முனுசாமி. போக்கியம் வைத்தவர்கள் மீட்காமல் விட்டதால் சேர்ந்த நிலங்களே அதிகம். வசதியானவர். மின்மோட்டார் பொருத்திய ஆழ்குழாய்க் கிணறு அமைத்திருந்தார். ஆளைப் பார்க்கும்போதெல்லாம் நலம் விசாரிக்க வேண்டும். அவர் கூறும் புறணிக்குக் காதுகொடுக்க வேண்டும். சிறுசிறு வேலைகள் அவருக்குச் செய்ய வேண்டும். பயிர் அறுவடை முடியும் வரை 'என் போர்த் தண்ணியிலதான ஒனக்குக் கல்ல நல்லா வெளஞ்சது' என்று குத்திக்காட்டுவார். ஊர் முழுவதும் தம்பட்டம் அடித்துக்கொள்வார். தண்ணீர் விட்டதற்குப் பணம் உடனடியாகக் கொடுக்க வேண்டும். இல்லாவிட்டால் கடலைப் பிஞ்சு வைக்கும்போது தண்ணீர் விட மாட்டார். அதற்கும் ஊரெல்லாம் சொல்லிப் பஞ்சாயத்து வைத்துவிடுவார்.

"போன பட்டம் தண்ணி வுடலன்னா, ஒப்பனுக்குக் கோமணம்கூட மிஞ்சிருக்காது" தமிழிடம் சொன்னார் முனுசாமி.

"ஆமாம் தாத்தா" எரிச்சலை வெளிக்காட்டாமல் ஏற்றுக் கொண்டான் தமிழ்.

பக்கத்துக் கொல்லை வரதனும் 'இந்த வருஷம் சின்னவனுக்கு ஊர்ல சைக்கிள் கடையாவது வச்சிக் குடுத்துடணும்' என்று கடலை யைப் போட்டார். "மொத ரெண்டு பயலோலும் சரியாப் பள்ளிக்கூடம் போவுல. பெரியவன் கல்யாணம் பண்ணிக்கிட்டுப் போய்ட்டான். தினமும் சாராயக் குடிதான். அவனுக்கும் அவன் பொண்டாட்டிக்கும் இடைல பஞ்சாயத்துப் பண்றதே பெரிய வேலை. நடுப்பய கங்காவும் கூடமாட ஒத்தாசை பண்ணிக்கிட்டுத் திரிஞ்சான்."

"ஏண்டி! சரக்கலாம் பூச்சி மருந்து கலந்துதான போடுற?" பொண்டாட்டியிடம் கேட்டுக்கொண்டே ஏர் ஓட்டினார் சுள்ளாணி.

"ஏன், கல்ல நல்லா வெளஞ்சா, ரெண்டு பவுன்ல தோடு செஞ்சி போடப் போறயாக்கும்?"

பதில் சொல்லாமல் வானத்தைப் பார்த்தார் சுள்ளாணி.

'நாளைக்கி பயிர் போடலாம்' என்று வாய்க்கால் வரப்புகளை அண்டை வெட்டினார் கணேசன். முட்டாகக் கிடந்த சாணி எருவைத் தட்டில் அள்ளி கொல்லையில் வீசிக்கொண்டு இருந்தான் அவருடைய மகன் முருகேசன்.

பனையடி முழுவதும் பரபரப்பாக இருந்தது. பெண்களும் ஆண்களும் குழந்தைகளும் ஓடியாடி வேலை செய்தார்கள். ஓட்டச் செக்கனுக்கும் உத்திராபதிக்கும் மட்டும் அன்றைக்குப் பண ஏர் கிடைக்கவில்லை. சரக்குப் போடவில்லை.

அந்த ஒற்றைப் பனையானது வருடத்திற்குப் பத்துப் பன்னிரண்டு குலை தள்ளும். பனங்காய்கள் முத்தாக இருக்கும். மூன்று கண்ணுள்ள காய்களே அதிகம். ஒன்று இரண்டு கண்ணுள்ள பனங்காயில் கட்டை விரலை ஒருபக்கமாக விட்டு நுங்கை உறிஞ்சிவிடலாம். மூணு கண்ணுள்ள காயில் ஆட்காட்டி விரலை வைத்து நோண்ட வேண்டும். நுங்கு எவ்வளவு சாப்பிட்டாலும் மேலும்மேலும் சாப்பிடவே தோன்றும். வயிற்றின் கொள்ளளவை நுங்கு சாப்பிட்டுத் தீர்மானிக்க முடியாது. இளம் நுங்காக இருந்தால் சொல்லவே தேவையில்லை. அதுபாட்டுக்கு உள்ளே போய்க்கொண்டே இருக்கும்.

பனங்குலைகளை மரமேறி வெட்டுவதைவிட வாங்கு வைத்து அறுப்பது இலகுவாக இருக்கும். வாங்கு ஒரே தடிமன் உள்ள நீளமான குச்சியில் இருக்கும். அந்தக் குச்சி நுனியில் வாங்கைக் கட்டி வைத்திருப்பார் நடுப்புள்ளை. அவர் வாங்கை நன்றாகக் கட்டுவார். பச்சைப் பனங்காய்கள் கருமையடையும். பனங்குலைகளில் மூன்றில் இரண்டு பங்கு கறுப்பாக மாறும். பனங்குலையை எப்போது வெட்டலாம் என்று அதைப் பார்த்தே சொல்லிவிடுவார்.

நடுப்புள்ளை வாங்கு தீட்ட ஆரம்பித்தார். நுங்கு வெட்டும் ரெண்டு மூன்று நாட்கள் முன்பாக வாங்கைத் தீட்டுவார். பெருமணலைக் காய்ந்த கட்டையின் மேல் தூவிவிட்டு இருபக்கமும் வாங்கு பளபளப்பாகத் தீட்டப்பட்டது. தமிழுக்கு மகிழ்ச்சி. அடுத்த நாள் நுங்கு வெட்டப்போவது தெரிந்தது. அன்று தமிழ் மத்தியானச் சோறு சாப்பிடவில்லை. நுங்கு நிறைய சாப்பிட்டான். அடுத்த நாள் வயிறு சுத்தமானது. முத்தின நுங்கை அதிகம் சாப்பிட்டால் வயிறு வலிக்கும்.

ஒவ்வொரு வருடமும் நிறைமாதக் கர்ப்பிணியாய்க் கோடையில் குலைகளைத் தள்ளிவிட்டுப் போகும் நடுப்புள்ளையின் அந்த ஒற்றைப் பனை. மூன்று நான்கு வருஷத்துக்கு ஒரு முறை வாங்கின் உயரம் மாறும்.

பெருமழைக் காலத்தில் வாய்க்கால் வரப்பு உடைப்பு எடுக்காமல் நிலத்தைக் காப்பது பனை. நிறைய வேர்களை விட்டு, மண்ணையும் தண்ணீரையும் காத்து நிற்கும் குலசாமி. அதில் தூக்கணாஞ் சிட்டுகள் கூடுகட்டிக் கும்மாளமிடும்.

பனங்காய் வெட்ட மரமேறினார் சுள்ளாணி. பாம்பைக் கண்டு பதறி கீழே குதித்துக் காலை முறித்துக்கொண்டார். சில பனைகளில் மேலே பாம்புகளும் இருக்கும். குருவிகள் முட்டையைக் குடிக்க அவை மேலே ஏறியிருக்கும். பனையின் கருக்கு கூர்மையாக இருக்கும். தமிழ் பலமுறை பனையேறி நெஞ்சில் சிராய்ப்புடன் திரிந்தான். பனைமரம் ஏறுவது தமிழுக்கு சவாலாக இருந்தது. குட்டைப் பனை, நெட்டைப் பனை, ஒற்றைப் பனை. ஒவ்வொருவர் கொல்லையின் அடையாளத்தைச் சொல்லி நின்றன. வரப்புகளிலும் ஒழுங்கையிலும் உயர்ந்து நின்றன பனைகள். பனைகள் அதிகம் இருந்ததால் அந்தப் பகுதி பனையடி ஆனது. பல தலைமுறைகளாகப் பனைகள் நின்ற இடத்தைத் தென்னை களும் ஆக்கிரமிக்கத் தொடங்கின.

சின்னப்பயலும் தமிழும் வாய்க்கால் பிடித்துப் பாத்தி கட்டி விட்டுக் கிணத்தடிக்கு வந்தார்கள். ஓட்டச்செக்கும் கிணத்தடிக்கு வந்தார். "ஏலே ராமலிங்கம் கொஞ்சம் சுண்ணாம்பு இருந்தா குடுடா... சின்னப்பயல நீ கொஞ்சம் பாக்குக் குடு" என்றார்.

"நீ என்னத்த எடுத்துட்டு வந்திருக்க? ஒரு வாடிப்போன வெத்தலய வச்சிக்கிட்டு, அடுத்தவங்கிட்ட சுண்ணாம்புப் பாக்கு வாங்கிப் போடறது ஒரு பொழப்பா?" சின்னப்பயல் விடவில்லை.

"விடுடா விடுடா நீ மட்டும் அடுத்தவங்கிட்ட என்னிக்குமே கேக்க மாட்ட. கழுத... கேட்டாக் குடுப்பியா? என்னமோ சொத்த எழுதிக் கேட்ட மாதிரி பேசற."

"ஆடு தழையத் திங்கிறமாதிரி, நீங்க வெத்தல திங்கறத்துக்குச் சுண்ணாம்புப் பாக்கு நாங்கத் தரணும்" பேசிக்கொண்டே கொடுத்தான்.

ஓட்டச்செக்கு வெற்றிலையை நன்றாக மென்று புகையிலை போட்டார். கிறுகிறுப்பு ஏறியது. விரல்களால் உதடுகளைக் குவித்து, 'புளிச்'சென்று துப்பினார்.

“என்னடா தமிழ், ஐப்பசிப் பட்டத்துல ஒங்கப்பா கல்லய நல்லா வெட்டுவாரா? நெலத்த முனுசாமிகிட்டயிருந்து மூட்டுடுவாரா? மானம் இப்பவே கருக்கலா இருக்கு. எனக்கு என்னமோ இன்னும் ஒரு வாரம் கழிச்சி கல்ல போடலாம்ன்னு தோணுது. நாலு நாளு கழிச்சிப் போட்டா என்ன குடியா முழுகிடப்போவுது? எவன் நம்ப சொன்னாக் கேக்குறான்? சுள்ளாணி வரதனெல்லாம் கல்ல போட்டுட்டாங்க.”

“எல்லாம் நம்பிக்கைதான் மாமா; கொல்ல ஈரம் காய்ஞ்சுடக் கூடாது பாருங்க. அதான் சீக்கிரமே கல்ல போடுறோம்” என்றான் தமிழ்.

“தட்டாம்பூச்சி கீழ பறக்கறதப் பாத்தா மழ வரும்ன்னு தோணுது. வடக்கத்தி மழ புடிச்சாலும் வுடாது. எதா இருந்தாலும் நான் ரெண்டு நாளு பாத்துக்கிட்டுதான் கல்ல போடுவேன்.” வானிலை அறிக்கை வாசித்துக்கொண்டே நின்றார் ஓட்டச்செக்கு.

“என்னடா ஓட்டச்செக்கு. நீ கல்ல போடுலியா? ஏர் ஓட்னவனுக்கு என்னைக்கிப் பணம் குடுத்திருக்க? அதான் ஒரு பயலும் கல்ல போட வல்ல...” கேட்டபடி வந்தார் நடுப்புள்ளை.

“ஆமா... நீங்கல்லாம் பெரிய ஆளு, கூப்பிட்டா வரான்னுங்க. எங்களுக்கெல்லாம் நேரம் ஒழிஞ்சப்பத்தான் கூலிக்காரப் பயலுங்க என்னா ஏதுன்னு கேக்கறானுங்க. நானும் கொல்லயெல்லாம் ரெடிபண்ணி வச்சிருக்கேன். ரெண்டு நாள் கழிச்சுத்தான் போடலாம்னு இருக்கறன். மானம் ஒண்ணும் சரியாய் இருக்கிற மாதிரி தெரியல.”

“சரி... சரி... ஏருக்கு இந்த மந்திரவாதிப் பயகிட்டயே சொல்லிவச்சிரு. அவன்னா காலையிலயே மாட்ட ஓட்டிக்கிட்டு வந்துடுவான்” என்றார்.

“குளிச்சிப்புட்டு மாட்ட வூட்டுக்கு ஓட்டிட்டு கெளம்புங்க” தமிழுக்கும் சின்னப்பயலுக்கும் கட்டளையிட்டுவிட்டு நடுப்புள்ளையும் வீட்டுக்குக் கிளம்பினார். உள்ளுக்குள் ‘மானம் ஒரு மாதிரியா இருக்கு’ என்று ஓட்டச்செக்கு சொன்னது மனதில் ஓடிக்கொண்டிருந்தது. குழப்பத்துடனேயே வரப்பில் நடந்தார் நடுப்புள்ளை.

“ஓங்கிட்ட இந்த ரெண்டு பயலோலும் மாட்னாலும் மாட்னானோ, எல்லா வேலையும் அசமடக்கிக்கிட்டுதான் வுடுற...” ஓட்டச்செக்கு சிரித்தார்.

“அஞ்சில வளையாதது அம்பதுல வளையுமாடா? இப்பவே வேல செஞ்சி கத்துக்கிட்டாதான் பின்னாடி நல்லா இருப்பானுங்க” பதில் கொடுத்துக்கொண்டே தொடர்ந்தார் நடுப்புள்ளை.

"என்னடா மானம் கருத்துக்கிட்டு வருது. நீ சொன்னமாதிரி மழகிழ வருமா?" ஒழுங்கையைத் தாண்டும்போது ஓட்டச்செக்கிடம் கேட்டார்.

"என்னமோ சுள்ளாணி மழ வரும்ன்னு ரேடியோவுல சொன்னதாச் சொன்னான். ரெண்டு நாளு பாத்தா தெரிஞ்சுடப்போவுது."

"நாலைஞ்சி நாளைக்கி மழ இல்லன்னா பரவாயில்ல. அதுக்குள்ள சரக்குலாம் மொளைச்சி வெளியே வந்துடும். அப்பறம் பேஞ்சாக்கூட தண்ணிய வடிச்சிடலாம்." ஓட்டச்செக்கிடம் புலம்பினார் நடுப்புள்ளை.

2

சோறு சாப்பிடவே பிடிக்கவில்லை, நடுப்புள்ளைக்கு. ஒப்புக்கு நாலுவாய் அள்ளிப்போட்டுவிட்டுத் திண்ணையில் படுத்தார். சனிமூலையில் இடிச் சத்தம். உள்ளுக்குள் சொடுக்கென்று திகில். குழப்பத்தில் இருந்த நடுப்புள்ளைக்குப் பயம் தொற்றியது. அதற்குப் பிறகு தூக்கம் வரவில்லை. நடுச்சாமத்தில் தூறல் ஆரம்பித்துப் பெருமழையாய் வலுத்தது. விடிந்தும் மழை விடவில்லை.

வெகுநேரம் கழித்தும் சூரிய வெளிச்சம் தென்படவில்லை. மழை குறைந்து லேசாய் பொசபொசவென்று தூறியது. யூரியாச் சாக்கை மடித்துத் தலையில் போட்டு மாட்டுக்கொட்டாயிக்குச் சென்றார். மாடுகளுக்குத் தீனி அள்ளிப் போட்டார்.

குடைகளும் வெள்ளைச் சாக்குகளுமாய் டீக்கடைக்குச் செல்பவர்கள் தென்பட்டார்கள். “இன்னும் ஒரு வாரத்துக்கு மழ பெயும்னு ரேடியோவுல சொல்றான். இது எதுல கொண்டுகிட்டுப் போயி வுடுமோ தெரியில.” சத்தமாய்த் தனக்குத்தானே புலம்பியபடி கிழக்கு நோக்கி நடந்தார் தொப்புளான்.

நடுப்புள்ளையும் தமிழும் பனையடி நோக்கி நடந்தார்கள். "டேய் சுள்ளாணி, எந்திரிச்சியா? இல்லையா? இன்னும் என்னடா தூக்கம்? வெளியே வா. கொல்லக்கிப் போய் பாத்துட்டு வருவோம்."

"ஏன் கல்ல அதுக்குள்ளே மொளைச்சிச்சுன்னா பாக்கப்போறீங்க?" குடிசையிலிருந்து வெளியே தலையை நீட்டினார் சுள்ளாணி.

"கோழி கூவுற சாமம் இருக்கும், பனமட்டையில மோண்ட மாதிரி, தொரதொரன்னு ஊத்துது; எனக்கு அப்பறம் தூக்கமே வரல; நல்ல வேள நான் அவசரப்படல." பெருமை பேசியபடி ஓட்டச்செக்கும் சேர்ந்துகொண்டார்.

இரவு பெய்த மழையில் பாத்திகளில் நீர் தேங்கியிருந்தது. ஒவ்வொரு பாத்தியாக உடைத்துவிட்டான் தமிழ்.

"கெழக்கக் கொஞ்சம் மானம் வெளுக்கறாப்பல தெரியுது." சுள்ளாணி குரலில் உற்சாகம் தெரிந்தது.

"ஆமா இவரு கையிலதான் எல்லாம் இருக்கு. இவரு பெய்யின்னா பெய்யும். இல்லாட்டிப் பெய்யாது. அதான் இந்த வருஷம் ஓம் பொண்டாட்டிக்கி நக செஞ்சி போடப்போறிய அப்பறம் என்ன." ஓட்டச்செக்கு நக்கலடித்தார்.

"நானாவது பரவாயில்ல. நடுப்புள்ள இந்தப் பட்டம் கல்ல வெட்டி நெலத்த மூக்கணும், பயலோல வெளியூருக்கு அனுப்பணும்ன்னு சொல்றாரு." இருவரும் அவரை வம்பிக்கிழுத்தார்கள்.

"இதோட மழ நின்னுச்சினா பரவாயில்ல. பயிரெல்லாம் மொளைச்சிடும்" என்றான் தமிழ்.

கடலை போட்ட கொல்லையை அனைவரும் சுற்றிச்சுற்றி வந்தார்கள்.

"என்ன வரதா? ஓங் கொல்லையில மட்டும் தண்ணியே நிக்கல." சுள்ளாணி கேட்டார்.

"இன்னும் பாத்தி கட்டல. அதான் தண்ணி வடிஞ்சிடிச்சி. திரும்ப மழ புடிக்குமா?" கவலையுடன் கேட்டார் வரதன்.

"என்னமோ கடல்ல புயல் உருவாயிருக்குன்னு சொல்றாங்க." ஓட்டச்செக்கு சொன்னார்.

"கரையக் கடக்க இன்னும் ஒரு வாரம் ஆகுமாம். ரேடியோவுல சொல்றதுலாம் நடக்குதாக்கும். எவனோ சொல்லிட்டுப்போறான். போன வருஷம் மழ வரும்ன்னு சொன்னான். நம்பி கல்ல போட்டேன். ஒரு சொட்டுத் தண்ணி கீழ வுழுல. அப்பறம் வாடகத் தண்ணி

எறச்சித்தான் கொஞ்சம்நஞ்சம் பயிரக் காப்பாத்த முடிஞ்சிது" என்றார் நடுப்புள்ளை.

"அதெல்லாம் இனிமே மழ வராது. எல்லாம் நிம்மதியா வூட்டுக்குப் போங்க." ஓட்டச்செக்கு சொல்லிட்டுக் கிளம்பினார்.

நடுப்புள்ளைக்குக் கொஞ்சம் ஆறுதலாக இருந்தது. ஆனாலும், திரும்பவும் அந்தியில் கருமேகம் இருளைக் கவ்விக்கொண்டு வந்தது. கிளிகளும் காக்கைகளும் மைனாக்களும் குருவிகளும் சப்தமிட்டபடி வானில் அங்குமிங்குமாய்ப் பறந்தன. தும்பிகள் கீழே பறந்தன. குழப்பம் குடிகொண்டுவிட்டது நடுப்புள்ளைக்கு. தமிழ் கொல்லையில் தேங்கி யிருந்த மழைநீரை முழுவதும் வடித்துவிட்டான். மாலை கவலையுடன் வீடு திரும்பினார் நடுப்புள்ளை. தமிழும் கூடவே வந்தான்.

சாப்பிட்டுவிட்டுத் திண்ணையில் படுத்தார் நடுப்புள்ளை. மறுபடியும் மாமழை. இரவு முழுவதும் இடியும் மின்னலுமாய் வெளுத்து வாங்கியது. உறக்கமில்லாமல் புரண்டார். விடிந்தும் விடியாததுமாய் கொல்லையை நோக்கி இருவரும் ஓடினார்கள். ஒழுங்கை நிரம்பி வெள்ளம் ஓடிக்கொண்டிருந்தது.

"ஏலே சுள்ளாணி என்னடா? ஓடையாட்டம் ஓங் கொல்ல அறுத்துக்கிட்டு ஓடுது. போறபோக்கப் பாத்தா பூலாங்குளம் நெறம்பிடும் போல்ருக்கு" என்றார் வரதன்.

பனையடி வெள்ளக்காடாகக் கிடந்தது. வாய்க்கால் வரப்புகளை உடைத்துத் தண்ணீர் ஓடியது. சின்னப்பயலும் பனையடி வந்து சேர்ந்தான்.

"எலேய் ரெண்டு பேரும் மம்புட்டிய எடுத்துக்கிட்டு வாங்கடா. இந்த வரப்ப வெட்டித் தண்ணிய வடியவையிங்க." தமிழையும் சின்னப் பயலையும் கூப்பிட்டார் நடுப்புள்ளை.

பக்கத்து நிலத்து மண்ணெல்லாம் வரதன் நிலத்தில் ஏகத்துக்கும் கிடந்தது. "இந்த மானம் நம்பள வாழவும் வுடாது. சாவவும் வுடாது." திட்டிக்கொண்டே வரதன் வரப்பில் மண்ணை வெட்டிப்போட்டுக் கட்டினார். வரதன் கொல்லைத் தண்ணீர் தன் நிலத்துக்குள் வராதபடி அணையைத் தூக்கிப்போட்டு நிறுத்தினார் முனுசாமி.

"இந்த வருஷம் நமக்குக் கல்ல கோவிந்தாதான்." சுள்ளாணி புலம்பிக்கொண்டே வந்தார்.

"நம்ம வவுத்துல மண்ணுதான்." வரதனும் கொட்டித் தீர்த்தார்.

"உங்களுக்கு மட்டுமா? எல்லா வவுத்திலேயும் மண்ணுதான்" தமிழும் கூறினான்.

“இதோட வுட்டாக்கூட பாதிக்கிப் பாதி தப்பிச்சிக்கும்.” நடுப் புள்ளையின் குரலில் நம்பிக்கை இருந்தது.

“யார் செஞ்ச புண்ணியமோ ஓட்டச்செக்கன் மட்டும் பொழைச்சிக் கிட்டான்.” வயித்துவலி பொதுவாகப் பேசிக்கொண்டு நின்றான்.

“இதுல என்னா பாவ புண்ணியம் இருக்கு. இந்த வருஷம் மழையா நாமளான்னு பாத்துப்புடுவோம்.” உத்திராபதி சொல்லிக்கொண்டு வந்தார்.

“ஒனக்கு எங்க வலிக்குது. கல்ல போட்டவனுக்குத்தான வலி தெரியும்.” சுள்ளாணி எரிந்து விழுந்தார். “இந்த வருஷம் வெதக் கல்லையே நாலாயிரத்துக்கு வாங்கினேன். சொசைட்டிக்காரப் பயலுட்ட பொண்டாட்டி நகையும் அடகுவச்சிட்டன். அவங்கிட்ட ஒரு மூட்ட யூரியாவும் டிஏபியும் வாங்கிப் போட்டேன். இதுக்கெல்லாம் ஒங்கப்பனா பணம் தரப் போறான்.”

“ஏ(ன்) அப்பன் எதுக்குடா பணம் தரணும்? முட்டாப் பயல. ரெண்டு நாளு பொறுக்க மாட்டாம கல்லய, நீதான்டா கொல்லையில கொண்டுபோயிக் கொட்டின.” உத்திராபதி பொய்யாய்ச் சண்டைக்குப் போனார்.

“இருக்குற பிரச்சனைல இது வேறயா? அவனவன் வூட்டுக்குப் போங்கடா. நாளைக்கி வந்து பாத்துக்குவோம்.” நடுப்புள்ளை வீட்டுக்குக் கிளம்பினார்.

மானம் பிசுபிசுத்தபடியே இருந்தது. சாலையெல்லாம் சகதி, ஒளை. குடையை ஊன்றி, தாண்டித்தாண்டி வீடுபோய்ச்சேர்ந்தார்.

ஓரிரு நாட்களில் மழை நின்றுவிடும் என்று நினைத்தார் நடுப்புள்ளை. அப்படி நின்றால் பாதி கடலையாவது முளைத்துவிடும். அடுத்த பட்டத்திற்கு விதைக் கடலையாவது தேற்றிவிடலாம் என்ற நம்பிக்கை. மூன்று நான்கு நாட்களில் மழை நின்றால் தண்ணீர் வடிந்து மேட்டுப் பகுதிகளில் கடலை முளைப்பதற்கு வாய்ப்பிருந்தது. மழை நின்றபாடில்லை. காலையும் மாலையும் இரவிலும் தொடர்ந்து பெய்தது. பேய்மழை. பெருவெள்ளம். இனிமேல் கடலை முளைப்பதற்கு வாய்ப்பில்லை. கடலைச் சரக்கு பூமியினுள் அழுகிப்போயின. இப்போது அவரது கால்கள் பனையடி நோக்கிப் பயணிக்கவில்லை. அவரது உணர்வுப் பரிமாற்றங்கள் கால்நடைகளுடன் நின்றுபோயின. காலை மாட்டுக் கொட்டையைச் சுத்தம் செய்வது. பின், மாடுகளுக்குத் தீனிபோடுவது. வீட்டிற்கு வருவதும் போவதுமாக இருந்தார்.

தமிழும் சின்னப்பயலும் பனையடி சென்றுவந்தார்கள். கிணறு நிரம்பி தண்ணீர் ஓடுவதாக நடுப்புள்ளையிடம் கூறினான் தமிழ். அவர் பதில் ஏதும் கூறவில்லை. மண் திண்ணையில் தெருவை வெறித்துப் பார்த்து உட்கார்ந்திருந்தார்.

அரிக்கேன் விளக்கு கண்சிமிட்டியது. ஒரு வாரமாக மழை விட்ட பாடில்லை. வைத்த சோற்றைப் பார்த்தபடி இருந்தார். வாய்க்குள் எது போகிறது என்ற சிந்தனை அவருக்கில்லை. கட்டிய மனக் கோட்டைகளை அசைபோட்டார். “இந்த வருஷம் கல்ல மொளச்ச மாதிரிதானா? தமிழ வெளிய படிக்க அனுப்ப முடியாதோ? நெலத்த மூக்க முடியாதோ? போர் போட முடியாதோ? அடுத்த வருஷமும் வாடகத் தண்ணிக்கி அவன்கிட்ட போய் நிக்கணுமா?” கதவைப் பிடித்தபடி நின்றிருந்த மனைவி ராசக்குமாரியிடம் புலம்பினார்.

“என் நகையை எப்ப மூக்கறது?”

“மசுரு நகதான் முக்கியமா? ரெண்டு காணி கல்ல போயிடுச்சின்னு நான் முழிக்கிறேன்.” நேரம்காலம் புரியாமல் கேட்ட ராசக்குமாரியிடம் பாய்ந்தார்.

“இங்க பாரு, எங்க அம்மா ஆசையா கல்யாணத்தப்ப போட்டது. எனக்கு நக வந்தாகணும்.”

“இந்த வருஷம் மூக்கலாம்ன்னுதான் பாத்தன். என் கைல என்னா இருக்கு. எல்லாம்தான் வெள்ளத்துல மூழ்கிடுச்சே.” முணுமுணுத்தார் நடுப்புள்ளை.

“வருஷா வருஷம் இதே கதையத்தான் சொல்றீங்க; என் நகையும் சொசைட்டியில மூழ்கிடுமோன்னு பயமா இருக்கு”. ராசக்குமாரி விடுவதாக இல்லை.

“சரி வுடு. அடுத்த பட்டம் கல்ல வெளஞ்சதும் மொதல்ல உன் நகய மூட்டுக்குடுத்துட்டுத்தான் மறுவேல. போதுமா. போய்த் தூங்கு.” குரல் இறங்கினார்.

உரையாடலின்போதே, தமிழும் சண்முகமும் அம்மாவின் புடவையைப் போர்த்திக்கொண்டு கூடத்தில் தூங்கிப்போனார்கள்.

திண்ணையிலும் சாரல் அடித்துச் சொதசொதவென்று இருந்தது. மூலையில் சார்த்தியிருந்த பாயை எடுத்துப்போட்டு படுத்தார். வேட்டியை இழுத்துப் போத்தியபடி எட்டி அரிக்கேன் விளக்கை அடக்கினார் நடுப்புள்ளை. அது பொசுக்கென்று அணைந்தது. வாழ்க்கை இருட்டாகிப்போனது.

தவளைச் சத்தம் விடியும் வரை கேட்டது. நடுப்புள்ளை தன்னையும் மீறி கண்ணசந்தார்.

விடியற்காலை "அம்மா" என்கிற கதறல் சத்தம். பக்கத்து வீட்டிலிருந்து நொண்டித்தேவரும் அவரது மகன் கோணக்காலனும் வெளியே ஓடிவந்தார்கள். மண்சுவர் இடிந்து வீழ்ந்து கருப்பசெத்தைக் கூரை அதன் மேல் சாய்ந்துகிடந்தது. அரிக்கேன் விளக்குடன் நொண்டித் தேவரின் மனைவி சாவித்திரியும் ஓடிவந்தாள்.

"கூரையைப் புடிச்சி இழுடா." கத்தினார் நொண்டித்தேவர்.

மண்வெட்டி கடப்பாரையுடன் நடுப்புள்ளையும் தமிழும் ஓடினார்கள். கோணக்காலனும் தமிழும் பாரையால் நெம்பிக் கூரையை நகர்த்தினார்கள். இடிந்து பாறாங்கற்களாய்க் கிடந்த மண்கட்டிகளை மண்வெட்டியால் கொத்தி இழுத்தார் நடுப்புள்ளை. சிவப்பாகச் சுவர் மண் கரைந்து தண்ணீர் ஓடியது.

"ஐயையோ" அலறினாள் சாவித்திரி. முகம் தெரியாமல் உருக்குலைந்து கிடந்தாள் கொளஞ்சி. நெஞ்சிலிருந்து ரத்தம் வழிந்தோடியது. கண்கள் நிலைகுத்தி நின்றன. வயிறு கிழிந்துகிடந்தது.

குனிந்து பார்த்தார். "எல்லாம் முடிஞ்சிப்போச்சி" என்றார் நடுப்புள்ளை. பக்கத்தில் ஆட்டின் குடல் பிதுங்கி விழிகள் வெளியில் கிடந்தன. ஐந்து வயதுப் பெண்குழந்தை மட்டும் பிழைத்துக்கொண்டது. கூலிவேலை செய்து வயிறு கழுவியவள். குடியால் இரண்டு வருடத்திற்கு முன் வீட்டுக்காரன் இறந்துபோய்விட்டான்.

பேய் அறைந்தவன்போல் நின்றான் தமிழ்.

"மாடுமாதிரி நல்லா வேலைசெய்வா. இப்படி போய்ச் சேந்துட்டா." கூலிக்காரி குறைந்ததைப் பற்றிப் புலம்பினார் முனுசாமி.

மாலையில் கொளஞ்சி சாம்பலானாள். ஆடு கறியானது.

"நல்ல சாவு நமக்கு வந்து கிட்டலையே." வெறித்தபடி உட்காந்திருந்தார் நொண்டித்தேவர். அந்தப் பெண்குழந்தையைப் பாட்டி எடுத்துக்கொண்டாள்.

நடுப்புள்ளையுடன் பொறுமையாகப் பனையடி நோக்கி நடந்தான் தமிழ். "பயலோல இந்த வருஷம் வெளியே படிக்கவைக்கப் போறதில்ல. அடுத்த வருஷம் வேணா சண்முகம் பள்ளிக்கூடம் போகட்டும். எவங்கிட்ட போயி இனிமே கடன் கேக்கறது. அப்பவே ஓட்டச்செக்கு சொன்னான். என் புத்திக்கு ஒறைக்கல." அசைபோட்டபடி வந்தார் நடுப்புள்ளை.

சுள்ளாணியும் ஓட்டச்செக்கும் அங்கு வந்தார்கள். "நம்ம கையில என்னா இருக்கு. இந்த வருஷம் எல்லாருக்கும் சுண்ணாம்புதான்." ஓட்டச்செக்கு பேசினார்.

"ஒனக்கு என்ன பிரச்சனை? கடன் வாங்குன நாங்கதான் வெளியே தலைகாட்ட முடியாது. வூட்டுக்குப் போனா பொண்டாட்டி வெளக்க மாத்தத் தூக்குவா. அவ நக செஞ்சி போடச் சொல்லுவா." புலம்பினார் சுள்ளாணி.

கொல்லையில் போட்ட சரக்கு, உரம், எரு, உழைப்பு எல்லாம் மண்ணுடன் வெள்ளத்தில் பூலாங்கொளம் அடித்துச்சென்றது. நீர் ஊற்றெடுத்து ஓடியது. அந்த ஒற்றைப் பனையின் வேர்கள் வெளியே தெரிந்தன. தமிழைப் பனைக்கு மண் அணைக்கச் சொன்னார் நடுப்புள்ளை. மண் அணைத்தான் தமிழ். சண்முகமும் சின்னப்பயலும் வரப்புகளில் மண்ணை வெட்டிப்போட்டார்கள்.

சொசைட்டியில் வாங்கிய கடன் பல்லிளித்து முன்னே நின்றது. 'இந்தக் கடன அடைக்கலன்னு, அடுத்த போகத்துக்கு உரமும் தர மாட்டான். கடனும் தர மாட்டான் செகரெட்டரி. அவங்கிட்ட எத்தனை மொற பல்லக்காட்றதுன்னு தெரியல. வெதக் கல்ல வாங்குன கடன வேற திருப்பித் தரணும். தமிழப் படிக்க அனுப்பணும். நெலத்த மூக்கணும். பொண்டாட்டி நகய மூக்கணும். இதுல போர் எறக்கணும்." தலைசுற்றியது நடுப்புள்ளைக்கு.

முனுசாமியின் கனவு மட்டும் நிறைவேறியது. அவனுக்கு அரைக்காணி நிலம் சொந்தமானது. முப்பாட்டன் சொத்து. உதிரம் வியர்வையாகப் பாய்ந்த நிலம். அந்த நிலத்தை மூக்க முடியவில்லை. மண்ணும் உயிரும் ஒன்றாகக் கலந்த இடம். இனிமேல் அவன் அந்த நிலத்தை உழும்போதெல்லாம் நடுப்புள்ளையின் நெஞ்சம் கிழிபடும்.

வீடு வந்தார். விம்மினார். தலை சுக்குநூறாகிவிடும்போல் இருந்தது. கிலி பிடித்துப்போனார். குளிர்க்காய்ச்சல். ஒரு வாரம் எழவில்லை நடுப்புள்ளை. வீடு சோகத்தில் மூழ்கியது.

பனையடியின் கனவுகளை வெள்ளம் அடித்துச்சென்றது.

3

பல தலைமுறைகளின் சாட்சி அந்த வேப்ப மரம். ஆல்போல் வளர்ந்து ஊர்நடுவில் நிற்கிறது. மூன்று பேர் சேர்ந்து பிடித்தாலும் கட்டுக்குள் அடங்காதது. அதன் வயதை அறிந்தவர் யாரும் இல்லை. அந்த மரம் அய்யப்ப நாயக்கன் பேட்டையின் அடையாளம். புதிதாக ஊருக்கு வருபவர்களுக்கு அதுதான் வழிகாட்டி.

அதைச் சுற்றி சிமெண்ட் மேடை. அதில் வெண்ணிறப்பூக்கள் படர்ந்துகிடந்தன. அதன்மேல் படுத்திருந்த ஆண்களை வண்டுகளின் ரீங்காரம் தூங்கவிடவில்லை. பூக்களில் தேனீக்கள் தேன் எடுத்துக் கொண்டிருந்தன.

அந்த மரத்தடியில்தான் காளியம்மன் கொலுவிருக்கிறாள். சக்தி வாய்ந்தவள். அவளுக்குப் படையல் இல்லாமல் ஊரில் எந்தக் காரியத்தையும் தொடங்குவதில்லை. ஊர்ப் பிரச்சினையைத் தீர்ப்பது, எல்லையம்மன், திரௌபதை அம்மனுக்குக் காப்புக் கட்டுவது, பள்ளிகளுக்குக் கட்டட நிதி திரட்டுவது, ஏரி மீன்களைக் குத்தகைக்கு

விடுவது எல்லாவற்றுக்கும் நாட்டார்கள் அங்கு ஒன்றுகூடுவார்கள். விவாதிப்பார்கள். சண்டைபோடுவார்கள். முடிவெடுப்பார்கள்.

அந்த மரத்தைச் சுற்றிய மேடையில் நூறு பேருக்கு மேல் படுக்கலாம். வயல் வேலைக்குச் செல்பவர்கள், வேலை இல்லாதவர்கள், குடிகாரர்கள், திருமணம் ஆகாதவர்கள், திருமணமாகிய பிரம்மச்சாரிகள், இரவு தூங்க வருபவர்கள் அனைவரும் புறணி பாடுவதற்கான களம் அது.

குமாஸ்தாக்கள், வழக்கறிஞர்கள், பதிவேடுகள் இல்லாத நீதிமன்றம் அந்த வேப்பமரம். பஞ்சாயத்தை நேரடியாகப் பார்த்தவர்களே பதிவேடுகள். வாதி பிரதிவாதிகள் உண்டு. சாட்சியங்கள் உண்டு. நீதிமான்களும் அநீதிமான்களும் நிறைந்த கிராமம்.

ஒரு விசித்திரமான வழக்கு அங்கே வந்தது.

இரவு மொளக்குச்சியும் மன்றுவும் ஊர்ப் புறணி பேசிக்கொண்டு மேடையில் படுத்திருந்தார்கள். இருவரும் கல்யாணம் ஆகாதவர்கள். "செனையனுக்கும், அவன் அண்ணன் பெருச்சாளிக்கும் உள்ள பிரச்சனை இன்னும் முடியலையாம். நாளைக்கிப் பஞ்சாயத்தக் கூட்டியிருக்காங்க" என்றான் மொளக்குச்சி.

"செனையன் ஓம் பங்காளிப் பயதான. எது சரி, எது தப்புன்னு நீ சொல்ல வேண்டியதுதானே" என்றான் மன்று.

"அவன் ஒனக்கு மாமன் மொறதானே. நீ சொல்லலாம்ல?" கொதித்தான் மொளக்குச்சி.

"ரெண்டு பேருமே மொள்ளமாறிங்க. நான் சொன்னா எவன் கேக்குறான். நாளைக்கி நல்லாப் பொழுதுபோவும். நாட்டானுவ கத்திக்கிட்டுக் கெடப்பானுங்க. இவனுக்கு நாலு நாட்டான் கத்துவான். அவனுக்கு நாலு பேரு கத்துவானுங்க. பெரிய நாட்டான் எந்தப் பக்கம்ன்னு தெரியல. வாலு நாட்டான், மேலத்தெரு நாட்டான் எல்லாம் ஒருபக்கம் நிப்பாங்க. சகட நாட்டான் வில்லங்கம். பஞ்சாயத்தைச் செனையனுக்குச் சாதகமாப் பேசுவான். இல்லாட்டிப் பிரச்சனையப் பெருசாக்கிடுவான்." சொல்லிக்கொண்டிருந்தான் மன்று.

"நீ எவன் சரின்னு நெனெக்கிற?" என்றான் மொளக்குச்சி.

"எவன் சரியாயிருந்தா எனக்கென்னா? இவனோ பேசறதக் கேட்டா அரநாளு பொழுதுபோகும்." மன்றைக் கொட்டாவி இழுத்தது. சட்டென்று தூங்கிப்போனான்.

"எங்க ஊரு சுத்திட்டு வந்தானோ தெரியல. பேசிக்கிட்டு இருக்கப்பவே கொறட்டவுடுறான். இவன் பக்கத்துல இன்னிக்கித் தூங்க முடியாது." தள்ளிப் படுத்தான் மொளக்குச்சி.

பத்தில் ஏழு நாட்டார்கள் மேடை மேல் அமர்ந்திருந்தார்கள். நடுப்புள்ளை ஊரின் பெரிய நாட்டார். “சுப்பிரமணி அம்மனுக்கு வெளக்கக் கொளுத்துடா” கட்டளையிட்டார்.

ஊரே திரண்டுநின்றது. செனயனும் பெருச்சாளியும் மேடை முன் நின்றார்கள். தமிழ் வேடிக்கைபார்த்து நின்றான்.

“பெருச்சாளி, மொதல்ல ஓங் கதையச் சொல்லு.” சகடை நாட்டார் ஆரம்பித்தார்.

“இல்ல இல்ல பஞ்சாயத்தைக் கூட்னவன் செனையன். அவன்தான் கதைய ஆரம்பிக்கணும்.” நாட்டாமையில் ஒன்று மூக்கை நீட்டியது.

“அட எவன் சொன்னா என்னய்யா? ரெண்டு பேரையும் கேட்கப் போறோமே? அதுல போய் பிரச்சனையக் கௌப்பிக்கிட்டு.” மேலத்தெரு நாட்டார் மத்தியஸ்தம் செய்தார்.

“பெருச்சாளி நீனே ஓந் தரப்பச் சொல்டா.” பெரிய நாட்டாரின் கட்டளை பிறந்தது.

“ஊருக்குத் தெரியாத கத ஒண்ணுமில்ல. எங்க அப்பனுக்கு ரெண்டு பொண்டாட்டி. நான் மொதத் தாரத்துப் புள்ள. அவன் ரெண்டாம் தாரத்துப் புள்ள. சட்டப்படி கெணறும் கரண்டு சர்வீஸூம் எனக்குத்தான் கெடைக்கணும். அதெல்லாம் அவனுக்கு மட்டும்தான்னு சொந்தம் கொண்டாடுறான். கெணத்துக் பக்கம் போனா என்ன வெட்ட வரான். எனக்குப் பின்னால பொறந்தவன். அவனைச் சும்மா விட மாட்டேன்.”

“குடும்பத்த நாந்தான் பாத்துக்கிட்டேன். கெழவனுக்கு ஒடம்பு சரியில்லாதப்ப ஊர் ஊரா டாக்டருகிட்ட தூக்கிக்கிட்டு போனென். ராப்பகலா தர்ம ஆஸ்பத்திரில, கொசுக்கடில அவஸ்த்த பட்டன். புள்ளைய படிக்கவச்சிருந்த காசெல்லாம் கெழவன் ஒடம்பப் பாக்கவே சரியாப்போயிடுச்சி. இவன் இந்தான்னு ஒரு பைசா செலவுக்குக் குடுக்கல. கடைசி வரைக்கும் கஞ்சி ஊத்தினேன். பங்குக்கு மட்டும் இப்ப வாரான். கெணத்து பக்கம் வந்தானா, இவன வெட்டாம விட மாட்டேன்.” சீறினான் செனையன்.

“இவன் பஞ்சாயத்துல கட்டுப்பட மாட்டான். இவனுக்கெல்லாம் பஞ்சாயத்து வேற? இது சரிப்பட்டு வராது. போலிஸூகிட்ட போனா தான் இவன் அடங்குவான்.” பெருச்சாளி குரலை உயர்த்தினான்.

“ஏலே பஞ்சாயத்து முடியற வரைக்கும் எவனும் வாய தொறக்கக் கூடாது. படுவா ராஸ்கல்.” வாலு நாட்டார் சத்தம் போட்டார்.

“ஒனக்குத்தான் எல்லாச் சட்டமும் தெரியுமாச்சே. இங்க ஏன்டா வந்த? கோர்ட்டுக்குப் போக வேண்டியதுதானே?” சகடை சத்தம் போட்டார்.

“செனையா... நீ என்னாடா சொல்ற.” சகடை கேட்டார்.

“கரண்டு சர்வீஸ் இல்லன்னா நான் பயிர் வச்சிப் பொழைக்க முடியாது. ஒவ்வொரு தடவையும் இவங்கிட்ட போயிக் கைக்கட்டி நிக்க முடியாது. ஒரு தடவ தண்ணி உடறேம்பான். அப்பறம் பொண்டாட்டிப் பேச்சக் கேட்டுட்டுத் தண்ணி இல்லம்பான்.” சொல்லி முடித்தான் செனையன்.

“நானும் கோவிந்தனுக்குப் புள்ளதான். எனக்குத்தான் அந்த சர்வீஸ் வேணும். எப்பப் பாத்தாலும் பொண்டாட்டிச் சேலையைப் புடிச்சுக்கிட்டுச் சுத்துறவன் அவந்தான்.” பதிலுக்கு நின்றான் பெருச்சாளி.

“ஆமாம் அவன் பொண்டாட்டிக்கிட்ட கேட்டுட்டுத்தான் தண்ணி தர்றேம்பான்.” கீழேயிருந்து பொந்தையன் முணுமுணுத்தான்.

“ஏலே ஒரு அப்பனுக்குப் பொறந்துப்புட்டு இப்படிச் சண்டை போட்டுக்கிட்டா பாக்கிறவன் என்னடா நெனப்பான்? குடும்பக் கவுரவம் போயிடாதா? ஒருத்தன ஒருத்தன் அனுசரிச்சுப் போறதுதானடா வாழ்க்க?” பெரிய நாட்டார் பேசிக்கொண்டிருந்தார்.

“ரெண்டு பேரும் அமைதியா இருங்கடா.” குள்ள நாட்டார் தன் இருப்பைக் காட்டிக்கொண்டார்.

“அந்த நெலம் யார் பேர்ல இருக்கு?” சகடை நாட்டார் கேட்டார்.

“அது எங்கப்பன் பேர்லதான் இருக்கு.” பெருச்சாளி பதில் கூறினான்.

“எங்கப்பன் இருக்கறப்பையும் எனக்கு ஒண்ணும் பண்ணல. செத்ததுக்கப்பறமும் என்ன தெருவுல வுட்டுட்டுப் போய்ட்டான்.” செனையனுக்குக் குரல் கம்மியது.

“எலே பெருச்சாளி, ஒப்பனுக்கு முடியாதப்ப எங்கடா போன? நீ ஆஸ்பத்திரி கூட்டிக்கிட்டு போனியாடா?” சகடை கொக்கி போட்டார்.

“என்கிட்டே அவன் எதுவும் சொல்லல; சொல்லியிருந்தா நானும் மருந்து வாங்கிக் குடுத்திருப்பேன்.” பெருச்சாளி தலையைச் சொரிந்து கூறினான்.

“அக்கற இருந்தா, ஒப்பன் ஒடம்பு சரியில்லாம கெடந்தப்ப நீதானடா போயிப் பாக்கணும்.” குள்ள நாட்டார் அறிவுறுத்தினார்.

"நீங்களே நல்லாக் கேளுங்க; இப்ப சொத்துக்கு வர பய அன்னிக்கி எங்க போனான்?" செனையனுக்கு நம்பிக்கை பிறந்தது.

"இந்தப் பஞ்சாயத்து இன்னிக்கி முடியாது. கோர்ட்ல போயிப் பாத்துக்கலாம், நீ வாண்ண." பெருச்சாளிக்குத் துணையாகச் சேட்டு நின்றான்.

"இல்ல, இல்ல இதுக்கு இங்கதான் தீர்ப்புச் சொல்லணும்." வெகுண்டெழுந்தான் செனையன்.

சகடை கோபப்பட்டார். "நாங்கதான் இங்கப் பேசிக்கிட்டு இருக்கோம்ல. கீழேயிருந்து எவன்டா கோர்ட்டுன்னு கத்தறது? முட்டாப் பசங்களா, பஞ்சாயத்து முடியற வரைக்கும் பேசாம இருக்காடா."

"ஆமான், இவனோ பஞ்சாயத்துல கிழிக்கப்போறானுங்கோ." பின்னால் இருந்த மன்று முணுமுணுத்தான்.

"ஏலே எத்தனையோ பிரச்சனைய இங்க தீர்த்துவச்சிருக்கோம்; இதையும் பேசித் தீத்துக்கலாம்டா". வாலு நாட்டார் கூட்டத்தை அமைதிப்படுத்தினார்.

பெரிய நாட்டார் தீர்ப்புச் சொல்ல ஆரம்பித்தார். "நாங்கலாம் பேசி ஒரு முடிவுக்கு வந்துட்டோம்."

"அவுத்து வுடு தீர்ப்ப." பின்னால் இருந்த சடையாண்டி கிண்டலடித்தான். "உலகமே அடுத்த வாரம் அழியப்போவுதுன்னு சொல்றானுங்க. இருக்கிறதத் தின்னுட்டுத் தூங்காம, இப்பதான் இவன்க பஞ்சாயத்தப் பேசிக்கிட்டுத் திரியுறாங்க."

"கோவிந்தன் சாவுறப்ப, அந்த நெலம் யாருக்குச் சொந்தம்ன்னு சொல்லுல. அதனால இந்தக் கெணறும் கரண்டு சர்வீசும் ரெண்டு பேருக்கும் பொதுவானது. தனிப்பட்ட முறையில எவனும் சொந்தம் கொண்டாடக் கூடாது. இதுதான் பஞ்சாயத்தோட தீர்ப்பு." சொல்லி முடித்தார் பெரிய நாட்டார்.

கீழேயிருந்து செனையன் கத்தினான். "கெழவனக் கடைசிக் காலத்துல ஆஸ்பத்திரிக்குக் கூட்டிட்டுப்போனது நாந்தான். பொண்டாட்டிப் பேச்சைக் கேட்டுட்டுப் பெருச்சாளி கெடந்தான். இப்ப வந்து பங்கு கேக்குறான். அதெல்லாம் தர முடியாது."

"பெருச்சாளி ஒனக்குச் சங்குதான். நீ ஒத்துக்காதே." கிண்டி விட்டான் சடையாண்டி.

“என்னடா? ரெண்டு பேரும் ஒத்துக்கிறீங்களா?” வாலு நாட்டார் கேட்டார்.

“பெருச்சாளி ஒத்துக்கிட்டா நானும் ஒத்துக்கிறேன். ஆனா யாரு எப்பத் தண்ணி இறைக்கிறதுன்னு நீங்க இப்பயே சொல்லிப்புடணும்.” செனையன் கண்டிஷன் போட்டான்.

“ஆளுக்குப் பதினஞ்சி நாள், இல்லாட்டி ஒவ்வொரு வாரமா மாத்தி எறைக்க வேண்டியதுதானே?” பெரிய நாட்டார் கேட்டார்.

பெருச்சாளி ஒன்றும் பதில் சொல்லாமல் நின்னான்.

“என்னடா, ஒனக்குத் தீர்ப்புல உடன்பாடா? இல்லையா? பெருச்சாளி, உண்டு இல்லன்னு பதிலச் சொல்லு. எதுக்கு உம்முன்னு நிக்கிற. வாயில என்ன கொழுக்கட்டயா வச்சிருக்க.” வாலு சத்தம் போட்டார்.

“தீர்ப்பு சரியாத்தான இருக்கு” என்றான் தமிழ்.

“நான் என் பொண்டாட்டியக் கேட்டுட்டுத்தான் பதில் சொல்லுவேன்.” பெருச்சாளி இழுத்தான்.

“அண்ணே நீ சொல்றது சரி. எதுக்கும் வூட்ல ஒரு வார்த்த கேட்டுக்க.” சேட்டு அவனுக்குக் காதில் ஊதினான்.

“சட்டுப்புட்டுன்னு இப்பயே சொல்லு, பஞ்சாயத்துக்காரங்கலாம் நீ கேட்டுக்கிட்டு வர வரைக்கும் இங்கே உக்காந்துருப்பாங்களா?” குரலை உயர்த்தினார் சகடை.

“நீ வூட்ல கேட்டுட்டு வர வரைக்கும், எங்களால இங்கே உட்கார முடியாது. தீர்ப்பு சரியின்னா ஒத்துக்க. இல்லாட்டி நீனாச்சி இல்ல அவனாச்சி. கோர்ட்ல போயிப் பாத்துக்குங்கடா. இதோட பஞ்சாயத் தைக் கலச்சிக்கலாம்.” முற்றுப்புள்ளி வைத்தார் பெரிய நாட்டார்.

“செனையன் கெணத்துக்கு வந்தா என்ன வெட்டுவேன்னு சொல்றான், அதப் பத்தி யாரும் பேசல. நாந்தான் மொதத் தாரத்துப் புள்ள, எனக்குதான் மொத்த உரிமையும் இருக்கு. என்னக் கேட்டுகிட்டு வேணும்ன்னா அவன் தண்ணீ எறைச்சிக்கிட்டும்.” பெருச்சாளி உடன்படவில்லை.

“இவனோ நம்ம பஞ்சாயத்துக்கு ஒத்துவர மாட்டானுவோ.” சகடை முடிவுரை கூறினார். பஞ்சாயத்து கலைந்தது.

வேப்பமர நிழலானது கோடையில் குளிர்ச்சியைக் கொடுத்தது. சன்னமாய்ப் பூக்கள் விழுந்துகொண்டிருந்தன. சிலந்திகள் நூலிழையில்

தொங்கிக் கீழே இறங்குவதுவும், மேலே செல்வதுமாக இருந்தன. மரத்தின் மேல் இருந்த கிளிகள் அவ்வப்போது 'கீக்கீ' என்று பஞ்சாயத்துக்கு ஒத்து ஊதின. சில்லென்று காற்று வீசியது.

சடையாண்டியின் தலையில் ஏதோ ஈரம் பட்டது. அதைத் தொட்டுத் தடவி ஆராய்ந்தார். சேட்டு சிரித்தான். காக்கை எச்சம்.

வயல்வெளி; பேட்டையின் நஞ்சை நிலப்பகுதி. மானாவாரி நெல் விதைப்பு செய்வார்கள். ஒரு போகம் நெல் விளையும்.

இருநூறு காணிக்கும் குறையாத நிலம். தீப்பெட்டிபோல வரப்பு கட்டி வைத்திருக்கிறார்கள். சிலருக்கு அரைக் காணி, சிலருக்கு ஒரு காணி இருக்கும். ஒவ்வொருவரும் அவரவர் நிலத்தை அடையாளம் கண்டுபிடிப்பது கடினம்.

மார்கழி மாதம். நெல்வயல் பசுமையாக இருந்தது. வயதுக்கு வந்த பருவ மங்கையைக் காண்பதுபோல் தெரிந்தது. ஊரின் எல்லாக் குட்டைகளும் குளங்களும் நிரம்பிவழிந்தன. வரப்போரங்களில் நண்டுகள் ஓடின. சிறு நீரோடைகளிலிருந்து குளத்திலும் குட்டையிலும் மழைத் தண்ணீர் கலந்தது. அங்கு மீன்குஞ்சுகள் துள்ளிக் குதித்தன. வாண்டுகள் மீன்குஞ்சுகளைப் பிடித்து விளையாடினார்கள்.

நெல் பால்கட்டும் பருவம். நெற்கதிர்கள் ஊருக்குள் வருகிறவர்களைத் தலையாட்டி வரவேற்றன. இதைக் கடந்துதான் ஊருக்குள் வர முடியும். சாலைகள் சகதியும் சேறுமாக இருந்தன. அங்கேயே நெல் நடலாம். முன்னிருட்டில் ஆரம்பிக்கும் தவளைச் சத்தம் விடியும் வரை கேட்டது.

தமிழும் நடுப்புள்ளையும் வன்னிமரத்துக் கொல்லையில் நடந்து கொண்டிருந்தார்கள். கலியன்சம்பா உயரமாக வளர்ந்துநின்றது. இனிமேல் வயலுக்குத் தண்ணீர் தேவையில்லை. "இந்த மழையிலியே பயிர் நல்லா வெளஞ்சிடும்" என்றார் நடுப்புள்ளை.

"ஆமாம்ப்பா" என்றான் தமிழ்.

வாய்க்காலில் இறங்கி வரப்பிற்கு ஏறினார் சகடை நாட்டார். ஏகத்திற்கும் நெல்வயல். களிமண் பூமி வழுக்கிவிட்டது. கீழே விழாமல் குடையை ஊன்றிக்கொண்டார். நீர் முள் குத்தியது. சமாளித்தார்.

பாவாடையும் உடன் போனான். பாவாடையின் முதலாளி சகடை. அவர் எதைக் கூறினாலும் ஆமாம் போடுவது பாவாடையின் வேலை. "பாவாட, நேத்தி நம்ப பஞ்சாயத்தைப் பத்திக் கேட்டியாடா?"

"கேட்டங்க சாமி." தலையைச் சொறிந்தான்.

"ஊருக்குள்ள நம்பளப் பத்தி என்னடா சொல்லிக்கிறாங்க?"

"ஒரு நாட்டாரும் ஒழுங்காக் கேச வெசாரிக்கலையாம். நீங்கதான் லா பாய்ண்டெல்லாம் சரியாய்ப் புடிச்சிக் கேட்டிங்கன்னு சொல்றாங்க சாமி. நீங்க பஞ்சாயத்துல உட்காந்தா, ஒரு ஆளு வாயத் தொறப்பாங் களா?"

சகட நாட்டானுக்கு ரொம்பப் பெருமையா இருந்தது. "செனையன் வயலுக்கு வரேன்னு சொன்னான். எங்க பாரு? இன்னும் ஆளக் காணலையே!"

"ரோட்ல அவரு வர மாதிரி தெரியுதுங்க சாமி."

"**வ**ணக்கம் அண்ணா" சகடைக்கு வணக்கத்தைப் போட்டுட்டு வயலில் இறங்கினான் செனையன். "என்னடா இன்னும் கள எடுக்கலையா? கோரைப்புல்லு திரும்பத்திரும்ப மொளச்சிக்கிட்டே இருக்கு."

"மொதக் கள எடுத்துட்டேன். மழ நின்னதுக்கப்பறம் அடுத்த கள எடுக்கணும். உங்க வயல்ல பொன்மணி நல்லா வந்திருக்கு. நல்ல ஒப்புடி கிடைக்கும்னு நெனைக்கிறேன்." செனையன் பேசிக்கொண்டே வந்தான். இருந்தாலும் சகடை எதிர்பார்ப்பதை இன்னும் அவன் பேசவில்லை.

"என்னடா நாம நெனச்சமாதிரி கேசு முடியல? அதான் அண்ணா, பஞ்சாயத்துக்குப் பெருச்சாளி கட்டுப்படுற மாதிரி தெரியலையே."

"இவென வேற வழியிலதான் மடக்கணும். அதுக்குக் கொஞ்சம் செலவாகும். பரவாயில்லியா?" கொக்கி போட்டார் சகடை.

"எவ்வளவு செலவானாலும் பரவாயில்ல. நீங்க சொல்லுங்க. நான் செலவ ஏத்துக்கிறேன்." செனையனின் உற்சாகம் சகடைக்குத் தெம்பாக இருந்தது.

"சரி இன்னிக்கி ராத்திரி மணியார வூட்டுக்குக் கூட்டிட்டு வா." சொல்லிவிட்டுக் கிளம்பினார் சகடை.

"**ந**ண்டு புடிக்கப்போறேன் சாமி" என்று பாவாடையும் முதலாளி யிடம் விடைபெற்றான். அவனுடன் முனியனும் சேர்ந்துகொண்டான். மழைக் காலத்தில் நண்டு பிடிப்பது பாவாடைக்கு பேரானந்தத்தைக் கொடுத்தது. நண்டு பிடிக்கிறது சாதாரணமானதல்ல. குழி தோண்டி நண்டு பிடிப்பது சரியான முறை. ஆனால், நெல்வயலில் குழி தோண்டுவது கடினம். களிமண் பூமி. நண்டு ஒரு அடி ஆழம் வரை வளை தோண்டி உள்ளே இருக்கும். களைக்கொத்தியால் வெட்டி நண்டு பிடிப்பான் பாவாடை.

"நானும் வர்றன்" தமிழும் சேர்ந்துகொண்டான். வளையைத் தோண்டும்போது கையை விட்டான். விரலை நண்டு பிடித்துக் கொண்டது. கத்திக்கொண்டே தூரமாக ஓடினான்.

"நான் சொல்றதக் கேட்கணும். இல்லாட்டி இப்படித்தான்" என்றான். "பத்து நண்டு கெடச்சாப் போதும். ராத்திரியில நண்டு கொழம்புதான். நண்டுக்குக் கொழுப்பெடுத்தா வளையில தங்காதுன்னு சொல்லுவாங்க. ஆனா இந்த ஊரு நண்டுங்க வளையைவிட்டு வெளியே வர மாட்டேங்குது." சொல்லிக்கொண்டே வளையைத் தோண்டினான் பாவாடை.

"நரி எப்படி நண்டு புடிக்கும்ன்னு தெரியுமா?" ஆரம்பித்தான் பாவாடை.

"சொல்லேன்" என்றான் தமிழ்.

"நரி தன்னோட வால வளையில வுட்டு ஆட்டும். அப்ப, வால நண்டு கொடுக்கால இறுக்கிப் புடிச்சிக்கும். நரி வால, வெளிய இழுத்து நண்டத் திங்கும்." கதையை முடித்தான் பாவாடை.

"நீ ஏன் அந்த மாதிரி நண்டு புடிக்கக் கூடாது?" கேட்டான் தமிழ்.

"சரி நடுப்புள்ள கூப்பிடுறார். நீ அவரோட கெளம்பு." தமிழைத் துரத்தினான் பாவாடை.

"ஏலே புடிக்கிற நண்டுல பாதி எனக்கு" என்றான் முனியன். "இல்லாட்டி உன் பொண்டாட்டி கையால கொழம்பு வச்சிக் குடுத்தாலும் சரிதான்."

"நீ நல்லா ருசி கண்டுக்கிட்ட."

"போன தடவ கருவாட்டுக் கொழம்பு தரேன்னு சொன்னா. ஆனா ஒண்ணும் தரல. இப்பவாது நண்டுக் கொழம்பு குடுக்கச் சொல்லு."

சகடை, மணியார், செனயன் மூவரும் இரவு ஒன்றாக உட்கார்ந் தார்கள். "புதுச் சரக்கு. வண்ணாங் குட்டப்பக்கம் காச்சினது."

"யார்து? வவுத்தான் சரக்கா?"

"ஆமாம். கோழி வறுவல், ஊறுகா எல்லாம் வச்சிருக்கேன்."

"ரெண்டு ரவுண்டு போச்சி."

மெதுவாக செனையன் பேச்சுக் கொடுத்தான். "உங்களத் தேடி இன்னிக்கி அங்க போனேன். அவங்க கன்னாபின்னான்னு என்னத் திட்டிட்டாங்க. என் மேல மண்ண வாரி வுடுறாங்க?"

“அவ கெடக்கறா கழுத. போன மாசம் சேலை எடுத்தாந்து தரேன்னு சொன்னேன். இன்னும் கொடுக்கல. அதான் ரோட்ல நின்னுக்கிட்டுத் திட்றா.”

“நேத்து மத்தியானம் அவளும் தண்ணியப் போட்ருப்பாபோல. உன் வூட்டுக்கு முன்னால நின்னு கத்திக்கிட்டு இருந்தா. போறவர பயலாம் வேடிக்க பாத்தானுங்க. வத்தயனும்கூட நின்னுக்கிட்டுதான் இருந்தான்.” எல்லோரும் மணியாரின் சேர்மானத்தைப் பற்றி பேசிக் கொண்டிருந்தார்கள்.

“அது போகட்டும். இப்ப எதுக்குக் கூட்டியாந்தீங்க? கொஞ்சம் சீக்கிரம் வீட்டுக்குப் போவணும். இல்லாட்டி வூட்டுக்காரி ஒப்பாரி தாங்க முடியாது.” மணியார் கேட்டார்.

சகடை யோசனை கேட்க ஆரம்பித்தான். செனையன் தொடர்ந்தான். “எங்கப்பன் செத்ததுக்கப்பறம் மின் இணைப்பத் துண்டிச்சி' ங்க. இப்ப எனக்கு மின்சார வாரியத்திலிருந்து மின் இணைப்பு தரங்கிறாங்க. பெருச்சாளி அவனுக்கு வேணும்ன்னு அடம்புடிக்கிறான். பெருச்சாளி கிட்ட ஆளு வச்சிப் பேசிப்பாத்துட்டேன். பஞ்சாயத்துலேயும் கட்டுப்பட மாட்டேங்கிறான். அந்த சர்வீஸ் எப்படி வாங்கறதுன்னு நீதான் ஐடியா குடுக்கணும். எவ்வளவு செலவானாலும் பரவாயில்ல.” சாட்சிக்குச் சகடை நின்றார்.

மணியாருக்குப் பல கனவுகள் தோன்றின. சேர்மானத்துக்குச் செயின், பொண்டாட்டிக்குப் புடவை வாங்கிவிடலாம். அது மட்டுமல்ல, இன்னும் எவ்வளவு நாள் சைக்கிளில் போவது. ஒரு டிவிஎஸ் வண்டியும் வாங்விகிடலாம் முடிவுக்கு வந்தார். “சரி செஞ்சிடுவோம்.” தலையை ஆட்டினார் மணியார்.

அந்தக் கிணறு வெட்டி நாற்பது வருடங்களாவது இருக்கும். கிராமத்திலேயே முதன்முதலில் கல் வைத்துக் கட்டின கிணறு. சின்னக் குளம் மாதிரி இருக்கும். ஐம்பது அடி ஆழம், நாற்பது அடி அகலம். பத்துப் பதினைந்து காணி நிலத்துக்குத் தண்ணீர் கொடுத்தது. மழைக்காலத்தில் கிணறு நிரம்பி வழியும். சுத்தமான தண்ணீர். தமிழும் அந்தக் கிணற்றில் குதிப்பான். தண்ணீர்ப்பாம்புடன் நீச்சல் அடிப்பான். கோடையில் தண்ணீர் இறைத்தபோது மொத்தக் கிராமமே நின்று வேடிக்கைபார்த்தது.

தலைமுறை தலைமுறையாக ஏற்றத்திலும் கபிலையிலும் தண்ணீர் பாய்ச்சிய கிராமம் முதன்முதலில் என்ஜின் வைத்துத் தண்ணீர் பாய்ச்சுவதை அங்கேதான் பார்த்தது.

கோவிந்தன் வந்தார். "ஏலே எல்லாம் ஒதுங்குங்க. மூக்குத்தி... அந்த ஹேண்ட்ல எடுடா. அந்தப் பெரிய வீலுக்குச் சைடுல போடு. சுத்தி என்ஜின ஸ்டார்ட் பண்ணு. வேகமா முன்பக்கமாச் சுத்து. என்ஜின் ஸ்டார்ட் ஆனதும் ஹேண்ட்ல பொறுமையா பின்னாடி சுத்தி வெளியே எடுத்துடு. இல்லாட்டி ஒன் மூஞ்சி மொகரெல்லாம் பேந்துக்கும்." என்ஜினை ஸ்டார்ட் பண்றது பத்தி மூக்குத்திக்கு விளக்கினார்.

ராக்கெட் விடுவதைப் பார்க்கப்போவதுபோல் ஊர் மக்கள் நின்றனர். மூன்று அங்குல பைப்பில் மூன்று அடி தூரத்தில் தண்ணீர் ஊற்றியது. நடுப்புள்ளை, தமிழ், ரெக்கட்டை மூவரும் வேடிக்கை பார்த்தார்கள். ஓட்டச்செக்கும் கூழ்ப்பானையும் அதிசயத்தில் வியந்து போனார்கள். "என்னத்த இருந்தாலும் கோவிந்தன் விஞ்ஞானிதான்டா."

குஞ்சிகுளுவான் எல்லாம் குதியாளம் போட்டுத்திரிந்தன. கோவிந்தன் எல்லோருக்கும் மிட்டாய் கொடுத்தார். ஊரில் இரண்டு நாள் இதுதான் பேச்சு. "விவசாயம் செஞ்சா, கோவிந்தன் மாதிரி செய்யணும். அப்பத்தான் நமக்குக் கொஞ்சமாவது மிஞ்சும்." கூழ்ப்பானை பெருமூச்சு விட்டார்.

கோவிந்தன் ஊருக்கே முன்னோடியாக இருந்தார். விவசாயம் கைகூடி வந்தது. கரும்பு போட்டார். சுற்றிமுற்றி கரும்பு ஆலை கிடையாது. பெரிய கொப்பரை வைத்து அவரே வெல்லம் காய்ச்சினார். வெல்லச் சர்க்கரையைப் பொட்டு வண்டியில் வைத்துப் பக்கத்து ஊர் எல்லாம் விற்றுவந்தார். நெல்லை வாங்கி வெல்லம் விற்பார். முப்போகம் நெல். புது ரகங்களை அறிமுகப்படுத்தினார். ரெக்கட்டை, கூழ்ப்பானைக்கெல்லாம் ஒரே ஆச்சர்யம். "எப்படிடா, காணிக்கு எட்டு மூட்ட நெல்லுதான் நமக்கு வருது. இவருக்கு இருபது மூட்ட நெல் விளையுது."

"ஏதோ புது ரகம் அவரு வயல்ல வெளயுதாம். வாயில சோத்தப் போட்டா வயித்துக்குள்ள போறதே தெரியாதாம். நல்ல விலையும் கெடைக்குதாம்" என்றான் ரெக்கட்டை.

"நம்மளும் அடுத்த வருஷம் அவருகிட்ட வெத நெல்லு வாங்கி நடவு நடணும்." சபதம் போட்டார் கூழ்ப்பானை.

கிணறு தொடர்ந்து இறைத்துக்கொண்டு இருந்தது. வருடா வருடம் கோடையில் நீர்மட்டம் குறைந்துகொண்டே வந்தது. முதலில் நிறைய பேருக்கு வாடகைக்குத் தண்ணீர் விட்டார். சில நாள் தண்ணீர் விடுவார். பல நாள் தண்ணி காட்டுவார். அவரை நம்பி நிறைய பேர்

நடவு நட்டார்கள். தினமும் அவருக்கு வணக்கம் போட வேண்டும். கோவிந்தன் கூடவே கூழ்ப்பானை ஒட்டிக்கொண்டார்.

நடுப்புள்ளையும் அந்தக் கிணற்றை நம்பி நெல் நட்டார். நடும்போது வாடகைக்குத் தண்ணீர் விட்டார். பால்கட்டும்போது தண்ணீர் விடவில்லை. அந்த வருடம் பாதி விளைச்சல் பதராகப் போனது. கோவிந்தனின் விளையாட்டுகள் அதிகம். பாம்பு என்று அவரைத் தாண்டவும் முடியாது. பழுது என்று மிதிக்கவும் முடியாது. எப்போது எதைச் செய்வார் என்று தெரியாது. அவருக்கு மவுசு நாளுக்கு நாள் கூடிக்கொண்டே போனது.

செனையனுடன் கோவிந்தன் அடிக்கடி ஜெயங்கொண்டம், அரியலூர், பெரம்பலூர் போய்வந்தார். காலையில் எட்டு மணிக்கு வெள்ளையும் சொள்ளையுமாக வீட்டை விட்டுக் கிளம்புவார். வங்குடியில் எஸ்விஇ பஸ் காலையில் ஒன்பது மணிக்கு வரும். இவர் தூரத்தில் வருவதைப் பார்த்தால் டிரைவர் வண்டியை நிறுத்திவிடுவார். ஜெயம்கொண்டம் போய் 'தி ஹிந்து' ஆங்கிலப் பேப்பர் வாங்கிக் கையில் வைத்துக்கொள்வார். அது படிப்பதற்கு அல்ல; பார்க்கிறவர்களைப் பயமுறுத்துவதற்கு. "இன்னிக்கி என்ன செய்தி போட்ருக்கான்?" என்று யாராவது கேட்டால், அவனுக்கு அன்றைக்குப் பாடம் நடத்தி விடுவார். "உனக்குச் சேதி சொல்லணும்னுதான் பேப்பர் வாங்கினேனா?" என்று சண்டைக்குப் போவார்.

கையில் கடிகாரம் கட்டியிருப்பார். யாராவது மணி கேட்டால் "ஒனக்கு மணி சொல்லத்தான் இதக் கட்டியிருக்கனா" என்று சண்டைக்குப் போவார். "தொர ஆபீஸ் போறிங்களா?" என்று கிண்டலடிப்பார்.

அரியலூர் பேருந்து நிலையத்தில் இறங்கினார். உச்சி வெயில். பக்கத்துப் பெட்டிக்கடையில் சோடா குடித்துத் தாகம் தணித்துக் கொண்டார். கடையில் வேளாண் பொறியியல் அலுவலகத்திற்கு வழி கேட்டு நடந்தார்.

"என்னண்ணா இந்தப் பக்கம் வந்திருக்கீங்க?" சின்னசாமி கேட்டார். வேளாண் பொறியியல் அலுவலகத்தின் கிளார்க்.

"தண்ணி எறைக்கிற எஞ்சின்ல பெல்ட் அறுந்துபோச்சி. அத வாங்கிட்டு, அப்படியே உங்களையும் பாத்துட்டுப் போவலான்னு வந்தேன்."

உட்கார்வதற்கு இருக்கை காண்பித்தார். கோவிந்தன் தன்னை ஆசுவாசப்படுத்திக்கொண்டார். சின்னச்சாமியை நோக்கிப் புன்னகைத் தார்.

"என்ன பயிர் செய்றீங்க? ஊர்ல மழை பேஞ்சதா?"என்றார் சின்னச்சாமி.

"மழயில்ல, ஊர்ல தண்ணிப் பிரச்சின அதிகமாயிட்டே போவுது. கெணத்துத் தண்ணி பத்தலை. இன்னொரு கெணறு வெட்டலாமா?" கேட்டார் கோவிந்தன்.

"இப்ப புதுத் திட்டம் வந்திருக்கு. அந்தத் திட்டத்துல, இருக்கிற கெணத்திலேயே போர் போட்டுக்கலாம். புதுசா கெணறு வெட்ட வேண்டாம். மேலதிகாரிகிட்ட பேசி, அனுமதி வாங்கித்தரேன்." கோவிந்தனுக்கு உள்ளுக்குள் மகிழ்ச்சி. வெளியே காட்டாமல் விடைபெற்றார்.

பூலாங்குளத்தில் நீர்க்கோழிகள் அங்குமிங்கும் தலைதூக்கி விளையாடின. கடந்த பத்து ஆண்டுகாலமாக ஏரி தூர்வாரப்படவில்லை. மேடுதட்டி இருந்தது. மழைக்காலங்களில் பனையடியிலிருந்து மண்ணோடு அடித்துவரப்பட்ட உரங்கள் பூலாங்குளத்தைச் செழுமைப்படுத்தின. ஏரிக்குள் கருவேல மரங்களும், நெய்வேலிக் காட்டாமணக்குச் செடிகளும் கொழித்து நின்றன.

அடுத்தவன் வரப்புகளை ஆக்கிரமித்துவந்த சிலர், ஏரி உள்ளேயும் பட்டா போட ஆரம்பித்தார்கள். பொதுச் சொத்துகள், மடங்களை ஆக்கிரமிப்பதில் எப்போதும் சுகம்தான். யார் வேண்டுமானாலும் அனுபவிக்கலாம். எதிர்ப்பவர்கள் குறைவு.ஏரியின் அளவு குறைந்ததால் கொள்ளளவும் குறைந்தது. ஏரியை நம்பி நெல் நடவு செய்தவர் களுக்குப் பால் பருவத்தின்போது, ஏரித்தண்ணீர் இல்லாமல் போய் விடும். அவர்கள் வேறு யாரிடமாவது வாடகைத் தண்ணீர் இறைத்துப் பயிரைக் காப்பாற்ற வேண்டும்.

கடலைக்காடுகளில் கவுதாரிகள் குலாவித்திரிந்தன. காடைகள் புழுக்களையும் பூச்சிகளையும் தின்று கும்மாளமிட்டன. பக்கத்துச் சவுக்கு மரங்களில் மைனாக்கள் இனம் புரியாத ஒலியை எழுப்பின. குளித்துவிட்டு வந்த காக்கைகளும் போட்டியாகத் தங்களின் குரல் வளத்தைச் செழுமைப்படுத்த கரைந்தன. ஆனால், மைனாக்கள் வெற்றிகொண்டன. காக்கைகளால் ஈடுகொடுக்க முடியவில்லை. இரவு நெருங்கநெருங்க சத்தம் குறைந்தது.

நடுப்புள்ளையும் தமிழும் ஏரிக்கரையில் நடந்தார்கள். ராமய்யன் ஏரிக்கரை ஓரமாக ஒதுங்கவந்தான். "என்ன ராமையா, கோவிந்தன் போர் போடறாரா?"

“ஆமாங்கய்யா, நேத்து யார் யாரோ வந்து பாத்துக்கிட்டுப் போனாங்க. நாலு கொழாக்கால் சட்ட போட்டவங்க வந்தானுங்க. அய்யா போர் போடப்போறார்ன்னு பேசிக்கிட்டாங்க. கவர்ன்மென்டே போர்போட்டுக் குடுக்குதாம். அய்யாவுக்கு மேல செல்வாக்கு அதிகமில்ல.” ராமய்யன் சொல்லிட்டு எட்டி நடையைப் போட்டான்.

அரசு மானியத்தில் ‘கை செட்டு’ வைத்து, கிணற்றுக்குள்ளேயே போர் போட்டார் கோவிந்தன். அத்துடன் பெரிய அதிர்ஷ்டம் அவருக்குக் காத்துக்கிடந்தது. மின் வசதியும் அரசு செய்துகொடுத்தது. இருபது கம்பங்களுக்கு மேல் நட்டு, பக்கத்து ஊரிலிருந்து கரண்ட் வந்தது. மின் மோட்டார் ஓட்டுவதற்கு வசதி செய்யப்பட்டது.

மீண்டும் ஊர் கூடி நின்றது. முதன்முதலில் போர் போட்டு, மின் மோட்டாரில் தண்ணீர் இறைத்ததும் அவர்தான். “பூமி உள்ளேயிருந்து தண்ணிய இவருதான் வெளியே கௌப்பிக்கிட்டு வந்திருக்கார்.” ரெக்கட்டைக்கு ஆச்சரியம் தாங்க முடியவில்லை. குட்டாரிடம் பெருமையாகப் பேசிக்கொண்டான்.

தமிழும் வேடிக்கைபார்த்து நின்றான். கூழ்ப்பானை தினமும் வணக்கம் போடத் தயாரானான். என்ன, இனிமேல் அவனுக்கு வாடகைத் தண்ணீர் எப்போதும் கிடைக்கும். இனிமேல் நெல் நன்றாக விளையும் என்ற நம்பிக்கை அவனுக்குத் துளிர்விட்டது.

முன்போல் இப்போது கோவிந்தன் அடிக்கடி வெளியூர் செல்வதில்லை. அந்த போருக்கு பக்கத்திலேயே கொட்டகை போட்டுத் தங்கிவிட்டார். செனையனும் அவருடன் தங்கிக்கொண்டான். இருமல் காய்ச்சல் அதிகமானது. காச நோயாக இருக்கலாம் என்று பேசினார்கள். சிலநாட்கள் வயிற்றுப்போக்கு அதிகமாயிற்று. வேட்டியைத் துவைப்பதே பெரும் வேலையாகிப்போனது செனையனுக்கு. ஜெயம்கொண்டம் அரசு மருத்துவமனை சென்றுவிட்டு வந்து இருவரும் மோட்டார் கொட்டாயில் படுத்தார்கள். கோவிந்தன் காலையில் எழுந்திருக்கவே இல்லை.

அவருக்குப் பின் அந்த போரும், மின் வசதியும் யாருக்கு என்று எழுதியும் வைக்கவில்லை, யாரிடமும் சொல்லவும் இல்லை. இப்போது பெருச்சாளியும் செனையனும் அடித்துக் கிடக்கிறார்கள். பத்து வருடமாகத் தண்ணீர் இறைத்த போர், மின் இணைப்பு துண்டிக்கப் பட்டு ஓய்வு எடுத்துக்கொண்டிருக்கிறது.

திடீரென்று ஒருநாள் காலையில் மின்வாரிய அலுவலர் வந்தார். மின் இணைப்பு தரப்பட்டது. “இனிமேல இந்த போர்லருந்து செனையன், தண்ணி இறைச்சிக்கலாம்.” சொல்லிவிட்டுச் சென்றார்.

செனையனுக்கு எல்லையில்லா மகிழ்ச்சி. மின் மோட்டார் வாங்கிவந்தான். கூழ்ப்பானைக்கும் சந்தோஷம். வயலுக்கு வாடகைத் தண்ணீர் கிடைக்கும். அதிக நேரம் தண்ணீர் இறைக்க முடியும். ‘ரெண்டு பேஸ்ல வர மின்சாரத்தை மூணு பேஸா மாத்துற’ வித்தை செனையனுக்கு அத்துப்படி. மின்வாரியத்துக்கு இதெல்லாம் தெரியும். இப்போது குண்டுச்சட்டியும் சேர்ந்துகொண்டான். அவனுக்கு முக்கால் காணி நிலம் அங்கே இருக்கிறது.

செனையன் தண்ணீர் இறைப்பது பெருச்சாளியின் காதுக்கு எட்டியது. அவன் பிள்ளை பெண்டாட்டியுடன் வயலுக்கு ஓடினான். “ஒண்ண நான் வெட்டாம விட மாட்டேன்டா! நீ மட்டும் எப்படித் தண்ணி எறைக்கலாம். போர்தான் பிரச்சனைல இருக்குல்ல.” கத்திக் கொண்டே செனையனைப் பார்த்து ஓடினான். செனையன் பக்கத்தில் கூழ்ப்பானை, குண்டுசட்டி இருந்தார்கள்.

“ஏய் வார்த்தையை அளந்து பேசுடா! பொண்டாட்டி முந்தானையைப் புடிச்சுக்கிட்டுக் கெடந்தினா, கரண்டு சர்வீஸ் குடுத்துடுவானா? என்னுக்கிட்ட இப்ப ரெக்கார்டு ஸ்ட்ராங்கா இருக்கு. இங்க பாரு இபிக்காரன் எனக்குத்தான்னு கடுதாசி குடுத்துட்டுப் போயிருக்கான். இந்த சர்வீஸ் இனிமே எனக்குத்தான் சொந்தம். இனிமே ஏதாவது வேணும்ன்னா கரண்டுக்காரங்கிட்டப் போயிக் கேளு. என்னுக்கிட்ட எதாவது வம்பு தும்புக்கு வந்த கொல்லையிலேயே வெட்டிப் பொதச்சிப்புடுவேன்.”

பெருச்சாளிக்குத் தலையில் இடி விழுந்தது. ஊர்க்காரன் முன்னால் அவமானப்பட்டுப் போனான்.

“நீ வா. நம்ப கோர்ட்ல போயிப் பாத்துக்குவோம். இவன் கெடக்குறான் சுண்டக்கா பய. பெரியவங்க சின்னவங்கன்னு மரியாதை இல்லாமப் பேசுறான். இவனுக்கு மட்டும் இபிக்காரன் எப்படி சர்வீஸ் குடுத்தான்னு பாத்துப்புடுவோம்.” பொண்டாட்டி பேசியது பெருச்சாளிக்கி ஆறுதலாக இருந்தது.

“நான் நாளைக்கே இபி ஆபீஸ் போயி உன் பீஸ்ஸப் புடுங்கிட்டுத் தான் உக்காருவேன் பாருடா. என்னுக்கிட்டேவா? எனக்குப் பின்னாடி பொறந்த பய நீ. ஒனக்கு எப்படி சர்வீஸ் கெடச்சதுன்னு நான் ஒரு கை பாத்துக்கிறேன்.” பெருச்சாளி வீர வசனம் பேசினான்.

ரெக்கட்டைக்கும் கூழ்ப்பானைக்கும் இவனுக்கு மட்டும்தான் சர்வீஸ் சொந்தம் என்று சொன்னது ஒன்றும் புரியவில்லை. "என்ன தான் இருந்தாலும் செனையன் அவங்க அப்பா மாதிரியே கொஞ்சம் வெவரமானவன்தான்." கூழ்ப்பானை சொன்னான்.

அடுத்த நாள் காலையில் பெருச்சாளி மீன்சுருட்டிக்கு ஓடினான். மின் அலுவலகத்தில் கிளார்க்கைப் பார்த்து "பேட்டையில செனையனுக்கு எப்படி சர்வீஸ் குடுத்தீங்க?" கத்தினான்.

"அரியலூர் ஏஇ ஆஃபிஸ் போய் கேளுங்க. சர்வீஸ் குடுக்கச் சொல்லி அங்கேயிருந்துதான் உத்தரவு வந்தது. இது அரசாங்க அலுவலகம். இங்கயெல்லாம் சத்தம் போடக் கூடாது." கிளெர்க் பதிலளித்தார்.

"இல்லீங்க, பங்காளிச் சண்டையில போர் எறைக்காமக் கெடந்தது. திடீர்னு அவனுக்கு சர்வீஸ் வந்திருக்கு. அவன் மட்டும் தண்ணீ எறச்சிக்கிறான்." பெருச்சாளிக்கு நாடி உள்வாங்கியது.

வேறெதுவும் பதில் கிடைக்கவில்லை.

வீட்டுக்கு வந்தான் பெருச்சாளி. "மேலருந்து உத்தரவு வந்துச்சாம். அதனால சர்வீஸ் குடுத்தம்னு சொல்லறாங்க" என்று சொல்லிக் கொண்டு வீட்டில் உட்கார்ந்தான்.

"நாளைக்கி மாமாவை ஊர்லருந்து வரச்சொல்றேன். ஒரு வக்கீலக் கூப்பிட்டுக்கிட்டு அரியலூர் இபி ஆபீஸ் போயிப் பாத்துட்டு வா." அவன் பொண்டாட்டி சொன்னாள்.

அலுவலகத்துக்கு வெளியே தலையில் கைவைத்துச் சுவரில் சாய்ந்தான் பெருச்சாளி. "மாப்ள என்னாச்சு?" ஓடிவந்தார் மாமா. உள்ளே நடந்த உரையாடலை விவரித்தான் பெருச்சாளி.

"நான் உதவி என்ஜினீயரப் பாத்தேன். அவர் ஜூனியர் என்ஜினீயரப் பாக்கச் சொன்னார். அவரப் பாத்தேன். அவரு நாங்க சரியாத்தான் மின் இணைப்பு கொடுத்தோம்ன்னாங்க. எப்படிங்க அய்யா, வாரிசுச் சண்டையில அந்த போர் கெடக்கு. அதனாலதான் இபி இவ்வளவு நாளூ சர்வீஸ் கொடுக்கல. உண்மையில நாந்தான் கோவிந்தனுக்கு வாரிசு. அவனுக்கு எப்படி சர்வீஸ் குடுக்க முடியும்னு கேட்டேன். ஜூனியர் என்ஜினீயர் கோபமாயிட்டார். உடனே பைல புரட்டிப் பாத்தார். யார்ய்யா நீ? எத்தன பேரு இந்த மாதிரி திரியுறீங்க? இங்கப்பாரு வாரிசுச் சான்று கொடுத்திருக்காங்க. செனையன் ஒரு

ஆள் மட்டும்தான் கோவிந்தனுக்கு வாரிசுன்னு இருக்கு. சர்டிபிகேட் பாத்தியா? ஜெயங்கொண்டம் தாசில்தார் கையெழுத்துப் போட்டிருக்கார். இது வருவாய்த் துறையோட சான்று. இங்க சரியாத்தான் இருக்கு. எங்களுக்கிட்ட ஒண்ணும் பிரச்சன இல்ல. நீ என்ன இப்ப புதுசா மொளச்சி வந்திருக்கியா? சும்மா காலையிலேயே இங்க வந்து எங்கக் கழுத்த அறுக்கிற வெளியே போய்யான்னு துரத்தி விட்டுட்டான்." பெருச்சாளி சொல்லி முடித்துப் பெருமூச்சு விட்டான். அவன் மாமாவும் வக்கீலும் முழுக் கதையைக் கேட்டபடி நின்றார்கள்.

"சரி. நாளைக்கி நாம தாசில்தார் அலுவலகம் போயிப் பாப்போம்." முடிவுசெய்துவிட்டு எல்லோரும் ஊருக்குப் புறப்பட்டார்கள். அடுத்த நாள் பெருச்சாளியும் மாமாவும் எஸ்விடீ பஸ்சைப் பிடித்து காலையில் பதினோரு மணிக்கு ஜெயங்கொண்டம் வந்தார்கள். பழைய கட்டடம். அலுவலகம் பரபரப்பாக இருந்தது. தாசில்தாருடைய பியூன் வெங்கட்டைப் போய் பெருச்சாளி பார்த்தான். "அய்யாவைப் பாக்கணுங்க."

"என்ன விஷயம்?"

"ஒரு பிராது குடுக்கணும்ங்க."

"அப்ப எழுதி எடுத்துக்கிட்டு வா."

வெளியே எழுத்தர்கள் சின்ன மேஜை போட்டு எழுதிக்கொண்டு இருந்தார்கள். கீழே ஒரு பாய். அதன் மேலே சின்ன கட்டை மேஜை. கிராமத்திலிருந்து வருபவர்கள் எல்லோரிடமும் கதையைக் கேட்டு விட்டு "உயர்திரு சமூகம் அவர்களுக்கு" என்று ஆரம்பிப்பார்கள். பிராது எழுதுவதற்கு ஆளுக்குத் தகுந்த மாதிரி பணம் வாங்கிக் கொள்வார்கள். அடிக்கடி வரும் ஆளாக இருந்தால் கொஞ்சம் குறைந்த விலையில் எழுதித்தருவார்கள். கைநாட்டு கேஸ் என்றால் அதிகமாகக் கறந்துவிடுவார்கள். எழுதும்போது யோசனையும் சொல்வார்கள். பெருச்சாளியும் அவருடைய சொந்தக் கதையைச் சொன்னார். எழுத்தர் கட்டுரையை இரண்டு பக்கத்துக்கு எழுதி முடித்தார். பெருச்சாளிக்கு அதற்குக் கீழே கையெழுத்து போடும் போதே 'எல்லாப் பிரச்சினையும் தீர்ந்துவிட்டது' என்று நினைத்தார்.

பிராதை எடுத்து வேகமாக பியூனிடம் நீட்டினார். "நீங்க சொன்ன மாதிரி பிராது கொண்டுவந்துட்டங்க."

"அங்க கிளார்க்குகிட்ட குடுத்துட்டுப் போ."

"இல்ல அய்யாவை நேர்ல பாக்கணும்." பெருச்சாளி வாய்மொழி விண்ணப்பம் போட்டார்.

"அய்யாவுக்கு ஆயிரத்தெட்டு வேல இருக்கு. இப்பலாம் பாக்க முடியாது கௌம்பு." சொல்லிக்கொண்டே அய்யாவின் அழைப்புமணி கேட்டதும் உள்ளே ஓடினார் பியூன். ஏதோ கோப்புகளைக் கையில் எடுத்துக்கொண்டு அடுத்த அறைக்கு ஓடினார்.

பெருச்சாளி இடைமறித்து "அய்யாவ..." வாயெடுத்தார். பியூன் அவர் மீது பாய்ந்தார். "எத்தனை தடவ சொல்றது. அய்யாவ இப்பப் பாக்க முடியாது. அதான் பிராது குடுத்திட்டல்ல. எல்லாம் விசாரணை முடிஞ்சி தபால் வரும். அப்ப பாத்துக்க." பெருச்சாளிக்கு ஒன்றும் புரியவில்லை. வெளியே மாமாவிடம் வந்தார். இருவரும் பேசிக் கொண்டு பஸ் ஸ்டாண்ட் சென்றார்கள்.

அதே எஸ்விடீ பஸ்ஸை இரவு எட்டுமணிக்குப் பிடித்தார்கள். வங்குடியில் இறங்கி அவமானத்தையும் சோகங்களையும் தாங்கி வீடுநோக்கி நடந்தார் பெருச்சாளி.

மீண்டும் மாமாவுடன் ஜெயங்கொண்டம் வக்கீல் அலுவலகம் சென்றார். "இதப் பத்தி நீங்க கவலைப்படாதீங்க. இனிமே நான் பாத்துக்குறேன். நான் முனிசீப் கோர்ட்ல நாளைக்கே கேஸ்ஸப் போட்டு ஸ்டே வாங்கிடுறன். அடுத்த மாசம் சர்வீஸ் நம்மது. இவங்கள வீட்டத்தேடி வந்து குடுக்கச் சொல்றேன். பிரச்சனையை இனிமே எங்கையில விட்டுடுங்க. போறப்ப இருநூறு ரூபா பணம் குடுத்துட்டுப் போங்க" என்றார் வக்கீல்.

பெருச்சாளி ஒவ்வொரு தடவையும் 'இதான் கடைசி முறை ஜெயங்கொண்டம் வர்றது' என்று நினைத்துக்கொண்டார். இதுதான் ஆரம்பம் என்பது அவருக்குத் தெரியவில்லை. இப்போதெல்லாம் பெருச்சாளி வயலுக்குப் போகிறாரோ இல்லையோ, வாராவாரம் ஆபீஸ் போகிற மாதிரி வெள்ளையும் சொள்ளையுமாகக் கிளம்பி, ஊரிலிருந்து இரண்டு கிலோமீட்டர் நடந்து பஸ் பிடித்து ஜெயங் கொண்டம் வருவார். இரவு பஸ் பிடித்து வீட்டுக்குத் திரும்புவார். வாரம் ஒரு முறை வக்கீலுக்குத் தேவையான அளவுக்குப் பணத்தைக் கொடுத்துவிட்டு வருவார். அவ்வப்போது ஊரில் விளைகிற மாங்காய் தேங்காய் வாழையெல்லாம் வரிசையாகக் கொடுத்துவிட்டு வருவார். காய்கறிகளுக்கும் பஞ்சமில்லை. நான்கு வருடத்துக்கு மேல் கேஸ் நடக்கிறது. அவ்வப்போது வக்கீல் கேட்ட சான்று எல்லாவற்றையும் வாங்கிக் கொடுத்துவிட்டு வந்தார் பெருச்சாளி.

செனையனுக்குக் கோர்ட்டிலிருந்து நோட்டீஸ் வந்தது.

இடமாற்றலாகிப் பக்கத்து ஊருக்குப் போய்விட்டார் மணியார். போவதற்கு முன்பு சேர்மானத்துக்குத் தங்கச் செயின் போட்டிருந்தார். அவர் நிறைய நேரம் அங்குதான் இருப்பதாகக் கூறினார்கள். டீவிஎஸ் வண்டியும் மணியாருக்குப் பக்கத்து ஊருக்குப் போய்விட்டு வர வசதியாக இருந்தது. பெண்டாட்டிக்குப் புடவை நகை வாங்கிக் கொடுத்தார்.

மூவர் கூட்டணி மகிழ்ச்சியாக இருந்தது. செனையனும் சகடையும் அடிக்கடி வெளியூருக்குப் போய்வந்தார்கள். கோர்ட்டுக்கு இரண்டு பேரும் ஒன்றாகப் போவார்கள். சகடைக்கும் தினம் கப்பம் கட்டினான் செனையன். செனயனுக்குச் சகடைதான் ஆலோசகர். சகடைய மீறி செனையன் எதுவும் செய்யவில்லை.

பெருச்சாளி "நான்தான் முதல் தாரத்துப் புள்ள. எங்க அம்மாதான் முறைப்படி தாலிகட்டி கோவிந்தனுக்கு மனைவியா வந்தவங்க. ரெண்டாந்தாரத்தை, முறையா தாலிகட்டிக் குடும்பம் நடத்துல. அது அவருக்கு வப்பாட்டிதான். அதனால, செனையனுக்கு நெலமும் கரண்ட் சர்வீசும் கொடுக்கக் கூடாது. செனையனுக்கு வாரிசுச் சான்று கொடுத்ததும் தவறு. எனவே வருவாய்த் துறையையும், மின்சார வாரியத்தையும் விசாரிக்க வேண்டும்" என்று நீதிமன்றத்தில் மனுத் தாக்கல் செய்திருந்தார்.

செனையன் "நான்தான் எங்க அப்பாவக் கடைசிக் காலத்துல பாத்துக்கிட்டேன். அவர் சாவறதுக்கு முன்னாடி போர், நெலமெல்லாம் எனக்குத்தான் சொந்தம்ன்னு சொல்லிட்டுச் செத்தாரு. வருவாய்த் துறை சரியாதான் வாரிசுச்சான்று வழங்கியிருக்கு" என்று பதில் மனுத் தாக்கல் செய்திருந்தார். நான்கு வருடம் கழித்துத் தீர்ப்பு வந்தது.

'இரண்டு பேருமே வாரிசுதான். முறைப்படி திருமணம் செய்யாமல் பிறக்கிற குழந்தைக்கும் அப்பாவின் சொத்தில் பங்கு உண்டு. எனவே, அந்த நிலமும் ஆழ்குழாய்க்கிணறும் அதிலுள்ள மின் இணைப்பும் இரண்டு பேருக்கும் சொந்தம். இரண்டு பேரும் அதிலிருந்து தண்ணீர் இறைக்கலாம். ஒவ்வொரு வாரம் மாத்தியோ பதினைந்து நாட்களுக்கு ஒரு முறையோ தண்ணீர் இறைக்கலாம். வருவாய்த் துறையின் சான்றுகளை ஆராய்ந்ததில் கிராம மணியார் செனையன் மட்டுமே வாரிசு என்று சான்று அளித்திருப்பது குற்றமாகும். அவர் சரியாக விசாரிக்காமலும் உள்நோக்கத்துடனும் வாரிசுச் சான்று வழங்கிய தாகத் தெரிகிறது. அதன் காரணமாக மணியாரை உடனடியாகப் பணி இடை நீக்கம் செய்து உத்தரவு இடப்படுகிறது. அவர் மீது விசாரணை மேற்கொண்டு, வருவாய்த் துறை, ஒழுங்கு நடவடிக்கை

எடுக்க வேண்டும். வாரிசுச் சான்றைச் சரிபார்க்காமல் பரிந்துரைத்த வருவாய் ஆய்வாளர் - குண்டவெளி மீதும் துணைத் தாசில்தார் மீதும் துறை நடவடிக்கை எடுக்கப் பரிந்துரைக்கப்படுகிறது. மின் துறை மீது எந்தத் தவறும் இல்லை.'

நடுப்புள்ளையும் தமிழும் பனையடி நோக்கி நடந்தார்கள். பூலாங்குளத்தைத் தாண்டும்போது போரிலிருந்து தண்ணீர் இறைத்துக் கொண்டிருந்தது. "நீங்க சொன்னதுதான் நேத்துத் தீர்ப்பா வந்திருக்கு" சுள்ளாணி கூறிக்கொண்டே அவர்களுடன் சென்றார்.

4

கோடையை வரவேற்றது பேட்டை. தோட்டத்தில் மா, பலா காய்த்துக் குலுங்கின. மாங்காய்களைக் கிளிகள் கொத்தின. கிளிகள் முழுவதுமாக மாங்காய்களைக் கொத்தித் தின்பதில்லை. கொத்தும் போது கீழே துண்டுகள் விழும். பக்கத்துக் கிளை அணில்களும் அதே வேலையைச் செய்தன. நடுப்புள்ளை அண்ணாந்து பார்த்தார். 'கீ... கீ...' என்று சத்தம் போட்டார். கிளிகள் கூக்குரலிட்டுப் பறந்தோடின. அணில்கள் அடுத்த கிளைகளுக்குத் தாவின. பக்கத்து மரத்தில் இருந்த கிளி, கண்ணைச் சாய்த்து நடுப்புள்ளையைப் பார்த்தது. சிறு கல்லெடுத்து வீசினார். கூச்சலிட்டுப் பறந்தது. வாங்கினால் கிளி கொத்திய காய்களைப் பறித்தார். "அம்மாக்கிட்டக் குடுத்து கொழம்பு வைக்கச் சொல்லு."

தமிழ் அந்த மாங்காய்களைப் பொறுக்கிவைத்தான். செங்காய் களாக இருந்தன. ஓரிரு வாரங்களில் மாங்காய்களைப் பறிக்கலாம். அடுத்திருந்த பலாமரத்தில் அணில்கள் பசியைப் போக்கிக்கொண்டி ருந்தன. தமிழுக்கு ஒன்று மட்டும் புரியவில்லை. நடுப்புள்ளையிடம் கேட்டான். "கிளி அணிலெல்லாம் எப்படிப்பா பழுக்கற காயின்னு சரியா அடையாளம் கண்டுபிடிக்குது?"

“காட்ல புலியப் பாத்தா என்ன பண்ணுவ?”

“தலை தெறிக்க ஓடுவேன்.”

“யாராவது ஓடச் சொன்னாங்களா?”

“இல்ல. நின்னா புலி அடிச்சிடும். உள்ளார பயம்.”

“அதே மாதிரி, பறவைக்கும் விலங்குக்கும் எத எப்ப சாப்புடலாம், எத சாப்புடக் கூடாது, யார் எதிரின்னு தெரியும்” என்றார்.

பள்ளிக் காலங்களில் கோடை விடுமுறை என்றாலே கொண்டாட்டம்தான் தமிழுக்கு. கட்டுப்பாடற்ற வாழ்வு. கொல்லையும் பள்ளியையும் மறந்து குரங்குபோல் தாவுவதற்கான காலம். மனதிற்குப் பிடித்த மாதிரி சுற்றித்திரியவும் விளையாடுவதற்கான நேரம்.

கொல்லையில் அனல் வீசும். நிலங்கள் உழுதுபட்டுக் கிடக்கும். பனையடியிலிருந்து வீடு திரும்பும்போது பொடி சுடும். காலணி கிட்டாத காலங்கள். பொடி சுடுவதைத் தாங்கிக்கொள்ள கையில் குஞ்சித்தழை வேப்பந்தழையுடன் ஓடுவான் தமிழ். சுடும்போது காலில் போட்டு நிற்பான்.

கிணறுகளில் தண்ணீர் மட்டம் குறைந்துகொண்டே போகும். குடிதண்ணீருக்கு இரண்டு கிலோமீட்டர் செல்ல வேண்டும். பெண்கள் தலையிலும் இடுப்பிலும் இரண்டு குடத்துடன் செல்வார்கள். எதிர்வீட்டு ஆயாவின் மண்கிணற்றுக்குத் தண்ணீர் எடுக்கச் செல்வான் தமிழ். இரண்டு குடம் மட்டுமே மொண்டுகொள்ள அனுமதி கிடைக்கும். தலையில் ஒவ்வொரு குடமாகத் தூக்கிவருவான்.

குளம் குட்டைகளிலும் தண்ணீர் குறையும். பூலாங்குளத்தில் தண்ணீரானது மண்ணின் நிறத்துக்கேற்ப செந்நீராக மாறும். மனிதர் களும் மாடுகளும் ஒன்றாகக் குளிப்பார்கள். தமிழுக்கு மாடுகளைக் குளிப்பாட்டுவதிலும், அவற்றுடன் குளிப்பதிலும் ஆனந்தம். தாமரைக் காய்களை நாட்டார்கள் குத்தகைக்கு விட்டிருப்பார்கள். தெரியாமல் அந்தக் காய்களைப் பறித்துத் தின்பதிலும் தனி ருசி. குளம் காய்ந்த பின் தாமரை வேர்களைத் தோண்டித் தின்பது பசியைப் போக்கும்.

காளியம்மன் கோயில் வேப்பமரமானது பூக்களையும் பழங் களையும் உதிர்த்தன. வேப்பம்பழம் உலுக்குவதும் வேப்பங் கொட்டை களைப் பொறுக்கிக் காயவைப்பதும் தமிழுக்குப் பொழுதுபோக்கு. ஒரு படி வேப்பங்கொட்டைக்கு ஒரு குச்சி ஐஸ். அதிலும் ஜவ்வரிசி ஐஸ் என்றால் கூடுதல் மகிழ்ச்சி.

தமிழும் சண்முகமும் குரங்குகளைப் போல் மாமரத்தில் ஏறிப் பறித்தார்கள். சின்னப்பயல் கீழே நின்றிருந்தான். பழங்களைத் தின்று கொட்டைகளைக் கீழே போட்டான் தமிழ். "எனக்குக் காய் பறிச்சுப் போடறியா, கல்லால அடிக்கட்டுமா?" சின்னப்பயல் சத்தம் போட்டான். சண்முகம் அவனுக்கும் பழம் போட்டான்.

பனையடிக்கு எரு அடிக்கும் வேலை கோடையில் நடக்கும். காலையில் எரு அடித்தனர் மூவரும். தோட்டத்தில் கிடந்த குப்பை எருவைத் தட்டில் வெட்டிவைத்தான் சின்னப்பயல். தலையில் தூக்கி கட்டை வண்டியில் கொட்டினான் தமிழ். வண்டியைப் பனையடிக்கு ஓட்டினான் தமிழ். கொல்லையில் முட்டாகக் கொட்டினான். பறக்காமல் இருக்க அதன் மேல் மண்வெட்டி போட்டான் சண்முகம்.

நெல்வயல்கள் காய்ந்து வெடித்துக் கிடந்தன. நெல்வயல்களில் தொழு உரத்தின் தேவையைக் கிடை கட்டிப் பூர்த்திசெய்வார்கள். தெற்குத்தெரு கோனார்கள் கோடையில் கிடை கட்டுவது வழக்கம். கால்நடைகளை மட்டுமே நம்பி வாழ்ந்தார்கள். இரண்டாயிரத்துக்கும் மேலான கால்நடைகள். நடுப்புள்ளையும் வன்னிமரத்துக் கொல்லைக்குக் கிடை கட்டச் சொல்வார். நடுப்புள்ளையின் கொல்லையில் கிடை கட்டுவதில் ரவிக் கோனாருக்குப் பெருமை. விளைச்சல் அதிகரிக்கும் போதெல்லாம் அவர் கிடை கட்டியதுதான் காரணம் எனப் பெருமை கொள்வார். கிடை கட்டுவதில் ஆடுகளும் மாடுகளும் நிலங்களில் புழுக்கைச் சாணம் போடும், மூத்திரம் விடும்; இயற்கை வேளாண்மை. கலியன் சம்பா உயர்ந்துநிற்கும். ரவிக் கோனாரும் நடுப்புள்ளையும் மகிழ்ச்சியடைவார்கள். கிடை கட்டும்போது இருநூறு, முந்நூறு

கொடுப்பார் நடுப்புள்ளை. விளைச்சல் அதிகரிக்கும்போது மூன்று நான்கு மூட்டை நெல்லும் தருவார்.

பெரியவர்கள் மதிய நேரத்தில் திண்ணையில் முடங்கிப் போவார்கள். "புளிய மரத்துல பகல்ல பேய் வரும். அங்கு போவக் கூடாது. வீட்டிலயே இருக்கணும்" என்பார் ராசக்குமாரி. தமிழும் சண்முகமும் கதை கேட்பார்களே தவிர, வீட்டில் தங்குவதில்லை. சித்திரை வைகாசியில் கோடை முடியும். நடுப்புள்ளை காலையில் பனையடி செல்வார். மதியம் ஓய்வு. அடுத்த பட்டம் கடலை விதைப்பிற் காகக் காத்திருந்தார். கனவுகளை மீண்டும் புதுப்பித்துக்கொண்டார்.

பூலாங்குளத்தில் மதியம் வரை கும்மாளமிட்டுவிட்டு மூவரும் வீடு வந்தார்கள். திண்ணையில் நடுப்புள்ளை உட்காந்திருந்தார். "சோறு திங்காம எங்கடா போனீங்க? என்னடா ஆடு திருடற பயலோ மாதிரி திருதிருன்னு முழிச்சிக்கிட்டு நிக்கிறீங்க?"

"தமிழும் சண்முகமும்தான் ரொம்ப நேரம் ஏரிய விட்டே வரமாட்டேன்னுச்சிங்க. தெக்குத் தெருப் பசங்கக்கூடச் சேந்து ரொம்ப நேரம் தண்ணில வெளையாண்டுட்டு இருந்துச்சிங்க." போட்டுக் கொடுத்தான் சின்னப்பயல்.

"படவா ராஸ்கோல். போயி சீக்கிரம் சாப்பிட்டுட்டுக் கலப்பை யெல்லாம் எடுத்துச் சரிபண்ணுங்க. மாட்டுக்குப் புண்ணாக்குத் தண்ணியெல்லாம் வைங்க. நாளைக்கிப் பொன்னேர் பூட்டணும். சங்கரலிங்கத்துக்கிட்ட நேரமெல்லாம் குறிச்சி வாங்கிட்டேன். அக்கினி நட்சத்திரம் அடுத்த வாரம் ஆரம்பிக்குதுன்னு சோசியன் சொல்லிருக்கான். காலைல எல்லாரும் கொல்லைக்கிப் போவணும். ஏழரையிலிருந்து ஒம்போது மணி வரைக்கும் நல்ல நேரம் சின்னப்பயல... நாளைக்கிக் காலையில நீ நேராக் கொல்லைக்கி வந்துடு. தென்னை மரத்துல முத்துன காயா ரெண்டு பறிச்சி உறிச்சிவச்சிரு."

சரி சொல்லிவிட்டு விடைபெற்றான் சின்னப்பயல்.

"தமிழு நீ ராசாக் கடையிலே வெல்லச் சக்கர, சூடம், ஊதுபத்தி, வெத்தலை பாக்கு வாங்கியாந்து வச்சிரு. காலைலயே சண்முகத்தோட மாட்ட ஓட்டிட்டுப் பனையடிக்கி வந்துடு. கலப்ப, நுகத்தடியும் வந்துடணும்."

தேங்காயும் வெல்லச் சர்க்கரையும் தின்கிற மகிழ்ச்சியில் துள்ளிக் கொண்டு மூவரும் கொல்லையில் இருந்தார்கள். கலப்பையைக் கழுவிப் பொட்டுவைத்தார் நடுப்புள்ளை. மாடுகளைக் கிழக்கு நோக்கி நிறுத்தினர். "சின்னப்பயல, நுகத்தடியைத் தோள்ல கட்டுடா."

நுகத்தடியை மாடுகளின் கழுத்தில் வைத்துப் பிணைக் கயிற்றால் பூட்டினான் சின்னப்பயல்.

"தமிழு, என்ன வேடிக்க பாத்துட்டு நிக்கிற. மளமளன்னு வேலையப் பாருடா. கலப்பையை நுகத்தடில கட்டு. சண்முகம், ஒன்ன கோயிலுக்கா வேண்டி வுட்டுருக்கு? அந்தக் கத்திய எடு. தேங்கா உடைக்கணும். தண்ணி புடிக்க ஏனம் இருக்கா, இல்லையா?' எல்லோரையும் அவசரப்படுத்தினார் நடுப்புள்ளை.

தட்டில் வெற்றிலை பாக்கு, சூடம், ஊதுபத்தி, தீப்பெட்டி வைத்தான் சண்முகம். சூடத்தைக் கொளுத்தினார் நடுப்புள்ளை. ஊதுவத்தியை ஏற்றி மண்ணில் செருகினார். தேங்காயை உடைத்து இரண்டாகப் பிரித்துவைத்தார். தேங்காய்த் தண்ணீர் தனக்கு மட்டும் தான் என்ற நைப்பாசையில் சுற்றிவந்தான் சண்முகம். சூடத்தை எடுத்து மாடுகளுக்கும் கலப்பைக்கும் தீபாராதனை காட்டினார்.

"எலே எல்லாரும் வடக்கப் பாத்துக் கும்புடுங்கடா. இந்த வருசம் நல்ல மழ பெஞ்சி, கல்ல, மொளகா நல்லா வெளையணும்ன்னு வேண்டிக்கிங்கடா." தேங்காய்ச் சர்க்கரை மேலேயே கண்ணாக இருந்தான் தமிழ்.

"தமிழ், கிழக்கு மேற்கா ஒரு வெளாகோலி ஏர ஓட்டுடா" என்றார்.

"எனக்குத் தேங்கா" என்றான் தமிழ்.

"எதுக்குடா அடிச்சிக்கிற?"

"ஏர ஓட்டு. தேங்கா எடுத்துவக்கிறேன்" என்றார் நடுப்புள்ளை.

ஐப்பசிப் பட்டத்தில் தகர்ந்துபோன கனவுகள் இந்தப் பட்டத்தில் நிறைவேறும் என நினைத்தார் நடுப்புள்ளை. விட்டுப்போன விளைச்சலை வைகாசிப் பட்டக் கடலையில் அறுவடை செய்ய வேண்டும் என்பது அவருடைய கணக்கு. பனையடியில் எல்லோரும் பொன்னேர் பூட்டி நிலத்தைப் பக்குவப்படுத்த ஆரம்பித்தார்கள்.

ஓட்டச்செக்கு போன பருவத்தில் கடலை போடாமல் தப்பித் திருந்தார். "என்னடா சின்னப்பயல? நடுப்புள்ள இந்தத் தடவ அள்ளிக் கட்டிப்புடுவாரா? படையல்லாம் தடபுடலா இருக்கு?"

"என்ன வெத்தல பாக்கு வேணுமா?" சின்னப்பயல் சிரித்தபடி கேட்டான்.

"இருக்கா? குடு! குடு! நாக்கு நமநமன்னு இருக்கு."

"இப்படி ஓசி வெத்தல வாங்கிப்போட்டே பொழப்பு நடத்தறது நல்லாவா இருக்கு?"

"என்னடா ஏதோ ஆயிரம் ஐநூறு கடன் கேட்டமாதிரியே பேசற?"

"ஒண்ணும் வேணாம். கொஞ்சம் நல்ல வார்த்தையாவது பேசிட்டுப் போங்க."

தமிழ் வந்தான். "என்ன மாமா? பொன்னேருலாம் கட்டலயா?"

"ஆமாம், எங்கிட்ட மாடு கலப்ப ஏது?"

"மாடு கலப்ப இல்லாதவனெல்லாம் வெவசாயியா?" தமிழ் கேட்டான்.

"எதாவது பண ஏர் வச்சிக்க வேண்டியதுதான். மந்திரவாதிதான் இருக்கான்." ஓட்டச்செக்கு வருத்தமாகச் சொன்னார்.

"சரி மாமா. மாட்டுச் சாணிக்கி எங்க போவீங்க?"

"சொசயிட்டில கடனுக்கு உரம் தர்றானே!"

"தொழுஉரம் போட்டாத்தான் மண்ணு நல்லாருக்கும்."

"ஆமாம், இவரு பெரிய விஞ்ஞானி வந்துட்டார்."

பொன்னேர் கட்டி முடிந்தது. நடுப்புள்ளை ஓயவில்லை. கோடை விடுமுறை அடுத்த வாரத்துடன் முடிந்துவிடும். அதற்குள் அடுத்த பட்டக் கடலைக்கு நிலத்தைத் தயார்படுத்த வேண்டும். காலை, மாலை மண் கட்டியை உடைக்கச்சொன்னார். மூன்று நான்கு முறை உழவு ஓட்டினார். தொழு எரு முட்டாகக் கொல்லையில் கொட்டிக்கிடந்தது. மண்வெட்டியால் தட்டில் அள்ளிப்போட்டான் சண்முகம். தமிழும் சின்னப்பயலும் தலை மேல் வைத்து விசிறி அடித்தார்கள். மீண்டும் நிலத்தை ஓட்டினார்கள். நிலத்தில் ஒரு புல்லையும் விடவில்லை. "எலே அண்ட வெட்டுங்கடா." கட்டளையிட்டார்.

அண்டை வெட்டினான் தமிழ். அருகம் புல் வெட்டப்பட்டு வரப்புகள் அழகாயின. நடுப்புள்ளையால் நிலத்தில் சும்மா உட்கார முடியவில்லை. "இந்தப் பட்டத்துல சம்பாதிச்சுடணும். அடுத்த வருஷம் தமிழ வெளியூருக்குப் படிக்க அனுப்பணும்." ஓட்டச்செக்கிடம் கூறினார் நடுப்புள்ளை.

'இந்தத் தடவையாவது பொண்டாட்டிக்குச் செயினை வாங்கிக் குடுத்துடணும்' என்கிற முடிவில் இருந்தார் சுள்ளாணி. தொந்திக்கு அங்கே நிலம் அதிகம். அவன் மூன்று காணி நிலத்தில் கடலையும், இரண்டு காணி நிலத்தில் மிளகாயும் போட்டிருந்தான். ஆழ்குழாய்க் கிணறும் அவனுக்கு இருந்தது. முருகேசனும் சுள்ளாணியும் அவரவர் நிலங்களைப் பதப்படுத்தினார்கள்.

"என்னா மாமா, நெலமெல்லாம் தயாராயிடிச்சிபோல." நடுப்புள்ளையிடம் கேட்டுக்கொண்டே வந்தார் கனகசபை.

"பாத்தா எப்படித் தெரியுது. மழ பெஞ்சா இந்தப் பட்டம் உடனே கல்ல போட வேண்டியதுதான். உன்ன மாதிரி நான் என்ன சோம்பேறி யாடா? கொல்லைக்குப் பத்து மணிக்கு வர்ற. வெளங்குமாடா? பொண்டாட்டிய வுட்டுட்டு வெளிய வரதுக்கே எட்டு மணியாயிடுது. இந்த வெயில்ல எப்படித்தான் கட்டிப்புடிச்சிக் கெடக்கறயோ?"

"எங்கப்பன் வச்சிருந்தது ஒரு காணி. அதுல ரெண்டு பேரு, பயிர் வைங்கடான்னா, என்னத்தக் கிழிக்கறது?"

"நீ எதுக்கு மூணு புள்ள பெத்துக்கிட்ட?"

"என்ன பண்றது. எல்லாம் பொட்டப் புள்ளைங்களாப் போச்சி. ஒரு ஆம்பளப் புள்ள பொறக்காதான்னு கவல."

"ஆம்பளப் புள்ள பொறந்தா மட்டும், என்னத்த கிழிக்கப் போறான்?" நடுப்புள்ளை மறித்துப் பேசினார்.

"இவன் ஆம்பளப் புள்ளன்னு சொல்லிப்புட்டு பொம்பளப் புள்ளய வுட மாட்டான்." குறுக்கே வந்தார் முருகேசன்.

"யாரடா சொல்ற?" கனகசபை பாய்ந்தார்.

"உன் பொண்டாட்டியத்தான்."

"வடக்குத் தெருவுல, வெளக்கெண்ண அஞ்சி பொட்டப் புள்ளயப் பெத்துக்கிட்டு, ஆறாவதா ஒரு ஆம்பளப் புள்ள பெத்துக்கிட்டாரு. சாண் புள்ளையானாலும் ஆண் புள்ள வேணுமில்ல. நாளைக்கி அதுதானே நமக்குக் கொள்ளிபோடும்."

"ஆமா, செத்ததுக்கப்பறம் எவன் கொள்ளி போட்டான்னு, இவன்தான் பாக்கப்போறான். பொட்டப் புள்ளதான் கடைசி காலத்துல கஞ்சி ஊத்தும் போடா" என்றார் நடுப்புள்ளை.

"**சோ**வையன் மருந்து குடிச்சிப்புட்டான்..." கத்திக்கொண்டே வந்தான் ரவி. தமிழும் நடுப்புள்ளையும் ஓடினார்கள். மேலத்தெருவில் கூச்சலும் குழப்பமுமாக இருந்தது. பத்துப் பதினைந்து பேர் கூடிநின்றார்கள். "ஏலே வெலகு." கூட்டத்தின் உள்ளே புகுந்தார் நடுப்புள்ளை.

"ஏய் வண்டியைக் கட்டு." சாணியைக் கரைத்து வாயில் ஊற்றினான் வெள்ளக்குண்டு. வாந்தி எடுக்கவில்லை சோவையன்.

தலைவிரிகோலமாக ஒப்பாரிவைத்தாள் பூங்கொடி. "நா ஒண்ணும் சொல்லலியே. பாவி இப்படிப் பண்ணிட்டானே."

கட்டை வண்டியில் அவனைக் கிடத்தினார் நடுப்புள்ளை. வண்டியை வேகமாக ஓட்டினான் தமிழ். சுள்ளாணியும் முருகேசனும் வண்டியில் ஏறிக்கொண்டார்கள். காட்டுமன்னார்கோயில் எட்டுக் கிலோமீட்டர். போக்குவரத்து வாகனங்களைப் பார்க்காத கிராமம்.

சோவையன் நுரைதள்ளினான். முனகினான். சுள்ளாணி வண்டியை இன்னும் வேகமாக ஓட்டச்சொன்னார். சாட்டையால் இரண்டு இழுத்தான் தமிழ். மாடுகள் தலைத்தெறிக்க ஓடின. பிள்ளைத்தாச்சியை வண்டியில் வைத்து ஓட்டினால் சுகப்பிரசவம் ஏற்படும் அளவிற்கு சாலை குண்டும்குழியுமாக இருந்தது. சரளையும் கருங்கல்லும் பெயர்ந்துடைந்தன. ஒரு மணிநேரம் மாடுகள் ஓட்டமும் நடையுமாகச் சென்றன. சோவையனின் முனகல் அடங்கிப்போயிற்று. மூச்சு இருக்கிறதா என்று சுள்ளாணி கையை வைத்துப் பார்த்தார். சோவையன் சலனமற்றுக்கிடந்தான். அவனுக்கு மூச்சு நின்றுவிட்டதாகக் கூறினார். தமிழ் வண்டியை நிறுத்தினான். மூவரும் அவன் இறந்துவிட்டதை உறுதிப்படுத்தினார்கள்.

காட்டுமன்னார்கோயிலை அடையும் முன்னே காலாவதியாகிப் போனான் சோவையன். மூவரும் பிணத்துடன் வீடு திரும்பினார்கள்.

சோவையன் நல்ல வேலைக்காரன். ரோசமும் அதிகம். "புள்ளக்கி ஒரு மொழம் துணி வாங்கித்தர வக்கில்லாதவனுக்குப் பொண்டாட்டி புள்ள எதுக்குன்னு வூட்டுக்காரி திட்டியிருக்கா. உடனே பால்ட்ராயரைக் குடிச்சிட்டான்."

"ஒரு மனுஷனுக்கு இவ்வளவு ரோசம் கூடாதய்யா! வூட்டுக்காரி நம்பளையும்தான் தெனம் திட்டுறா? நாமெல்லாம் ஒரு காதுல வாங்கி இன்னொரு காதுல விட்டுட்டுப் போகல. பூங்கொடிக்கிக் குடுத்து வச்சது அவ்வளவுதான் போ!" புலம்பினார் பக்கத்து வூட்டுச் சின்னப் புள்ளை.

"இந்த வருஷம் கல்லக்கி அடிக்க வேண்டிய மருந்த எடுத்துக் குடிச்சிப்புட்டான்." பேசித் திரிந்தார் ஓட்டச்செக்கு.

"ஊர்ல வருஷத்துக்கு மூணு நாலு பேரு இப்படிச் சாவுறாங்க" என்று புலம்பினான் தமிழ்.

வீட்டில் அமளிதுமளி நடந்தது. "இங்கப் பாருங்கடி, வாய்ல ஒரு சரக்குப் போவக் கூடாது. பாத்துக்கிட்டே இருப்பேன். வெதக் கல்ல

வானமாதேவிலேருந்து வாங்கியாந்திருக்கு. மூட்ட எரநூறு ரூபா. லதா, ஒனக்கு நாலு மரக்கா கல்ல தரேன். முல்லை, உனக்குந்தான். இங்கேயே உக்காந்து ஒட. மரக்காலுக்கு நாலணா காசு ஒடக் கூலி. போறப்ப கொஞ்சம் நச்சிச் சரக்குத் தருவேன். சாப்புட்டுட்டே வூட்டுக்குப் போவலாம்." ராசக்குமாரியிடமிருந்து ஆணைபிறந்தது.

"எதுத்த வூட்டு சின்னாயாக்கிட்டே பேசிட்டேன். அவங்கக்கிட்ட இந்த அஞ்சி மரக்கா கல்லயக் குடுத்துட்டு வாடா." அம்மாவின் கட்டளையை நிறைவேற்றி வந்தான் தமிழ்.

"நீயும் சின்னவனும் பள்ளிக்கூடம் போறதுக்கு முன்னாடி ரெண்டுமரக்காக் கல்லய ஒடச்சிட்டுப் போங்கடா." மீண்டும் அம்மாவின் கட்டளை.

கடலை உடைக்கிற வேலை வந்தாலே, தமிழும் சண்முகமும் தப்பிக்க வழி தேடுவார்கள். விடுப்பு எடுக்காமல் பள்ளிக்கூடம் போவார்கள். "ஊர்ல இருக்க எல்லாப் பயல்களுக்கும் பள்ளிக் கொடத்துக்கு ஒழுங்கா வருவானுங்க." ஊரே கடலை உடைக்கும். உடைக்கும்போது சரக்கைச் சாப்பிடக் கூடாது. சரக்கும் உடையக் கூடாது. ஒரு மணிநேரத்துக்கு ஒரு மரக்காக் கடலை உடைக்க வேண்டும். பக்கத்து வீட்டுப் பிள்ளைகள் கடலை உடைத்துக் கொடுத்தால், மரக்காலுக்கு நாலணாக் காசு கிடைக்கும். தமிழுக்கும் சண்முகத்துக்கும் அதுவும் கிடையாது. உடைத்து முடிந்ததும் 'நச்சிப் பயிரை' விட்டுவிட்டு நல்ல பயிரைப் பொறுக்கி எடுக்க வேண்டும். இந்தக் கடலை உடைக்கிற வேலை, சரக்குப் பொறுக்குகிற வேலை யெல்லாம் ராசக்குமாரியுடையது. இரண்டு காணிக்குத் தேவையான கடலையை உடைத்து முடித்தார் ராசக்குமாரி. அப்புறம் கொளஞ்சி, சின்னாயா, லதா எல்லோரும் சேர்ந்து நல்ல சரக்கைப் பொறுக்கி எடுத்தார்கள். அவர்களுக்குக் கூலிக்காசுடன் சேர்த்து இரண்டு படி நச்சிச் சரக்கு தின்னக் கொடுத்தார்கள். பிறகு, நல்ல சரக்குடன் பூச்சி மருந்தைக் கலந்துவிடுவார்கள்; அதை மனுஷனும் தின்ன முடியாது, பூச்சிகளும் தின்ன முடியாது.

கடலை உடைக்கப்பட்டு விதைப்புக்குத் தயார் நிலையில் இருந்தார் நடுப்புள்ளை. மழைக்காகக் காத்திருந்தார். "இன்னும் ரெண்டு வாரத்துல மழையை எதிர்பாக்குறேன்." வரதனும் ராசேந்திரனும் பேசிக்கொண்டே ஒழுங்கையில் நுழைந்தார்கள். நூறு வருடத்துக்கு மேல் இந்த ஒழுங்கைதான் வண்டி ஓட்டுவதற்கும், ஆடு மாடு ஓட்டிப் போவதற்கும் பொதுவழிப் பாதை. காடை, கௌதாரி, ஓணான் எல்லாம் இங்கேதான் குடியிருக்கும். அந்தக் காலத்தில் அவரவர்கள்

நிலத்தை விட்டுக்கொடுத்து இந்தப் பாதையைப் போட்டதாகச் சொல்வார்கள்.

வரதன் கத்தினார். "என்னாச்சி?" ராசேந்திரன் ஓடிவந்தார்.

"கால்ல முள்ளு குத்திடுச்சி."

"அவ்வளவுதானா? ஏதோ பாம்பு கடிச்சிடுச்சோன்னு நெனச்சிக் கிட்டேன். இனிமே ஒழுங்கையக் கழிக்கணும். போகவர எடஞ்சலா இருக்கு. வண்டி ஒண்ணும் ஓட்ட முடியாதுபோல."

"இனிமே எல்லாம் சரக்குப் போட்டுடுவானுங்க. கொல்லைல வண்டி ஓட்ட முடியாது. சண்டைக்கு வருவானுங்க. எல்லார்ட்டயும் சொல்லி அவனவன் கொல்லைக்கு நேரா ஒழுங்கையக் கழிக்கச் சொல்லுடா." வரதன் சொல்லிக்கொண்டே பூலாங்குளம் சென்றார். தலையாட்டிவிட்டு நடந்தார் ராசேந்திரன்.

பூலாங்குளத்தில் தண்ணீர் வற்றியது. மூக்கனும் நாயத்தானும் மீன் பிடித்துக்கொண்டிருந்தார்கள்.

"ஏன்டா இன்னும் ரெண்டு வாரம் கழிச்சி மீனப் புடிக்கக் கூடாதா? ஆட்டு மாட்டுக்குத் தண்ணிக்கி எங்க போறது? குளிக்கறத்துக்கு எங்க போறது?"

"ஆமாம் நீங்க குளிச்சா மட்டும் வெள்ளையா ஆயிடுவீங்களா?" ராமையன் முணுமுணுத்தான்.

"ஏல கொஞ்சம் ஒடம்பாவது நாறாம இருக்குமடா?

மழைக்குக் காத்துக்கிடந்தது பனையடி. சாமி இரண்டு வாரம் காத்துக்கிடந்தார். 'இதுக்கப்புறம் சரி வராது' என்று முடிவெடுத்தார். உழவு ஓட்டின நிலத்துக்கெல்லாம் தண்ணீர் பாய்ச்சினார். மூன்று காணி நிலத்தில் கடலை போட்டார். மற்ற நிலத்துக்காரர்கள் மேலும் இரண்டு வாரம் காத்துக்கிடந்தார்கள். அக்னி வெயில் அதிகமானது.

ஓட்டச்செக்கு வந்தார். "என்னடா தமிழு? பருவத்தே பயிர் செய்யணும்ன்னு உங்கப்பா பாடம் எடுப்பாரே. இப்ப என்ன ஆச்சு?"

"அட என்ன மாமா? வயித்தெரிச்சல்ல ஒக்காந்திருக்கோம். உன் நக்கல் வேற தாங்க முடியல."

"நான் நேத்து சோசியக்காரப் பயலப் பாத்தேன். அவன் இன்னும் ஒரு மாசத்துக்கு மழ கெடயாதுன்னு சொல்லிப்புட்டான்."

"நாசமாப்போற மானம் எறங்காதுபோல. அய்யிரு வர வரைக்கும் அமாவாசை காத்திருக்குமா? மழை வர்ற வரைக்கும் பருவம்

காத்திருக்குமா? எதாவது கெணத்துத் தண்ணிய எறச்சி, கல்ல போடலாமான்னு பாருங்க" என்றான் தமிழ்.

"நேத்து பாப்பாக்குடியெல்லாம் மழ பேஞ்சிதுன்னு சொன்னாங்க." சின்னப்பயல் சொல்லிக்கொண்டே வந்தான்.

"அதுலாம் நல்லவன் இருக்குற ஊர்ல மழை பெய்யும்டா" என்றார் ஓட்டச்செக்கு.

"ஆமாம். நீ இருக்குற ஊர்ல எங்க மழ பெய்யப்போவது?"

"எலே ரெண்டு வெத்தலப்பாக்கு உன்கிட்ட வாங்கிப் போடறதால என்ன எளக்காரமா பேசுற?"

நடுப்புள்ளை வந்துசேர்ந்தார். வானம் பார்த்த பூமி. பட்டம் தாண்டி கடலை போட்டால் விளைச்சல் வராது. இல்லாவிட்டால் கடலை பிடுங்கும்போது மழையில் மாட்டிக்கொள்ளும். "நம்பளும் இன்னும் நாலு நாளு பாத்துப்புட்டு ஓட்டுத் தண்ணி எறைக்க வேண்டியதுதான்."

"என்னாது? ஓட்டுத் தண்ணியா?" தமிழும் சின்னப்பயலும் ஒருத்தனை ஒருத்தன் பார்த்துக்கொண்டார்கள்.

"பெறகு எவ்வளவு நாளுதான் மழைக்காகக் காத்துக்கெடக்கறது. போக்கியம் வச்ச நெலமும் மூக்காமப் போச்சி. கொஞ்சநஞ்சம் வாங்கின கடனலாம் எவன் அடைப்பான். சொசயிட்டில போன தடவ உரம் வாங்குன கடனயே இன்னும் அடைக்கல. அவன் வேற தண்டோரா போட்டு ஊரெல்லாம் நம்பள நாறடிப்பான். பொண்டாட்டி நக வேற மூக்காமக் கெடக்குது." கனகசபையிடம் புலம்பினார் நடுப்புள்ளை.

"ஏதோ இவருக்கு மட்டும்தான் கடன் இருக்குற மாதிரி பேசுறாரு. ஊர்ல எல்லாப் பயலுக்கும்தான் கடன் இருக்கு. அடுத்த தடவ எலெக்சன் வந்தா எல்லாத்தையும் தள்ளுபடி பண்ணப்போறான்." கனகசபை கதையளந்தார்.

"ஆமாம் நான் உன்னமாதிரி ரோசம் கெட்டவனாடா?"

"ரோசம்ன்னா இப்பவே போயி கடனக் கட்ட வேண்டியதுதான?"

"எலே எடக்குமடக்காப் பேசுனா, என்கிட்ட ஒத வாங்குவ. வாங்குன கடனக் குடுக்கலன்னா எனக்குத் தூக்கம் வர மாட்டேங்குது." என்றார் நடுப்புள்ளை.

"ஆமாம் இவரு அரிச்சந்திரன் வூட்டுக்குப் பக்கத்து வூட்டுக்காரரு. சொசையிட்டிக்காரன் தண்டோரா போட்டு மயிரப் புடுங்குனான்.

அவன் பாட்டுக்கு ரோட்ல கத்திக்கிட்டுப் போவட்டுமே. இவனெல்லாம் பாத்தா நாம குடும்பம் நடத்த முடியுமா?" வீராவேசம் பேசினார் ஓட்டச்செக்கு.

இரண்டு, மூன்று வாரம் ஆனது. மழையைக் காணோம். பனையடியை நம்பி நிறைய குடும்பங்கள் தலைமுறை தலைமுறையாக வாழ்ந்து கிடக்கிறது. போன தலைமுறையெல்லாம் மண்கிணற்றில் வேளாண்மை பார்த்தவர்கள். மண்கிணற்றில் ஏற்றம் ஓடுவது கடினமான வேலை. ஒரு காணிக்கு ஒரு மண்கிணறாவது இருக்கும். கிணற்றுப் பக்கத்தில் நுணா மரம் இருக்கும். மஞ்சள் பூவில் பாய் விரிக்கும். இந்த நுணா மரத்தை வெட்டிதான் நுகத்தடி செய்வார்கள். நுணாப் பழம் நன்றாக இருக்கும். கொஞ்சம் நமநமக்கும். கோடையில் தண்ணீரின் மட்டம் எட்டுப் பத்து அடி கீழே போகும்.

இதற்கு மேலேயும் நடுப்புள்ளையால் தாங்க முடியவில்லை. "சின்னப்பயல, நாளைக்கிக் காலைல கெணத்துக்கு ராமையன வரச்சொல்லு. நீயும் தமிழும் சீக்கிரமே வந்துடுங்க."

ராமையன் ஐந்து மணியிலிருந்து ஏற்றச் சாடியையும் ஏற்ற மரத்தையும் சரிசெய்துகொண்டு உட்கார்ந்திருந்தார். "என்ன ராமையா மேல ஏத்தம் ஓடுறியா? இல்ல கீழச் சாடியப் புடிச்சித் தண்ணி எறைக்கிறியா?" கேட்டார் நடுப்புள்ளை.

"வேணாம் வேணாம். இன்னிக்கி நான் ஏத்தமே ஓடுறேன். ரெண்டு நாளா இடுப்பு வலிக்குது. ஒரு நாளைக்கி ரெண்டு மண்கெணறு தண்ணிய எறைக்கறதுக்குள்ள தாவுவாங்கிடுது."

"இடுப்புச் செத்த பய, நீ ஏத்தமே ஓடு. நான் தண்ணி எறைக்கிறேன்."

தண்ணீர் இறைக்கும்போது ஒவ்வொரு சாடிக்கும் குனிந்து குனிந்து நிமிர வேண்டும்.

"தமிழு, நீ ஓட்டுத்தண்ணி எற. சின்னப்பயல, நீ வாய்க்கால்ல மடைய மாத்திவிடு."

வாய்க்காலில் ஓடிவரும் தண்ணீரைக் குண்டானில் மொண்டு மொண்டு நாலாப் பக்கமும் விசிறி அடித்தான் தமிழ். அரை வாய்க்கால் வரைக்கும் அடித்தான். "சின்னப்பயல, இப்ப நீ வா, நா மடைய மாத்திவிடுறேன். நீ மட்டும் முதுகு வலிக்காம வேல பாக்கற." சின்னப் பயலும் தமிழும் அரைக்காணி ஓட்டுத்தண்ணீர் இறைத்தார்கள். கிணற்றிலும் தண்ணீர் குறைந்துபோயிற்று.

"எலே அடுத்த கிணறு தண்ணி இறைக்கலாம்டா." நடுப்புள்ளை சொன்னார்.

"ஆமாம் இவருக்கு அடுத்தவன் வலி வருத்தமே தெரியாது. இன்னிக்கே கல்லபோட்டு நாளக்கி வெட்டப்போறாரு. எல்லாம் சாயந்தரம் எறச்சிக்கலாம்." ராமையன் நடையைக் கட்டினான்.

"என்னடா நான்தான் அப்பவே சொன்னனே. இனிம உங்கள பெண்டக் கழட்டாம வுட மாட்டாருன்னு. ஓட்டுத்தண்ணி எறைச்சது எப்படி இருக்கு? புள்ளப் பெத்துக்கிறவளோட அதிகமா இடுப்பு வலிக்குமேடா." ஓட்டச்செக்கு வந்துசேர்ந்தார்.

"நாங்க எங்க அதப் பாத்தோம்."

"எல்லாம் போவப்போவத் தெரியும்டா."

மாமரத்துக்குக் கீழே தமிழும் சின்னப்பயலும் உட்கார்ந்திருந் தார்கள். "ஏன் மாமா, நீங்க தண்ணி எறக்கலயா?"

"நா மழைபெஞ்சாத்தான் கல்ல போடப்போறேன். இப்பத் தண்ணிய எறச்சிப் போட்டுட்டு அப்பறமா மழைபெய்யலன்னா என்ன பண்றது? போன வருஷம் பேஞ்சி கெடுத்தது. இந்த வருஷம் காஞ்சி கெடுக்குது."

"சாயந்தரம் ஓட்டுத்தண்ணி எறைக்கலாம். வறியா?" ஓட்டச் செக்கைச் சீண்டினான் தமிழ்.

"எனக்கு வேற வேலை இருக்கு."

"ஆமாம் பெரிய இந்த வேல இருக்கு."

"இங்க உக்காந்தா எனக்கு வேல வச்சாலும் வச்சிப்புடுவானுங்க." கிளம்பினார் ஓட்டச்செக்கு.

அக்கினி வெயில் அனலைக் கக்கியது. கானல்நீர் கொல்லையில் தெரிந்தது. வறண்ட காற்று புழுதியையும் வெப்பத்தையும் சுமந்து வந்தது. கொல்லையில் போட்ட சாணி எருவும் குப்பைக்கூளங்களும் மழை இல்லாததால் மேலே மிதந்தன. கொம்புசுத்திக் காற்று குப்பைக் கூளங்களைப் பக்கத்துக் கொல்லைக்கு அள்ளிச்சென்றது.

மாமரத்தின் கீழ் மேல்சட்டை இல்லாமல் துண்டைப்போட்டுச் சாய்ந்தான் தமிழ். வறண்ட காற்று உடம்பை வருடிச்சென்றது. பக்கத்தில் படுத்திருந்த உழவுமாடுகளும் கண்களில் உட்கார்ந்த ஈக்களை ஓட்டத் தலையாட்டின. காலையில் தார்க்குச்சியால் குத்தியதற்கான காரணங்களையும் உள்ளே தள்ளியிருந்த கடலைக் கொடியையும் சேர்த்து அசைபோட்டன. "இந்த மனுஷப்பயலுங்க நன்றி கெட்டவனுங்க. எப்ப அடிப்பானுங்க எதுக்கு அடிப்பானுங்கனே தெரிய மாட்டங்குது.

ஒருத்தன் தார் வச்சிக் குத்துறான். ஒருத்தன் சாட்டையால அடிக்கிறான். ஏர் ஓட்றப்ப வரப்புல இருந்த புல்லக் கரண்டுனதுக்கு இந்த அடியா? புள்ளப் பொண்டாட்டியெல்லாம் எப்படித்தான் வச்சிருப்பான்களோ!" யோசனையுடன் அசைபோட்டது ராசமாணிக்கத்துக் காளை. மரத்தில் இருந்த மைனாக்கள் தங்களுக்குள் எதையெதையோ பேசின.

நடுப்புள்ளைக்கு மனது கொதித்துக்கிடந்தது. "பக்கத்துக் கொல்லையில கல்ல மொளைச்சிடுச்சி. நம்ம இன்னும் தண்ணியே எறைக்கலையே. கொல்லை எப்பப் பச்சையாத் தெரியும். கிணத்துத் தண்ணியும் கீழே போயிட்டுருக்கு. இந்த ரெண்டு மண்கெணத்த வச்சி இந்த வருஷம் கல்ல வெட்ட முடியுமா? பனையடியில எல்லாரும் தண்ணி எறச்சி கல்லபோட ஆரம்பிச்சிட்டானுங்க. வேற வழியில்லை. நாமளும் கல்ல போட்டுத்தான் ஆவணும். ஒரு மழ பெஞ்சா எவ்வளவு நல்லாருக்கும். இந்த மானம் இடிஞ்சி எறங்க மாட்டேங்குதே. இந்த மண்ணோடயும் மழையோடயும் எவ்வளவு நாளைக்குத்தான் போராடறதுன்னு தெரியலையே." கவலைகளை அசைபோட்டுக் கண்ணயர்ந்தார் நடுப்புள்ளை.

"என்னா, அடுத்த கெணறு ஏத்தம் ஓடலாமா?" கேட்டுக்கொண்டே சாடியோடு வந்தான் ராமையன்.

"தமிழு எந்திரிடா. ஓட்டுத்தண்ணி எறைக்கப்போணும்." ஏத்தச் சாடியை தூக்கிக்கொண்டு சின்னப்பயலும் தமிழும் நடந்தார்கள். கிணற்றுக்குக் குறுக்கே இரண்டு மூங்கில் மரங்களைக் கட்டி அதிலிருந்து தண்ணீரை மொண்டு ஊற்றினார் நடுப்புள்ளை.

கிணற்றின் நீர்மட்டம் கீழே போகப்போக நீரூற்றுகளில் தண்ணீர் சுரக்கும் சத்தம் கேட்டது. கொல்லையில் இரண்டு பேரும் ஓட்டுத் தண்ணீர் இறைத்தனர்.

"என்னடா நான் ஒரு வாய்க்கா எறைக்கட்டுமா?" சொல்லிக் கொண்டே சுள்ளாணி வந்தார்.

"வாய்யா உனக்கு அடுத்த தடவ ஆம்பளப் புள்ளதான் பொறக்கும். வந்து தண்ணிய எற." குண்டாஞ்சட்டியை அவரிடம் கொடுத்தான் தமிழ்.

தண்ணீர் கண்ட பூமி குளிர்ந்திருந்தது. நடுப்புள்ளையின் மனதும் குளிர்ந்தது. பிறகு, இரண்டு நாள் நிலத்தைக் காயப்போட்டார். கடலை முளைக்கிற பதத்துக்கு நிலத்தைப் பதப்படுத்தினார். அவருக்கு அது ஒரு தவம். தமிழுக்கு, சின்னப்பயலுக்கு, சண்முகத்துக்கெல்லாம் அது ஒரு வதம்.

பலரையும் எழுப்பியது கோழி. "தம்பி சீக்கிரம் எந்திரிடா. சரக்குப் போடப்போவணும். கோழி கூவிச்சி பாரு. டீக்கடைலாம் பத்தவச் சிட்டானோ."

"இப்போ என்னமோ அங்க டீக்குடிக்கப் போறமாதிரிதான்." புரண்டுபடுத்தான் தமிழ்.

"எலே கொல்ல ஈரமா இருக்கறப்பயே சரக்குப் போடணும்டா" என்ற ராசக்குமாரி, "மாட்டக் கௌப்பற மாதிரித்தான் கௌப்பணும் இவன" என்றபடி மூஞ்சியில் தண்ணீர் அடித்தார். 'திடுபுடுன்னு' எழுந்து உட்கார்ந்தான் தமிழ்.

"இவனுக்கு எப்பத்தான் விடியுமோ." பல்லவி பாடினார்.

தொல்லை தாங்காமல் எழுந்தான். ஒரு சொம்பு நீராகாரம் கிடைத்தது. தோளில் ஏர்க் கலப்பையையும் தலையில் உர மூட்டை யையும் எடுத்துக்கொண்டான் தமிழ். நடுப்புள்ளை கையில் மாட்டைப் பிடித்துத் தலையில் சரக்கு மூட்டையை எடுத்துக்கொண்டார்.

விடியலை நோக்கி நடந்தார்கள். காலையில் எழுவது கொடுமை யாக இருந்தாலும் குளிர்க்காற்று இதமாக இருந்தது. ரம்மியமான பொழுது. இன்னும் சூரியன் உதிக்கவில்லை. தமிழுக்குப் பள்ளி செல்வதில் ஆர்வமில்லை. பன்னிரண்டு மணி வரை வேலைசெய்வது. மதியச் சோறு எடுத்துச்செல்வது. மாலை வரை கொல்லையில் கிடப்பது. பழக்கமாகிப்போனான் தமிழ்.

புற்களின் மேல் இருந்த பனித்துளிகள் உலர ஆரம்பித்துவிட்டன. பீவண்டுகள் உருட்டிக்கொண்டிருந்தன. வீட்டின் பின்புறம் உள்ள கொல்லையில் 'வெளிக்கிப் போக' பெண்களும், ஏரியை நோக்கி ஆண்களும் வேகமாகப் போனார்கள். டீக்கடை பாய்லர்களில் கரியைப் போட்டு ஊதினார்கள். பால் ஊற்றுபவனுக்காகச் சில கடைகள் காத்துக்கொண்டிருந்தன. "தண்ணீ சூடாகல" என்றான் டீக்கடைக் காரன்.

"என்னா இன்னைக்கிச் சரக்கு போடுதா?" கேட்டுக்கொண்டே, சிவசாமி ஏர்க் கலப்பையுடன் ஒழுங்கையில் சென்றார். "நாளைக்கி தான் நான் போடப்போறேன்."

செவ்வாழை பண ஏர் ஓட்ட வந்திருந்தான். சின்னப்பயலும் கொல்லைக்கு வந்துவிட்டான். இருவரும் ஆறு மணிக்கே ஏர் பூட்டினார்கள். பின்னால், செகப்பியும் கருவாச்சியும் பயிர் போட்டுக் கொண்டு வந்தார்கள்.

உரத்தை நிலத்தில் விசிறி அடித்தான் தமிழ். வரப்புகளை அண்டை கழித்தான். பத்து மணிக்குக் கம்பங் கூழும் வறுத்த மிளகாயும் கிடைத்தன. நடுப்புள்ளையும் சண்முகமும் அடுத்த வயலில் வேலைபார்த்தார்கள். மதியத்துக்குள் சரக்குபோட்டுக் கலைந்தார்கள் ஆட்களும் மாடுகளும். தமிழும் சின்னப்பயலும் மண்வெட்டியைப் பிடித்து, குனிந்து வாய்க்கால் கிழித்துப் பாத்தி கட்டி முடித்தார்கள்.

அது பரந்துவிரிந்த பாசன ஏரி. தூர்வாரப்படவில்லை. ஆங்காங்கே சிறுசிறு குட்டைகளாகக் காட்சியளித்தது. சுண்டிக்குழியிலும் தண்ணீர் வற்றியது. நிறைய கருவேல மரங்கள் இருந்தன. மழைக்காலங்களில் குருகுகளும் கொக்குகளும் நாரைகளும் உண்டு உறங்கிய இடம். அந்தக் குருகுகளும் கொக்குகளும் நாரைகளும் இரைதேடி எங்கும் போவதில்லை. காலையில் ஒற்றைக்காலிலும், மாலையில் இரண்டு கால்களிலும் நிற்கும். இப்போது ஏரி குளமாகிக் குளம் குட்டையாகி விட்டது.

மீன்குஞ்சுகள் வெளியே வரும் என்ற நம்பிக்கையில் குருகுகளும் நாரைகளும் இரைக்காக அங்கே ஏங்கிநின்றன.

நடுப்புள்ளையும் தமிழும் காத்துக்கிடந்தார்கள். 'கல்ல இன்னைக்கி மொளைக்கும். நாளைக்கி மொளைக்கும்' என்று. ஒரு வாரத்திற்குப் பிறகு நான்கில் ஒரு பங்குக் கடலையே முளைத்தது. வழுக்கை விழுந்தவன் தலைபோல் காட்சியளித்தது நிலம். மீண்டும் களைக்கொத்தியை வைத்து விதைபோட சரக்கும் இல்லை, சக்தியும் இல்லை.

வறண்ட காற்று குளிர்ந்த பூமியை வறுமையாக்கியது. இப்போது வானம் வசப்படவில்லை. மண்கிணறுகள் மங்கிப்போயின. தண்ணீர் மட்டம் குறைந்துகொண்டே சென்றது. வறட்சி தாண்டவமாடியது. முளைத்த செடிகள் கருகத் தொடங்கின. சவலைப்பிள்ளையாகின கடலைச் செடிகள்.

மண் முட்டி பயிர் எழும்போதெல்லாம் விண் முட்டி எழுவார். அவரின் உயிராய் மண்ணில் விழுந்த பயிர் இப்போது எழவில்லை. இயற்கையோடு இணைந்து வாழ்வது ஒருதலைக் காதலாகத் தோன்றிற்று அவருக்கு. ஆனால், கடலை மேல் இருந்த காதல் விசித்திரமானது. அதற்காக அவர் மடலேறவும் தயங்கியதில்லை. அவருக்கு மிஞ்சியது நிலத்தில் இட்ட சாணமும் உரமும்தான். வறுமை சூறையாடியது. ஆனால், நடுப்புள்ளை போராளி. தமிழும் அவ்வாறே நடைபயின்றான்.

5

பூலாங்குள ஏரிக்கரையில் தமிழ், ரவி, வெள்ளக்குண்டு, அழகேசன் சிதறி ஓடினார்கள். அய்யம்பேட்டை வாத்தியார் டேவிட் சைக்கிளில் துரத்தினார். "டேய் அவனோல புடிடா." ராமையனும் துரத்தினான். அழகேசன் மட்டும் மாட்டினான். "ஏன்டா ஒரு வாரமா பள்ளிக்கூடம் பக்கமே வரல. வூட்ல போயிக் கேட்டா, ஒப்பன் கொல்லைக்குப் போய்ட்டாங்குறான். நீங்க என்னடான்னா, இங்கக் கோட்டிப்புள்ளும் கோலிக்குண்டும் வெளையாண்டுட்டு இருக்கீங்க." பிரம்பால் இரண்டு இழு இழுத்தார்.

அழகேசன் அழுதுகொண்டே பள்ளி சேர்ந்தான். அன்றைக்கு அவனையும் சேர்த்து ஆறு பேர் மூன்றாம் வகுப்பிற்குக் கிடைத்தார்கள். அவனுக்கு அவமானமாக இருந்தது. அடுத்த நாள் டேவிட் பன்னிரண்டு மாணவர்களின் பெற்றோர்களைப் பள்ளிக்கு அழைத்தார். எட்டு பேர் வந்தார்கள். "எல்லாரும் உங்கப் பசங்களப் படிக்கவக்கிறீங்களா? இல்லையா?"

“ஆமாம் இவனுனோ படிச்சி நாளைக்கி கலெக்டர் ஆவப் போறானோ?” பின்னாலிருந்து குரல் கொடுத்தார் கூழ்ப்பானை.

“இவன் பள்ளிக்கூடம் போனா ஆடு யார் மேப்பா? என் பயக் கொல்லைல தண்ணி கட்டிட்டுத்தான் வருவான்.” டேவிட்டுக்குக் கட்டளை போட்டார் செல்வராசு.

“கள எடுக்கப் போனாலும் ரெண்டு காசு கிடைக்கும். அதையும் இந்த வாத்தி வுட மாட்டார்போல. ரவிய இன்னும் ரெண்டு நாளு கழிச்சி பள்ளிக்கூடம் அனுப்புறேன்.” முனகிக்கொண்டே நின்றான் சடையாண்டி.

“படிச்சா, உங்கப் பசங்களுக்கு அரசாங்க வேல கிடைக்கும். கை நெறைய காசு கிடைக்கும். நான்கூட படிச்சத் தொட்டுத்தான் இந்த ஊர்ல வாத்தியார் வேலைக்கு வரேன். உங்கப் பசங்களப் படிக்கவய்ங்க.” டேவிட் சார் எல்லோரிடமும் கெஞ்சினார்.

“ஆமாம் நீங்கதான் வேல வாங்கித் தரப்போறிங்களா? படிச்சவன் பாட்டக் கெடுத்தான். எழுதுறவன் ஏட்டக் கெடுத்தான். இந்த ஆளு சம்பளம் வாங்கறத்துக்குப் பசங்களப் பள்ளிக்கூடம் வரச்சொல்றாரு.” சாந்தப்பா சொல்லிக்கொண்டிருந்தார்.

“நீ சொல்றதும் வாஸ்தவம்தான்.” சடையாண்டி ஒத்து ஊதினான்.

“நான் உங்க எல்லார்கிட்டேயும் இன்னொரு மொற கேட்டுக்கிறேன். பசங்களப் பள்ளிக்கூடம் அனுப்புங்க. பிள்ளைங்களப் படிக்கவச்சாத் தான் பேட்டையக் காப்பாத்த முடியும்.” கூட்டத்தை முடித்தார் டேவிட்.

இருக்கையில் அலுப்புடன் அமர்ந்தார் டேவிட். ‘இந்தக் கிராமத் திற்கு நான்தான் தேவதூதன்’ என்று வந்தவர். மக்களோ அவரைச் சாத்தானாக நினைத்தார்கள். இது அவருக்கு முதல் பணியிடம். பிச்சைமுத்து ஆசிரியர் வந்தார். “என்னா சார்? இந்த ஊர்ல பசங்க பள்ளிக்கூடம் வர மாட்டேங்குறாங்க. துரத்திப் புடிச்சுக்கிட்டு வந்தாலும் அடுத்த நாள் ஓடிப்புடுறானுங்க. பசங்க இப்படின்னு நெனச்சா அவங்க அப்பனுங்க அதுக்கு மேல. நான் சம்பளம் வாங்கத்தான் அவங்களத் தொரத்துறேங்குறானுங்க. இன்னொருத்தன் என்னை வேல வாங்கித்தரச் சொல்றான். பொட்டப் புள்ளைங்களப் பள்ளிக்கூடம் பக்கம் தலைவச்சே படுக்க வுடலை. இந்த ஊர எப்படி சார் திருத்தறது?” புலம்பினார் டேவிட்.

“ஒரே நாள்ல இவங்கள மாத்த முடியாது. கொஞ்சம் கொஞ்சமாத் தான் மாறுவாங்க. இந்த ஊரப் பாத்திங்களா? எல்லாம் கூர வூடுதான். விவசாயத்தையும் சாராயத்தையும் நம்பி இருக்காங்க. பாதிப் பேருக்கு மேல கூலி வேலைக்கிப் போனாத்தான் சாப்பாடு. இவங்களுக்கு வயித்துப் பொழப்பு முக்கியம். அப்பறம்தான் படிப்பு.” சமாதானப் படுத்தினார் பிச்சைமுத்து.

மண் சுவர். கூரைக் கொட்டகை. ஐந்தாம் வகுப்பு வரை மண் தரை. கீழே பலகையில் மாணவர்கள் உட்கார வேண்டும். ஒன்றிரண்டு பெண் குழந்தைகள் தனியே அமர வேண்டும். வகுப்பறையில் வெயில் படும். கூரை மாற்றுவதற்கு நான்கு ஐந்து வருடங்கள் ஆகும். மழை பெய்தால் தண்ணீர் உள்ளே ஒழுகும். முன்னாலும் பின்னாலும் நான்கு ஐந்து வேப்ப மரங்கள். ஆறிலிருந்து எட்டாம் வகுப்பு வரை ஆஸ்பெஸ்டாஸ் போட்ட கட்டடம். சிமெண்ட் தரை. பெஞ்சு இருக்கும். கழிப்பறை கிடையாது.

கொல்லையிலிருந்து தமிழ் வந்தான். “எலே சீக்கிரம் பள்ளிக் கூடம் கௌம்புடா.” அம்மா கத்தினார். பழையசோற்றுடன் மோர் மிளகாயும் வந்தது. அள்ளி வாயில் போட்டுக்கொண்டு யூரியாச் சாக்கில் தைத்த பையில் சிலேட்டுப் புத்தகத்துடன் ஓடினான். சேகரும் வந்தான். பின்னால் சுப்ரவேலு வாத்தியார் சைக்கிளில் வந்து கொண்டிருந்தார்.

“எலே சேகர், வூட்டுப் பாடம் படிச்சியா.”

"இல்ல நீ?"

"நானும் படிக்கல. அப்ப இன்னிக்கி அடிதான்." சேகரும் தமிழும் வகுப்பினுள் நுழைந்தார்கள்.

பிச்சைமுத்து வாத்தியார் கூடை நிறைய குல்லாவுடன் வகுப்பிற்கு வந்தார். "ஏய் சுந்தரு இந்தக் கூடை பக்கத்துல படுத்துக் கண்ண மூடுடா."

தமிழ், ரவி, வெள்ளக்குண்டு, அழகேசன், சேகரை அழைத்தார். "ஏய் ஆளுக்கொரு குல்லாவைத் தலையில மாட்டுங்கடா. இப்ப எரவானத்தப் புடிச்சுக்கிட்டுச் சுவத்து மேல ஏறுங்கடா." எல்லோரும் ஏறினார்கள்.

"எலே சுந்தரு" கண்ணைத் திறந்தான். "உன் குல்லாவக் கொரங்கு தூக்கிட்டுப் போயிடுச்சி. எப்படித் திரும்பி வாங்குவ?" கேட்டார் பிச்சைமுத்து.

"சார் ஒவ்வொரு கொரங்கா கல்லால அடிப்பேன். அதுங்க குல்லாவைக் கீழ போட்டுடும்."

"இன்னொரு மரத்துக்குத் தாவி ஓடிடும்டா. ரவி, நீ சொல்லு."

"சார் நான் என் குல்லாவைக் கீழ போடுவேன்."

"கரெக்ட். சரியாச் சொன்ன. சுந்தரு நீ அப்படியே செய்." இப்போது எல்லாக் குரங்குகளும் குல்லாவைக் கழற்றிக் கீழே போட்டன.

தமிழ் மட்டும் குல்லாவைக் கீழே போடவில்லை. "நீ ஏன்டா போடல?"

"இல்ல சார். குல்லா விக்கிறவன் வருஷா வருஷம் இப்படி ஏமாத்தி, குல்லாவைத் திருப்பி வாங்கிப்புடுவான். நீ இந்த வருஷம் ஏமாந்துடாதன்னு எங்கப்பா சொல்லி அனுச்சார் சார்." வகுப்பறை சிரித்தது.

"உங்கப்பன் நல்லாத்தான்டா சொல்லிக்குடுத்திருக்கார்." குரங்கு குல்லாக் கதையை வித்தியாசமாகச் சொல்லிக்கொடுத்தார் பிச்சைமுத்து.

தமிழாசிரியர் மேல் தமிழுக்கு ரொம்பப் பாசம். "இவருதான்டா எல்லாப் பாடத்தையும் நல்லாச் சொல்லித் தர்றார்." சேகரிடம் கூறினான்.

"ஆமாம் ஒன்ன மட்டும் சரியா அடிக்கறது இல்ல. அதனால நீ இப்படிப் பேசுற. நேத்திக்குத் திருக்குறள் சொல்லுலன்னு, அந்த வாத்தி அடிச்சது ராத்திரி முழுசும் வலிச்சுது தெரியுமா?"

"என்னடா அங்க பேச்சு?" வாயை மூடிக்கொண்டார்கள் இருவரும்.

இடைவேளை மணி அடித்தது. சேகரும் தமிழும் தும்பைச் செடிக்குச் சிறுநீர் பாய்ச்சினார்கள்.

"என் செடிதான்டா சீக்கிரம் சாவும்."

"போடா என் செடியில் பூவெல்லாம் கருக்கிப்புடிச்சி."

"அடுத்து கணக்கு வாத்தியார் ஆறாம் வாய்ப்பாடு கேப்பாரே. என்னடா பண்றது."

"கவலைப்படாத. கீழ குனிஞ்சிக்கிட்டு நான் சொல்றேன். நீ எந்திரிச்சி நின்னு பதிலு குடுத்துடு." ஐடியா கொடுத்தான் தமிழ்.

நாராயணசாமி வாத்தியார் உள்ளே நுழைந்தார். "தமிழு எந்திரிடா. ஆறாம் வாய்ப்பாடு சொல்லு."

சேகர் பெருமூச்சு விட்டான். தமிழ் சொல்லி முடித்தான்.

"ஏன்டா கால் சட்ட ஈரமாயிருக்கு?" வகுப்பறை அவனைப் பார்த்து சிரித்தது.

"சார் அது வந்து... தண்ணி குடிக்கப் போனேன்."

"அப்பறம் மேல்சட்டையுமில்ல ஈரமாயிருக்கணும்?"

"அவசரத்துக்குப் பொறந்தவன. பொறுமையா இருக்கணும்டா."

"மணி அடிச்சதும் பாதியிலே ஓடியாந்துட்டான் சார்." சேகர் போட்டுடைத்தான்.

வயித்துவலிக்கி முன்னால் காலையில் கைகட்டி நின்றுகொண்டிருந்தார் வடிவேலு வாத்தியார். "அய்யா வரச்சொன்னிங்களாம்."

"ஆமாண்டா என்னடா பண்ணுன என் பயல." வயித்துவலி உறுமினார்.

"அய்யா புரியலைங்கள."

"ஒப்பன் என்னுகிட்ட வேல செஞ்சிகிட்டு இருக்கான். இன்னும் போன வருஷம் வாங்குன கடனக்கூட திருப்பித் தர்ல. ராமனை நேத்திகுச்சால இந்த அடி அடிச்சிருக்க. அவன் முதுவு, கையெல்லாம் வீங்கிப் போச்சி. இந்தப் பய இனிமே பள்ளிக்கூடம் போவ மாட்டேன்னு அடம்புடிக்கிறான். என் தலமொறையில ஒருத்தனாவது படிச்சி வெளியே போவான்னு நான் கனவு கண்டுக்கிட்டு இருந்தா, அதுல மண்ணவாரிப் போட்டுட்டியே. அவனுக்குக் கணக்குப் பாடம் சரியா வராதுன்னு தெரியுமில்ல. கழிக்கச் சொல்லிக் குடுத்திருக்க. அதுவும் பக்கத்துல கடன் வாங்கிக் கழிக்கச் சொல்லிருக்க. ஊரெல்லாம் வட்டிக்கி நான் கடன் கொடுக்கிறேன். நீ என்னடான்னா என் பயலக் கடன் வாங்கிக் கழிக்கச் சொல்லிருக்க. இப்பயே கடன் வாங்கச் சொல்றியே. அவன் வெளங்குவானாடா?"

"இல்லீங்க அய்யா. அது கணக்குப் பாடத்துல அப்படித்தாங்க வரும்." வடிவேலு விளக்கினார்.

"எலே எனக்கே நீ கணக்குச் சொல்லித் தர்றியா? உன்கிட்ட என் புள்ள படிக்க மாட்டான் போடா. நான் உன் அப்பன வச்சிப் பாத்துக்கிறேன். பண்ணவேல செய்யற பயலாம் என் புள்ளைக்கிப் பாடம் சொல்லித்தர வந்துட்டானுங்க." சொல்லிக்கொண்டே எழுந்து சென்றார் வயித்துவலி. சாதியைச் சொல்லித் திட்டியது ஆசிரியருக்கு வருத்தமாக இருந்தது.

தலைமை ஆசிரியரிடம் நடந்ததை விவரித்தார். ஆசிரியர் கூட்டத்தில் விவாதிப்போம் என்றார்.

பின்னால் இருந்த மாமரத்தில் குயில் கூவியது. கல்யாண முருங்கையிலிருந்து சிவப்புப் பூக்கள் உதிர்ந்தன. மாணவர்கள் வகுப்புகள் முடிந்து கூடு நோக்கிச் செல்லும் பறவைகள்போல் வீடு நோக்கி நடந்தார்கள். வெப்பம் தணிந்திருந்தது.

வகுப்புகள் முடிந்து ஆசிரியர்கள் தலைமை ஆசிரியர் அறையில் கூடினார்கள். ஆசிரியர் கூட்டம். அடுத்த வாரம் மாவட்டக் கல்வி

அலுவலர் வருவதையும் மாணவர் தரத்தை உயர்த்துவது பற்றியும் பேசப்பட்டது. வடிவேலு ஆசிரியருக்கு ஏற்பட்ட அவமானத்தையும் டேவிட் கூறினார். ராமனின் அப்பா நடந்துகொண்ட விதத்தை விளக்கினார். அதனால், அடுத்த வாரம் ஊர் நாட்டாமைக்காரர்களை அழைத்துப் பேச வேண்டும் என்று முடிவெடுத்தார்கள்.

பேட்டையை நோக்கி முதன்முதலாக ஒரு ஜீப் வந்தது.

"நெல்லு வயல்ல ஆடு நுழையுது. அத இந்தப் பக்கம் ஓட்டிவிடு." பூமிநாதன் மகனுக்குக் கட்டளையிட்டான்.

செம்மறியாடுகளையும் எருமைகளையும் ஒதுக்கி வழிவிட்டுக் கொண்டிருந்தான். "ஏதோ கொழாச் சட்ட போட்டவன் வண்டில போறானோ. எங்க போறானோன்னு தெரியலையே." மகனிடம் சொன்னான் பூமிநாதன்.

மாவட்டக் கல்வி அலுவலருக்குச் சிறப்பான வரவேற்பை அளித்தார் டேவிட். பள்ளியை விசாரிக்கும் முன் ஊரை விசாரித்தார். "இந்த ஊர்ல குடிகாரப்பயலுங்க நெறைய இருக்கானுங்க சார். பசங்களப் பள்ளிக்கூடம் அனுப்பச் சொன்னா வேல வாங்கித் தருவியான்னு கேக்குறாங்க. சில ஆசிரியர்களைத் தரக்குறைவாக நடத்துறாங்க சார்." டேவிட் பதிலளித்தார்.

மாவட்டக் கல்வி அலுவலர் வகுப்பறைகளைப் பார்வையிட்டார். மூன்றாம் வகுப்பில் நுழைந்தார். மாணவர்கள் எழுந்து வணக்கம் சொன்னார்கள். 'இடிச்சபுளி எழலாமா, வேண்டாமா?' என்ற யோசனையில் இருந்தான். அவனைப் பென்சிலால் குத்தினான் குமார். ஆவென்று எழுந்தான். "டேய் நீ ஏபிசிடி சொல்லு."

அவனும் ஏபிசிடி சொல்லி முடித்தான். "மேல சொல்லுடா." இடிச்சபுளி விழித்தான். அதற்கு மேல் அவனுக்குத் தெரியவில்லை.

கல்வி அலுவலரை அடுத்த வகுப்பிற்கு டேவிட் கடத்திச்சென்றார். "இங்கிலீஸ்காரன் ஊர விட்டு போய்ட்டான். இங்கிலீச வச்சி நம்மளக் கொல்றாங்க." இடிச்சபுளி சலித்துக்கொண்டான்.

நான்காம் வகுப்பில் திருக்குறள் கேட்டார். சேகரும் தமிழும் சொல்லி முடித்தார்கள். சமைக்கும் இடத்தைச் சுற்றிப்பார்த்தார். பிறகு, தலைமை ஆசிரியர் அறையில் ஆய்வு நடைபெற்றது. "அம்மைக்குத் தடுப்பூசி போட்டாச்சா?" என்றார்.

அடக்க முடியாமல் சிரித்தார் மாரியப்பன். "சார், போன வாரம் நாலாப்பு பன்னீருக்குத் தடுப்பூசி போட்டாங்க. கைலருந்து ஊசிய

எடுக்கறத்துக்குள்ள ஊசியோட ஓடிப்புட்டான் அவன். பெறவு, தொரத்திப்போய் புடுங்கிக்கிட்டு வந்தோம். இந்த ஊர் அறியாமைல இருக்கு. தடுப்பூசி போட யாரும் வரல."

"அதப் புரியவைக்க வேண்டியதும் நம்ம வேலதான்" என்றார்.

மாவட்டக் கல்வி அலுவலர் ஆய்வு முடிந்து, புறப்படும் முன் அறிவுரை வழங்கினார். "நிறைய பேர் படிக்க வந்தா புதுக் கட்டடம் கட்ட நிதி கிடைக்கும்னு ஊர்க்காரங்ககிட்ட பேசிப்பாருங்க" என்று கூறிவிட்டுப் புறப்பட்டார்.

காளியம்மன் கோயில் வேப்பமரத்தில் ஊர் கூடியது. நாட்டார்கள் வந்தார்கள். ஆசிரியர்களும் வந்தார்கள்.

"தமிழு, வாத்தியார மேடையில உட்காரச்சொல்லு." பெரிய நாட்டார் கட்டளையிட்டார். சேகர் உதவிபுரிந்தான்.

டேவிட் ஆரம்பித்தார். "பழைய பல்லவியப் பாடப்போறான் இந்த ஆளு." பின்னாலிருந்து குரல் கொடுத்தார் சடையாண்டி.

பெரிய நாட்டார் சத்தம் போட்டார். "ஏய் அமைதியா இருக்கணும்."

"என்னத்தச் சொல்லப் போறார். நம்பள ராத்திரிக்குப் பள்ளிக் கூடம் கூப்புடுறாங்க. பசங்களப் பகல்ல கூப்புடுறாங்க. வயித்த யார் கழுவறது." வயித்துவலி சத்தம் போட்டான்.

குள்ள நாட்டார் குரல் கொடுத்தார். "எல்லாம் நம்ம நல்லதுக்குத் தான் சொல்றாங்க. நாம கேட்டு நடந்துக்குவோம்."

டேவிட் ஆரம்பித்தார். "வீட்டுக்கு ஒரு புள்ளையையாவது படிக்க அனுப்பிவைக்கணும். குறிப்பாப் பொம்பளப் புள்ளைங்கள படிக்கவைக்கணும்."

"அதெல்லாம் முடியாது. பொம்பளப் புள்ளைங்க படிச்சா மாப்பிள யார் பாக்கறது. அப்பறம் யாரையும் மதிக்க மாட்டாளுங்க." சுந்தரேசன் குரல் எழுப்பினார்.

"நாங்க புள்ளைங்கள எங்க இஷ்டத்துக்குத்தான் பள்ளிக்கூடம் அனுப்புவோம். நீங்க பெயில் போடக் கூடாது." கட்டளை போட்டார் கிருஷ்ணமூர்த்தி நாட்டார்.

டேவிட் தொடர்ந்தார். "அப்படியெல்லாம் பேசக் கூடாது. படிச்சா மட்டும்தான் ஊரும் நாடும் முன்னேறும். வீட்ல குழந்தைங்க படிக்கிறாங்களா, வீட்டுப் பாடம் செய்றாங்களான்னு தினம் பாக்கணும்."

சிவப்பிரகாச நாட்டார் 'சரி' என்று தலையாட்டினார்.

“போன வாரம் சரியா பாடம் படிக்காத மாணவனை அடிச்சதுக்கு, இந்த ஊர்ல வாத்தியாரக் கூப்ட்டுத் திட்டியிருக்காங்க. இப்படியிருந்தா நாங்க ட்ரான்ஸ்பெர் வாங்கிட்டு வெளியூர் போய்ட வேண்டியதுதான்” என்றார் தலைமை ஆசிரியர்.

“நாங்க ஊரக் கட்டுப்படுத்துறோம். யாருன்னு சொல்லுங்க.” பெரிய நாட்டார் கேட்டார்.

“பேர இங்கச் சொல்லல; நீங்க வாத்தியார மதிக்கணும். தரக்குறைவா யாரையும் நடத்தக் கூடாது; குறைஞ்சது அம்பது பசங்களாவது கூடுதலா அடுத்த வருஷம் படிக்க அனுப்பணும். இதுக்கெல்லாம் சரின்னா இந்த ஊருக்குப் புதுக் கட்டடம் நாங்க வாங்கித்தருவோம்” என்று முடித்தார்.

பெரிய நாட்டாரும் மற்றவர்களும் “சரி சரி” என்று ஆமோதித் தார்கள்.

காக்கிக் கால்சட்டை, புது வெள்ளை மேல்சட்டை கிடைத்ததில் தமிழுக்கு மகிழ்ச்சி. பள்ளித் திறப்பு நாள். நான்காம் வகுப்பு ஆசிரியர் எல்லோரையும் வரிசையில் நிறுத்திப் பெயர் படித்தார். உள்ளுக்குள் எல்லோருக்கும் பயம். “எவெவேன் பேரு இருக்கோ அவனெல்லாம் அஞ்சாம் வகுப்புக்குப் போ. மீதியெல்லாம் இங்கேயே நில்லு” என்றார். தேர்ச்சி பெற்றதில் தமிழுக்கு மகிழ்ச்சி. சேகரும் தேர்ச்சி பெற்றிருந்தான். அன்று வீட்டிற்கு வந்து அனைவருக்கும் மிட்டாய் வழங்கினான். நடுப்புள்ளை சாயந்திரம் புத்தகங்களுக்கு அட்டை போட்டுக் கொடுத்தார். தமிழும் சேர்ந்து அட்டை போட்டான்.

பள்ளி செல்லும் முன் கொல்லைக்குத் தமிழ் செல்வது கட்டாயம். பனையடியில் கடலைக்குத் தண்ணீர் பாய்ச்சிவிட்டுப் பள்ளி செல்ல வேண்டும். நடுப்புள்ளைக்குக் காலையில் சோறு கொடுக்க வேண்டும். நாளடைவில் கொல்லைக்குச் செல்வதில் ஆர்வமாகிப்போனான் தமிழ். பள்ளிக்குச் செல்வதில் தடை ஏற்பட்டது. சில நாட்கள் அம்மாவிடம் விடைபெற்றுவிட்டுப் பள்ளிக்குச் செல்லாமல் இருந்தான். சில நாட்கள் பள்ளி செல்லாமல் முரண்டுபிடித்து வீட்டில் இருந்தான். புளிய மிளாருடன் “உனக்கு இன்னிக்கிப் பொறந்த நாள்தான்டா” என்று விளாசினார் நடுப்புள்ளை.

தமிழுக்குப் புரியவில்லை. பேய் விரட்டுவதைப் போல் அடித்து விரட்டினார். முதுகில் ரத்தக்கோடுகள் தெரிந்தன. அன்று படிப்பதற்கு ஓட ஆரம்பித்ததுதான், இன்றும் தொடர்கிறான்.

கூரைக் கொட்டகையின் மேல் வேப்பமர நிழல் எப்போதும் இருந்தது. அவ்வப்போது மைனாக்கள் பாடங்களைக் கவனித்துக் குரல்கொடுத்தன. காக்கைகள் மதிய உணவு இடைவெளிக்கு முன் நேரத்தைத் தெரிவித்தன.

வடிவேலு வகுப்பாசிரியர். "எல்லோரும் இங்க வாங்க" என்று அழைத்தவர், "இந்த டம்ளர்ல முட்டை மிதக்குது. இதுல மிதக்கல. இதுக்கு என்ன காரணம்?" என்று கேள்வி கேட்டார்.

"சார் அது கூமுட்டை" என்றான் தமிழ்.

"அது நீதான்" என்றார் ஆசிரியர். வகுப்பே சிரித்தது.

"அழகேசா நீ சொல்லு."

"உள்ளாற இருந்த கருவை யாரோ குடிச்சிப்புட்டாங்க சார்."

"இவன்தான் குடிச்சிருப்பான்." சேகர் பக்கத்திலிருந்து முனகினான்.

"இந்தத் தண்ணில உப்பு அதிகமா போட்டிருக்கேன். தண்ணியோட அடர்த்தி அதிகம். அதனால முட்ட மெதக்குது. அந்த டம்ளர்ல எதுவும் போடல அதனால் முட்ட தண்ணிக்குள்ள போயிடுச்சி." ஆசிரியர் விளக்கினார். மதிய உணவு மணி அடித்தது.

பூவரசு இலைகளில் சுடச்சுட கோதுமைச் சோற்றை வாங்கினான் தமிழ். சேகருடன் உட்கார்ந்தான். "இந்த வருஷம் வடிவேலு வாத்தியார் நம்பள அடிச்சே வேல வாங்கிப்புடுவார்." சேகர் சொல்லிக்கொண்டே சாப்பிட்டான்.

"இல்லடா வூட்டுப் பாடம் அதிகமாப் படிக்கச் சொல்லுவார்" என்றான் தமிழ்.

ஒரு நாள் கஞ்சியும், ஒரு நாள் கோதுமைச் சோறும் கிடைத்தன. கஞ்சி ஊற்றுகிற அன்றைக்குப் பையில் அலுமினியத் தட்டு இருக்கும்.

பெண்களும் பள்ளிக்கூடம் வர ஆரம்பித்தார்கள். கழிப்பிட வசதிகள் இல்லை. ஆசிரியர்களுக்கும் அதே நிலைதான். வேலி மறைவிலும் பள்ளிக்குப் பின்னாலும் சிறுநீர் கழித்தார்கள். மலம் கழிக்க மாணவர்கள் பின்னால் ஏரிக்கு ஓடுவார்கள். திடீரென வாத்தியாரிடம் சொல்லாமல் ரவி ஓடினான். "டேய் அவனப் புடிடா" என்றார். வெள்ளக்குண்டு பாதி தூரம் ஓடிவிட்டு வந்தான்.

"ஏன்டா அவனைப் புடிக்கல."

"சார் அவனைப் புடிக்க முடியாது சார். அவன் கால்சட்டைலயே கழிஞ்சிபுட்டான்." வகுப்பறையே சிரிப்பில் ஆழ்ந்தது.

“நீ அவனப் புடிக்கலையே.” வகுப்பினுள் விடுவதற்கு முன்பு உறுதிப்படுத்தினார் வடிவேலு ஆசிரியர்.

யாருக்காவது ‘வயித்தால’ போக ஆரம்பித்தால் அவர்களுடைய நிலைமை பரிதாபம்தான்.

“டேய் இனிமே எவனுக்காவது ஒன்னுக்கு ரெண்டுக்கு வந்தா முன்னாடியே சொல்லிப்புடணும். திடுதிப்புன்னு ஓடக் கூடாது” என்று கட்டளையிட்டார் ஆசிரியர்.

ஆறாம் வகுப்பை முடித்து வெளியூருக்குப் படிக்கச்சென்றான் தமிழ். ‘எட்டாம் வகுப்போடு படிச்சிக் கிழிச்சது போதும்’ என்று தன் மகனை நிறுத்திக்கொண்டார் கூழ்ப்பானை. மகளை எட்டாம் வகுப்பு வரை சுந்தரேசன் படிக்கவைத்தார். நீலகண்டன் எட்டாவது படித்து விட்டுக் கொல்லை வேலைக்குப் போய்விட்டான். வெள்ளக்குண்டு கொத்தனார் ஆனான். ஞானப்பிரகாசம் ஆறாம் வகுப்பிற்குப் பிறகு ‘சோசியம்’ பார்க்கச் சென்றுவிட்டான். அழகேசன் ஊரிலே டீக்கடை வைத்து வாழ்க்கை நடத்தினான். நிறைய மாணவர்களுக்கு எட்டாம் வகுப்புடன் படிப்பு முடிந்தது. பயிர்களுடனும் கால்நடைகளுடனும் உறவாடக் கற்றுக்கொண்டார்கள். எட்டாம் வகுப்பிற்கு மேல் வெளியூருக்குப் பெண்களை அனுப்ப யாருக்கும் துணிவில்லை.

ஒவ்வொரு முறையும் பள்ளியை நினைத்துப்பார்க்கையில் டேவிட்டும் பிச்சைமுத்துவும் வடிவேலுவும் நாராயணசாமியும் மாரியப்பனும் நினைவில் வராமல் இருப்பதில்லை. ஐந்தாம் வகுப்பு வரை புத்தகங்களைப் பார்த்து எழுதிய தேர்வுகளும், படிக்காமல் சென்றதற்கு முட்டிபோட்டு நின்ற இடங்களும் மீண்டும் அழைக்கின்றன. கூரைப் பள்ளிகளும் சிறுநீரில் குளித்த தும்பைப் பூச்செடிகளும் மாமரக்குயில்களும் வேப்ப மர மைனாக்களும் பேசியவை காதில் கேட்கின்றன. மதிய உணவிற்கு இலைகளைக் கொடுத்த பூவரசு பூத்துக்கொண்டே உள்ளது. இலைகளைப் பறிக்க யாருமில்லை. சிவப்புப் பூக்களை உதிர்க்க கல்யாணமுருங்கை மறப்பதில்லை. ‘கல்வியால் மட்டுமே பேட்டையை மாற்ற முடியும்’ என்ற டேவிட் ஆசிரியரின் வரிகள், அவன் நெஞ்சில் பசுமரத்து ஆணிபோல் பதிந்தன. ‘பள்ளியை மாற்றுவோம்’ என்ற உறுதியுடன் கடந்துசென்றான் தமிழ்.

6

இரவு ஏழு மணி. அலைபேசியில் செந்தில் அழைத்தான். யாருக்கு யார் ஆறுதல் சொல்வது என்று தெரியவில்லை. பெற்றெடுக்காத பிள்ளையாகத் தமிழை வளர்த்தவர். அவர் நோய்வாய்ப்பட்டிருந்தார். நீண்ட காலங்கள் வாழ்ந்திருக்க வேண்டியவர். அந்தத் துருப்பிடித்த கிராமத்திற்கு வந்த விடிவெள்ளி. தமிழ் மொழியை உயிராக நேசித்தவர். மாற்றுச் சிந்தனையாளர். அறிவொளி.

தமிழ் உறைந்துபோனான். வீட்டில் நிற்க முடியவில்லை. இரவு பத்து மணிக்குக் கடைசி விமானம். தில்லியிலிருந்து சென்னைக்கு உயர்தர வகுப்பில் ஒரே ஒரு இருக்கை. வாழ்நாளில் அதிகம் விலை கொடுத்து இருக்கையைப் பிடித்தான்.

சென்னையில் இரவு ஒரு மணிக்கு இறங்கிப் பேட்டையை நோக்கிப் பயணித்தான் தமிழ். இளமைக்கால நினைவுகளும் அனுபவங் களும் ஆழ்மனத்திலிருந்து பீறிட்டன. எத்தனையோ உறவுகள் இறந்த போதும் கனக்காத இதயம் விம்மிப்புடைத்தது. கண்ணீர் வழிந்தோடியது.

இமைகள் மூட மறந்தன. அவருடன் குடும்ப உறுப்பினராகச் சேர்ந்து பயணித்த பன்னிரண்டு ஆண்டுகள் கண் முன்னே நின்றன.

அறிவொளியும் நடுப்புள்ளையும் நண்பர்கள். அறிவொளி காட்டுமன்னார்கோயில் பக்கத்திலுள்ள பள்ளியிலிருந்து மாற்றலாகி வந்திருந்தார். "என்னய்யா, இந்த வருஷம் கல்ல நல்லா வெளைஞ் சிருக்கா? நீயும் கோமணத்தக் கட்டிக்கிட்டுக் காலைலருந்து சாயந்தரம் வரை மண்ணுல உழுந்துபுரள்ற. எதாவது கெடைக்குதா?" வாயைப் பிடுங்கினார் அறிவொளி.

"என்னத்தச் சொல்லச் சொல்ற. உனக்கு மாசச் சம்பளம்.. எங்களுக்கு மண்ணுல புரண்டாலும் ஒண்ணும் ஒட்ட மாட்டங்குது. போன வருஷம் வெள்ளத்துல கல்ல போச்சி. இந்த வருஷம் மழ பெய்ல. மொளைக்காமாப் போச்சி. அடுத்த வருஷம் எதாவது வருதான்னு பாக்கணும்." புலம்பினார் நடுப்புள்ளை.

"பசங்க எப்படிப் படிக்கிறானோ?"

"ஏதோ பள்ளிக்கூடம் போறானோ. என்னத்தப் படிக்கிறான்னு எனக்கென்ன தெரியும். அப்பப்ப இந்த ஊர் வாத்திங்க பஞ்சாயத்தத் தீக்கறதே பெரிய வேலையா இருக்கு."

"நல்லா படிக்கவைய்யா." சொல்லிவிட்டு சைக்கிளில் கிளம்பினார் அறிவொளி.

ஆறாம் வகுப்பு சென்றுகொண்டிருந்தான் தமிழ். காலையில் பனையடி போக வேண்டும். கடலைக்கு ஓட்டுத் தண்ணீர் இறைக்க வேண்டும். இல்லாவிட்டால் எள், மிளகாய்க்கு நீர் பாய்ச்சிவிட்டு வர வேண்டும். இப்போது நடுப்புள்ளை கொஞ்சம் மாறியிருந்தார். கொல்லைக்குக் காலையில் சென்றுவர சைக்கிள் கொடுத்தார். ராலே சைக்கிள். இரண்டாம் தலைமுறையிலும் கம்பீரமாக ஓடிக்கொண்டி ருந்தது. அது குடும்பத்தில் அதிக எண்ணெய்க் குளியல் கண்டது. நடுப்புள்ளை தினமும் தேங்காய் எண்ணெயால் அதைத் துடைப்பார். திண்ணை மேல் நிறுத்தி வேட்டியால் போர்த்திவைப்பார். இப்போது தமிழுக்குப் பொறுப்பு வந்ததாக எண்ணிக்கொண்டார்.

வீட்டுக்கு முன் இருந்த கல்பலகையில் உட்கார்ந்திருந்தார் நடுப்புள்ளை. "என்னய்யா கொல்லைக்குப் போவலையா? மணி எட்டு ஆச்சு. இன்னும் இங்க இருக்க. அதிசயமா இருக்கே." அறிவொளி கேட்டுக்கொண்டே வந்தார்.

"மாட்டுக்கு லாடம் கட்டுற பயலோ வரான்னு சொன்னாங்க. அதான் உக்காந்திருக்கேன்."

“நான் இந்த வருஷம் செங்கால் ஓடப் பக்கம் கல்ல போடலாம்ன்னு இருக்கேன்.”

“ஆமாம், நாங்கெல்லாம் கல்லப் போட்டு வெட்டிக் கிழிச்சிட்டோம். இப்ப இவரு கல்ல போடப் போறாராக்கும். பள்ளிக்கூடத்து வேலையப் போய் பாரய்யா.” அறிவுரை வழங்கினார் நடுப்புள்ளை.

“டேய் எத்தனாவது படிக்கிற?”

“ஆறாவது” சொல்லிக்கொண்டே ஓடினான் தமிழ்.

“டேய் என் வூட்டுக்கு வர்றியா? உன்னைப் படிக்கவைக்கிறேன்?” அறிவொளி கேட்டார்.

விழித்தான் தமிழ்.

அறிவொளி தொடர்ந்தார். “யோவ், உன் பையன அடுத்த வருஷம் நான் கூட்டிட்டுப் போறேன். என் பையன் கூட அவனையும் பள்ளிக் கூடம் அனுப்புறேன். என் வீட்ல தங்கிக்கிடட்டும்.”

“வந்தான்னா கூட்டிட்டுப் போ.” முடித்துக்கொண்டார் நடுப்புள்ளை.

தமிழ் ஆறாம் வகுப்பில் தேர்ச்சி பெற்றதும் நடுப்புள்ளை, செந்தில், தமிழ் மூவரையும் வரதராசன்பேட்டை டான்போஸ்கோ மேல்நிலைப் பள்ளிக்கு அழைத்துச்சென்றார் அறிவொளி. பெரிய

நுழைவாயில், கட்டடங்கள். கிறிஸ்தவ தேவாலயம். சாலையில் இருபக்கங்களிலும் அசோக மரம். மரத்திற்குக் கீழே நீர் சேமிக்கும் தொட்டிகள். பிரமித்துப்போனான் தமிழ். செந்தில், தமிழ் இருவருக்கும் ஏழாம் வகுப்பிற்கு நுழைவுத்தேர்வு வைக்கப்பட்டது. ஏபிசிடி எழுதச் சொன்னார்கள். தமிழ் தோல்வியுற்றான். அறிவொளியின் முயற்சியால் தமிழைப் பள்ளியில் சேர்த்துக்கொண்டார்கள்.

தலையில் எண்ணெய் வைத்துத் தலை சீவினாள் ராசக்குமாரி. மேல்சட்டைக் காலரில் அழுக்குப்படாமல் இருக்க கைக்குட்டையை மடித்துச் சொருகினாள். முகமெல்லாம் வெளுத்திருந்தது. அப்போதெல்லாம் பாண்ட்ஸ் பவுடர் பிரசித்தம். நெற்றியில் பட்டை. “டேய் நீ நல்லாப் படிக்கணும். நல்ல புள்ளன்னு பேர் வாங்கணும்.” அம்மா அறிவுரையுடன் அனுப்பினார். சைக்கிள் காத்திருந்தது. தகரப் பெட்டியில் இரண்டு கால்சட்டை. நான்கு மேல்சட்டைகளுடன் தமிழ் அறிவொளியின் வீடு நோக்கிப் புறப்பட்டான்.

அறிவொளி திருக்களப்பூரில் இருந்தார். மகன் செந்தில், இரு மகள்கள், துணைவியாருடன் வாழ்ந்தார். சொரட்டு ஓட்டுவீடு. வீட்டுக்கு நடுவில் தானியங்களைச் சேமிக்க பத்தாயம், சிறிய திண்ணை. பின்னால் சிறிய தோட்டம். கள்ளி முள்வேலி. பூக்களை உதிர்த்துக் கொண்டிருக்கும் பூவரசு மரங்கள். முன்னால் புளியமரம். பக்கத்தில் நூறு வருடத்திற்கு மேலான சிவன் கோயில். அங்குள்ள கோயிலை வருடத்திற்குப் பத்துப் பதினைந்து முறை ஐயர் திறப்பார். அவர் சிவனுக்குப் பூசை செய்தாரா, இல்லை சிவன் வெளியே போய்விடுவார் என்று பூட்டியே வைத்திருந்தாரா எனத் தெரியாது. எப்போதாவது அந்தக் கோயிலுக்குள் நுழைய வாய்ப்புக் கிடைக்கும். அந்தக் கோயிலுக்குப் பின்னால் ஏரி.

தமிழை எழுப்பினான் செந்தில். “தமிழு, வாடா ஏரிக்கிப் போவலாம்.”

“ஏன்டா?”

“அங்கதான் வெளிக்குப் போவணும். பல்லு வெளக்கிட்டு, குளிச்சுட்டு வரணும்.” ஏரிக்கு இருவரும் சென்றனர். தண்ணிப் பாம்பு நீந்துவதைப் படித்துறையில் நின்று பார்த்தனர். “தண்ணிப் பாம்பு கடிச்சாலும் விஷம் இல்ல” என்றான் தமிழ். “அப்படியா” என்று பாம்பின் மேல் தள்ளிவிட்டான் செந்தில். தமிழுக்கு அரைகுறை நீச்சல் மட்டுமே தெரியும். இரு உயிர்களும் பிழைத்தன. பாம்பு தப்பியது. கரையேறினான் தமிழ். தண்ணிப் பாம்புடன் விளையாடிவிட்டு வந்தார்கள்.

"என்னடா இவ்வளவு நேரமாச்சு, பள்ளிக்கூடம் போவலையா? கிண்ணத்துல சோறு வச்சிருக்கேன். தின்னுட்டுப் போங்கடா." இந்திராணி துரத்திவிட்டார். பழைய சோற்றுடன் தயிரும் மிளகாயும் கிடைத்தன.

தினம் நாற்பது கிலோமீட்டர் சைக்கிளில் பள்ளிக்குப் போய் வந்தார்கள். இருவருக்கும் புது சைக்கிள் கிடைத்தன. தினம் சைக்கிளைத் துடைக்க வேண்டும். கேரியரில் புத்தக மூட்டையை வைத்துக் கட்டுவார்கள். இருவருக்கும் போட்டி. மண்சாலைகளில் வேகமாகச் செல்வார்கள். இரு கைகளையும் விட்டுவிட்டு சாகசம் காட்டி ஓட்டியும் சறுக்கி கீழே விழுந்து காயங்களுடன் திரிந்தான் தமிழ். சைக்கிள் பயணம் இருவருக்கும் விளையாட்டே. தமிழுக்கு செந்திலைவிட அதிக வசதிகள் கிடைத்தன. செல்லப்பிள்ளையாக இருந்தான். இந்திராணிக்கு செந்தில் என்றும், தமிழ் என்றும் பாகுபடுத்தத் தெரியவில்லை. அறிவொளியின் துணைவியார் இந்திராணி. அவர்கள் அத்தை, மாமா என்றானார்கள் தமிழுக்கு.

வீட்டை விட்டு வெளியே வந்தது தமிழுக்குப் புதுசு. புதிய குடும்பம். திடீரென முளைத்த உறவுகள். தமிழ் இதுவரை சுயநலத்தில் வளர்ந்தவன். மற்றவர்களைப் பற்றிச் சிந்தித்தது இல்லை. தம்பி, அப்பா, அம்மா என்று வாழ்ந்தவன். அத்தையின் நடைமுறைகளும் பழக்கவழக்கங்களும் அவனை மாற்றின. சாப்பிட எது கிடைத்தாலும் அனைவருக்கும் கொடுக்கும் குணம்.

பக்கத்து வீட்டுப் பழனிவேலை டீ வாங்கிட்டு வரச்சொன்னார். டீயை அனைவருக்கும் கொடுத்துவிட்டு அமைதியாக உட்காந்திருந்தார் இந்திராணி. டீ அவருக்கு உயிர்.

"என்னா பெரியம்மா. வூட்டுக்கு யாரோ புதுசா வந்திருக்கிற மாதிரி தெரியுது." பழனிவேல் தமிழைப் பற்றி விசாரித்தார்.

"ஆமாண்டா அவனும் என் புள்ளதான். இங்கேயே தங்கிக்கிட்டு, செந்தில்கூட படிக்கப்போறான்." தான் பட்டினி கிடந்தாலும் மற்றவர்களைச் சாப்பிட வைத்துப்பார்ப்பதில் அவர்கட்கு அலாதி இன்பம். "ஊரான் பிள்ளையை ஊட்டி வளர்த்தால் தன் பிள்ளை தானே வளரும்" என்பார். தமிழையும் செந்திலையும் பிரித்துப்பார்த்ததில்லை. இருவருக்கும் ஒன்றாகத் துணி எடுப்பார். ஒன்றாகவே படிக்கவைத்தார். அத்தையின் அன்பும் பண்பும் தமிழின் சிந்தனையை மாற்றின. வறுமையின் பிடியில் இருந்தவன் தமிழ். இதெல்லாம் அவனுக்கு வியப்பாக இருந்தது. அத்தைக்குப் பட்டறிவு ஏராளம். படிக்காத மேதையிடம் நிறைய படித்தான். எதிர்பார்ப்பற்ற உதவி. தன்னலமற்ற எண்ணம். செதுக்கப்பட்டான் தமிழ்.

அறிவொளி காலையில் கொல்லைக்குப் போய்விட்டுப் பள்ளிக்குச் சென்றார். கால்சட்டையில் அவர் விவசாயி. வெள்ளை வேட்டியில் ஆசிரியர். செங்கால் ஓடைப் பக்கம் அவரது கொல்லை. தாழையும் சவுக்கும் நிறைந்த பகுதி. ஓடை ஓரத்தில் மண் அணையைக் கட்டுவார். அதில் நான்கு மாதங்கள் தண்ணீர் தேங்கும். அதை வைத்து ஒரு போகம் கடலை அறுவடை செய்வார் அறிவொளி.

செங்கால் ஓடையில் தாழை தன் பக்கவேர்களில் சாய்ந்து நிற்கும். மாலை வேளையில் மணம் வீசும் தாழம்பூ. கருக்கு எடுக்காத பனையைப் போல் இருக்கும். அலக்கால் தாழம்பூ பறிப்பதுண்டு. ஓடையில் தண்ணீர் வற்றிய பிறகு விலாங்கு கிடைக்கும். வளையில் ஒளிந்திருக்கும். விலாங்கைப் பிடிப்பது சுலபமல்ல. பாம்புபோல் இருக்கும். தமிழ் இரண்டு முறை பிடித்தான். வழுக்கிக்கொண்டு ஓடிவிட்டது. செங்கால் ஓடையில் விலாங்கு மீன் கானல் நீராகப் பட்டது தமிழுக்கு.

"வீட்டுக்கணக்குப் போட்டியா?"

"போட்டேன் அப்பா." செந்தில் நோட்டைக் காண்பித்தான்.

"தமிழு உன் நோட்டக் காட்டு." காண்பித்தான். இருவரும் கணக்குப் பாடங்களைச் சரியாக முடித்திருந்தார்கள். "ரெண்டு பேரும் பள்ளிக்கூடத்துல எல்லாப் போட்டியிலும் கலந்துக்கணும்." உற்சாகப் படுத்தினார் அறிவொளி.

"மாமா, எல்லாத்துலயும் ஜெயிக்க முடியாது." தமிழ் பதில் கூறினான்.

"ஜெயிக்கறது தோக்கறது பிரச்சனை இல்லடா. எல்லாத்தையும் கத்துக்கணும். அதுதான் முக்கியம். அதான் இந்த லீவுல உங்கள இங்கிலிஷ் ட்யூஷன் அனுப்பப்போறன்."

"எங்க மாமா." ஆர்வமாகக் கேட்டான் தமிழ்.

"ஆண்டிமடம். கோபாலசாமி வாத்தியார்கிட்ட சொல்லிருக்கேன்."

செந்திலும் தமிழும் கோடையில் இங்கிலிஷ் இலக்கணம் படித்தார்கள். செந்திலுக்கு ஆங்கில இலக்கணம் படிப்பதில் சிரமம் இல்லை. தமிழ் சிரமப்பட்டான். ஒரு மணிக்கு இலக்கண வகுப்பு முடியும். இருவரும் சவ்வரிசி போட்ட குச்சி ஐஸ் சப்பிக்கொண்டே வீடு திரும்புவார்கள். ஆண்டிமடம் போய் வருவதற்கு இருபது கிலோ மீட்டர் தூரம்.

"பரலோகத்தில் இருக்கின்ற எங்கள் பிதாவே! எங்களை ஆசீர்வதியும். எங்களுக்கு இந்த உணவு அளித்ததற்கு நன்றி. தோத்திரம் அய்யாவே." மதிய உணவிற்கு முன் வரிசையில் நின்று கர்த்தருக்கு நன்றி சொல்லிக்கொண்டிருந்தான் தமிழ்.

உணவிற்குப் பிறகு வகுப்பறையில் மாணவர்களின் தூக்கத்தைக் கட்டுப்படுத்துவது சவாலாக இருந்தது. ஃபாதர் உரையாற்றினார். "இன்று உங்களுக்கு வழங்கப்படும் உணவு, வயிறு ஆறுவதற்கு மட்டுமே; வயிறு புடைப்பதற்கு அல்ல. வரிசையில் வாருங்கள்" என்றார்.

மதிய உணவிற்குப் பிறகு விளையாடிவிட்டு ஆரோக்கியம், செந்தில், தமிழ் அசோக மரத்தடியில் அமர்ந்தார்கள்.

"ஆரோக்கியம் ஏன்டா போன வாரம் பள்ளிக்கூடம் வரல." செந்தில் கேட்டான்.

"உடம்புக்குச் சொகமில்ல. தர்மாஸ்பத்ரி போயிருந்தேன்".

"இந்த ஜெகநாதன் வாத்தியார் நல்லா இங்கிலிஷ் சொல்லித்தரார்." செந்தில் அவரைப் புகழ்ந்தான். இருந்தாலும், பழனிவேல் ஆசிரியர் மீது தமிழுக்குப் பற்று அதிகம். அவரைப் போல் யாரும் தமிழ் சொல்லிக்கொடுத்தது இல்லை. சத்தியசீலனும் செந்திலும் போட்டி போட்டுப் படித்தார்கள். இருவரும் வாத்தியார் வீட்டுப் பிள்ளைகள். தமிழ் சராசரி மாணவன்.

"நம்ப 'பிஎம்'ம யாரோ சுட்டுட்டாங்களாம்" மூச்சிரைக்க ஓடி வந்தான் சத்தியசீலன்.

"ஆமாம் இந்திரா காந்தியச் சுட்டுட்டதா ரேடியோவுல சொன்னாங்க." தமிழ் உறுதிப்படுத்தினான்.

நம்ப முடியாமல் குழப்பமடைந்தார்கள்.

"மாப்ள அப்பா இறந்துட்டாருடா" என்ற செந்திலின் வார்த்தைகள் தமிழை உறங்கவிடவில்லை. இறுதிச் சடங்கு அடுத்த நாள் மதியம் இரண்டு மணிக்கு.

கொடுக்கக் கொடுக்கப் பாசமும் நேசமும் குறையாது என்பதைச் சொல்லிக்கொடுத்தார் அத்தை. தன்னம்பிக்கை ஊட்டி அறிவைப் பட்டை தீட்டினார் மாமா. உறவுகள் கொடுக்காத சொந்தத்தை, தமிழுக்குக் கொடுத்தார்கள். கல்வியின் பயன் கற்பித்தலே என்பதைப் பெருமையாகக் கொண்டார் அறிவொளி. "தமிழு, எப்பப் புத்தகம் கெடைச்சாலும் வாங்கிப் படிக்கணும்டா. புத்தகம் வாங்கறதுல ஊதாரியா இருக்கணுன்டா" என்றார். வாழ்க்கை முறைகளை வகுத்துக் கொடுத்தார்.

நினைவலைகளுடன் காலையில் வந்துசேர்ந்தான் தமிழ். இன்னும் பல கேள்விகளுக்கு விடைதேடிக்கொண்டுள்ளான். தமிழுக்கு ஏன் கல்விக் கண்ணைத் திறந்தார்? மழைபோல் நடுப்புள்ளையின் வாழ்வில் வந்தார். தமிழுக்கு ஒளி தந்தார். இவர்களைப் போன்ற மாமனிதர்களே சமூகத்தை ஈரமாக வைத்திருக்கிறார்கள். கொண்டாடப்படாத கதாநாயகர்கள். தமிழைப் படிக்கவைத்தார். அது நடுப்புள்ளைக்கும் அவருக்கும் இருந்த நட்பின் வலிமையா? ஆசிரியப் பணியின் அறமா? இல்லை துருப்பிடித்த கிராமங்களைத் திருத்துவதற்கு வேண்டிய சமூகப்பணி என்பதா?

அவர் வாழ்ந்த மண்ணிலே அவர் அடக்கம் செய்யப்பட்டார். எத்தனையோ பேருக்கு இரங்கற்பா எழுதிய தமிழ்க்கவிக்கு இரங்கற்பா எழுத வேண்டி வந்துவிட்டது. செங்கால் ஓடையில் தாழை இன்னும் மணம் வீசிக்கொண்டுள்ளது. தண்ணீர் சலசலப்பின்றி ஓடிக்கொண்டிருக் கிறது. விலாங்கு மீன் பிடிக்க இப்போது அங்கு ஆட்கள் இல்லை. முகில் கிழித்து வரும் முழுமதிபோல் அங்கே அறிவொளி தெரிகிறார்.

7

    இரவு எட்டு மணி. சின்னத்தம்பி வீட்டு ரேடியோ ஒலித்துக் கொண்டிருந்தது. இளையபாரத நிகழ்ச்சியின் இசை. திக்குத்தெரியாக் காட்டில் சிக்கிக்கொண்டவனைப் போல் இருந்தான் தமிழ். வீட்டுக்கு முன்னால் மின்கம்பத்தில் ஆந்தைகள் அலறின. தங்கள் எல்லையை யாரேனும் தாண்டும்போது குரைப்பதும் பின் சமாதானமாகி ஊளையிடுவதுமாக இருந்தன நாய்கள். காளியம்மன் கோயில் அருகே தெருவிளக்கு மினுமினுத்தது. ஆழ்ந்த நித்திரையில் திளைத்திருந்தது ஊர். மணமில்லாப் பூக்களை வீட்டின் முன் உதிர்த்தது காகிதப்பூ மரம். மண்சாலையில் சிறுநீர் கழித்துவிட்டுத் திண்ணையில் கண்களை மூடினான் தமிழ்.

    பூட்ஸ் சத்தம் காதைப் பிளந்தது. திடுக்கிட்டு எழுந்து உட்கார்ந்தான். நடுச்சாமம். ஒன்றும் புரியவில்லை. கல்லூரி விடுமுறையில் ஊருக்கு வந்திருந்த நண்பன் திருப்பதியும் எழுந்தான். ஒரு பட்டாலியன் காவலர்கள். காளியம்மன் கோயிலில் இறங்கிக் கிழக்குத் தெருவில்

லத்தியுடனும் கவசங்களுடனும் 'மார்ச் பாஸ்ட்' செய்தார்கள். அரிக்கேன் விளக்குத் திரியை ஏற்றிவிட்டு அம்மாவை எழுப்பினான்.

"என்னம்மா? இந்த நேரத்துல போலீஸ் வந்திருக்கு?"

"போலீஸ் ஒரு வாரமா ஊர்ல யாரையும் தூங்க விட மாட்டேங் கிறாங்க. முனியன் போன வாரம் வடலூர்ல சாராயம் போட்டுட்டு வந்தானாம். அதுக்குக் காச குடுக்கலன்னு மோட்டார் பைக்க எடுத்துட்டு வந்துட்டானாம். அவனப் புடிக்க முந்தாநாளு பெரிய போலீஸ் அதிகாரி நடுராத்திரில வந்தாரு. நம்ம ஊரு பயலோ சோடாப் பாட்லால அவரை அடிச்சிப்புட்டானுங்க. அவரு இப்ப ஆசுபத்திரில சீரியசாக் கெடக்குறாராம். முனியனப் புடிக்க தெனக்கியும் போலீஸ் வருது. அவன் இல்லனா, கிடைக்கிற ஆம்புளைங்களப் புடிச்சிட்டுப் போறாங்கப்பா. நம்மள ஒண்ணும் செய்ய மாட்டாங்க. நீங்க தூங்குங்க." சமாதானப்படுத்தினார் அம்மா. அதற்குப் பிறகு திருப்பதிக்குத் தூக்கம் வரவில்லை. கொல்லையில் நடுப்புள்ளை படுத்திருப்பதற்கான காரணம் புரிந்தது தமிழுக்கு.

அடுத்த நாள் திருப்பதியும் தமிழும் பனையடி சென்றார்கள். காய்ச்சிக்கொண்டிருந்தவர்கள், தலைதெறிக்க ஓடினார்கள். திருப்பதிக்கு ஒன்றும் புரியவில்லை. "ஏன் ஓடறாங்க?" என்றான் தமிழிடம்.

"நீ முழுக்கால் சட்டையில் வந்ததும் உன்னை மப்டி போலீஸ்ன்னு நெனச்சிட்டாங்கபோல" என்றான் தமிழ்.

"போலீஸ்காரர்களுக்கு இவ்வளவு பயமா?" என்று கேட்டுக் கொண்டே வந்தான் திருப்பதி.

முதலில் ஒருத்தன் இரண்டு பேர் என ஆரம்பித்தார்கள். வானம் பார்த்த பூமி. இருப்பது கால், அரை ஏக்கர் நிலம். கிணற்றுநீர்ப் பாசனத்தில் ஒரு போகம் கடலை, மிளகாய் விளையும். கிணறும் வற்றிப்போய்விடும். வாழ்வதற்கு வழி தெரியவில்லை. விவசாயத்தை வைத்து வயிற்றைக் கழுவ முடியவில்லை. எத்தனை நாளைக்கு வயிற்றில் ஈரத்துணியைக் கட்டிக்கொண்டு படுப்பது. கம்பங்கூழும் கேப்பைக் களியும் கிடைத்தது. அதுவும் மூன்று வேளைக்குக் கிடையாது. "நெல்லுச் சோறுன்னு கேட்டாலே சந்தோசம். மானம் மருவாதி பார்த்தா பொழப்ப யார் நடத்தறது. வீட்ல அஞ்சு ஆறப் பெத்து வுட்டுட்டு என்ன பண்றதுன்னும் தெரியல. கூலி வேலைக்குப் போக எடமும் இல்ல, கூப்புடுவாரும் இல்ல."

காளையன், முனியன், பொக்கவாயன், மாயாண்டியை நம்பிப் பல குடும்பங்கள் வாழ்ந்தன. இவர்கள் காவல் துறையில் பலருக்குச்

சிம்ம சொப்பனமாகவும், சிலருக்குப் பணம் காய்க்கும் மரங்களாகவும் விளங்கினார்கள். காவலர்கள் மீன்சுருட்டியில் வேலை பார்க்கப் போட்டிபோட்டார்கள்.

"டேய் ரெங்கா, இந்த வருஷமும் விளைச்சல் இல்ல. பானையப் போட்டுடலாம்." ரெங்கனிடம் காளையன் கூறினார்.

"என்னங்க சாமி ஆச்சி?" ரெங்கன் கேட்டான்.

"இருக்கறது ஒரு ஏக்கர். அதுவும் மானாவாரி. கல்ல போட்டேன். பூவும் பிஞ்சுமாக் கருகிப்போச்சி. மொளகா நல்லா வெளைஞ்சுது. நடுறப்ப மூட்டை எரநூறு இருந்துச்சி. இப்ப அறுபது ரூபான்னு சொல்றான். வெல கெடைக்கல. எதாவது பானையப் போட்டு பொழச்சிக்கலாம். நாளைக்கி கொசவன்கிட்ட ஆறு பெரிய பான வாங்கிட்டு வா."

காளையன் எங்கிருந்து இந்தத் தொழில்நுட்பத்தைக் கற்றுக் கொண்டு வந்தார் என்று தெரியாது. அவர்தான் முதன்முதலில் இந்தத் தொழிலைக் கொண்டுவந்தவர். சைக்கிளில் போவார். குடிகாட்டில் வெல்லம் கடுக்காய் வாங்கிவருவார். மண்கிணறு பக்கமாவோ, சவுக்குக் காடு, வேலி ஓரத்திலேயோ, பானையைக் கழுத்து வரைக்கும் குழி தோண்டிப் புதைப்பார். பானையை மண் மூடியால் மூடுவார். பிறகு அதன் மேல் செத்தையைப் போட வேண்டும். இப்போது பானை புதைத்த இடம் தெரியாது.

பானையைப் புதைத்த பிறகு தண்ணீர் ஊற்றிப் பானையைப் பழக்க வேண்டும். பானை ஒழுகாமல் இருக்கிறதா என்று இரண்டு நாட்களுக்குப் பார்க்க வேண்டும். பிறகு, அந்தத் தண்ணீரை வெளியில் மொண்டு ஊற்ற வேண்டும். ஒரு பானைக்குப் பத்து கிலோ காடி வெல்லம், ஒரு படி கடுக்காய், நெய்வேலிக் காட்டாமணக்குச் செடி வேர், சைக்கிள் டியூப் பஞ்சர் ஒட்டுகிற சொலுசன், பேட்டரி, நவச்சாரம், வேம்புப் பட்டை போட்டு முக்கால் பானை வரை தண்ணீர் ஊற்றி மூட வேண்டும். மூன்றாம் நாளிலிருந்து தினம் கிளறி விட வேண்டும். ஆறேழு நாட்களில் நுரை பொங்கி வரும். இப்போது காடி தயார். அடுத்த நாள் காய்ச்ச ஆரம்பிக்கலாம்.

ரெங்கன் புதுப் பானையைப் பழக்கப்படுத்தினான். ஊறல் தயார். காளையன் காய்ச்ச ஆரம்பித்தார். கிணற்றுக்குப் பக்கத்தில் பெரிய அடுப்பை வெட்டினார்.

"ரெங்கா அந்த அலுமினியப் பானைய வச்சி காடிய அதுல மொண்டு ஊத்துடா"

"சரிங்க சாமி."

அதற்கு மேல் நடுவில் ஓட்டை போட்ட குண்டுச்சட்டியை வைத்தார். அதன் உள்ளே ஒரு மரப்பலகை இருக்கும். அதிலிருந்து ஒரு பிளாஸ்டிக் பைப் வெளியே வரும். அதற்கு மேல் இன்னொரு மண்சட்டியை வைத்து இறுக்கி மூடிவைத்தார் காளையன்.

"ரெங்கா அடுப்பப் பத்தவைடா" என்றார். கொஞ்ச நேரம் கழித்து "அந்த மேல் சட்டியில் இப்போ பச்சத் தண்ணி ஊத்துடா" என்றார்.

காடி கொதித்து மேல் இருக்கும் சட்டியில் ஆவி பட்டுக் குளிர்ந்து, பலகை மூலம் இணைத்திருக்கும் பைப் வழியாகச் சாராயம் வெளியே பாட்டிலில் வடிந்தது. அந்தச் சரக்கு நன்றாக இருக்கிறதா என்று பார்க்க இரண்டு மூன்று சொட்டு அடுப்பில் ஊற்றினார். குப்பென்று எரிந்தது.

"டேய் சரக்கு நல்லா இருக்குடா." ரெங்கனைப் பாராட்டினார்.

சைக்கிள் டியூப் பஞ்சர் ஒட்டுகிற சொலுஷன் போடுவது குப்பென்று சரக்கு எரிவதற்குத்தான். சரக்கு வாங்கும் வியாபாரி இந்தச் சோதனையை மேற்கொண்டுதான் பணம் தருவார். ரெங்கன் ஒரு பானை காய்ச்சிக் கொடுத்தான். நூறு ரூபாய் கூலியும் குடிப்பதற்குச் சரக்கும் கிடைத்தன. சரக்கைப் போட்டதும் ரெங்கன் முதலாளியின் புகழ்பாட ஆரம்பித்தான். "என் மொதலாளியப் போல யாருடா இந்த ஊர்ல. இந்தச் சரக்க எவனும் அடிச்சிக்க முடியாதுடா."

"டேய் ரெங்கா சத்தம் போடாம வூட்டுக்குப் போ. பொண்டாட்டிக் கிட்ட பணத்தக் குடு. அரிசிச் சோறுச் சாப்பிடச் சொல்லுடா! புள்ளகுட்டிக்குச் சட்ட துணிமணியெல்லாம் வாங்கிக்குடு." ரங்கனை அனுப்பிவைத்தார்.

ஆரம்பத்தில் காளையனிடம் சரக்கு வாங்கி அடுத்த ஊரில் முனியன் விற்றுவந்தார். அதில் குடும்பம் நடத்துவதற்கு வருமானம் கிடைத்தது. காளையன் அளவுக்கு வருமானம் கிடைக்கவில்லை. அவரும் ஊறல் போட ஆரம்பித்தார். மாயாண்டியும் முனியனும் சேர்ந்து தொழில் செய்தார்கள். இருவரும் முதல் போட்டார்கள்.

"நான் காச்சறதப் பாத்துக்கிறேன். சொல்ற ஆளுகிட்ட சரக்கக் குடுத்துட்டு வா" என்றார் முனியன்.

மாயாண்டி ஒத்துக்கொண்டார்.

மாயாண்டி ராத்திரி பதினொரு மணிக்கு டிவிஎஸ் வண்டியில் இரண்டு கார் டியூப் சரக்கை ஏற்றிக்கொள்வார். நெய்வேலி, சிதம்பரம், கும்பகோணம் என எல்லா ஊருக்கும் சரக்கு விற்பனையானது. சரக்கு

கொண்டுபோகும்போது போலீஸில் மாட்டிக்கொள்வதும் உண்டு. முனியன் போலீஸைப் பார்த்து, மாயாண்டியை வெளியே கூட்டிவருவார். அதனால் போலீஸுக்குப் பழக்கமாகிவிட்டார்கள்.

சிறிது நாட்களுக்குக் காளையனிடம் பொக்கவாயனும் வேலை பார்த்தார். பிறகு, வீட்டிலேயே காய்ச்சினார். குடும்பத்தொழிலாக மாறியது. ராத்திரியில் பொக்கவாயன் சரக்கை வெளியூரில் விற்று வருவார். நாளடைவில் நிறைய பேர் காய்ச்ச ஆரம்பித்தார்கள். உற்பத்தித் துறை, போக்குவரத்துத் துறை, விற்பனைத் துறை எனப் பிரித்து வேலைசெய்தார்கள். நிறைய பேருக்கு மாதம் பதினைந்தாயிரத் துக்குக் குறையாமல் கிடைத்தது.

"என்னய்யா ஒழுங்காக் காச்சுவியா?" கரத்தானைக் காளையன் கேட்டார்.

"என்ன அடுப்புல சவுக்கு மௌாரத் தள்ளிவுடணும். அவ்வளவு தான? இது என்னமோ புதுக் கண்டுபுடிப்பு மாதிரி பேசிக்கிட்டு இருக்க. அதெல்லாம் சரியாச் செய்வேன். எனக்குப் போறப்ப கூலிக்காசோட ரெண்டு கிளாஸ் சரக்கு குடுக்கணும். ஒத்துக்கிறியா?" கரத்தான் கொக்கி போட்டார்.

"எனக்கு ஒண்ணும் பிரச்சனை கெடயாது. கொடல் அரிச்சுப் போச்சுன்னா என்னக் கேட்கப்படாது" என்றார் காளையன்.

கரத்தானும் ரெங்கனும் காய்ச்சினார்கள். தினமும் காலையில் எட்டு மணிக்கு அடுப்பைப் பற்றவைத்து இரண்டு மணி வரை ஓட்டினார்கள். இரண்டு மணிக்கு மேல் இருவரும் காளையன் புகழ் பாடுவது வழக்கம்.

கரத்தான் தண்ணியைப் போட்டுக்கொண்டு நான்கு மணிக்கு காளியம்மன் கோயில் பக்கம் வந்தார். மற்ற குடிகாரர்கள் அங்கு வந்தார்கள். "டேய் இந்த ஊர்ல காளையன்தான்டா பெரிய ஆளு. மாயாண்டி சுண்டக்காப்பய. அவனுக்கு என்னடா காய்ச்சத் தெரியும்?"

"டேய் மாமா சத்தம் போடாமப் போடா." மாயாண்டியிடம் வேலைசெய்யும் கருப்பன் குரல் கொடுத்தான்.

"நீ நேத்து மொளச்சப்பய, என்னியே போவச்சொல்றியா? நான் யாருன்னு தெரியுமாடா?"

"இவரு பெரிய கலெக்டரு?" கருப்பன் சத்தம் போட்டுக்கொண்டே வந்து சங்கமித்தான்.

"டேய் நான் ஜமீன் பரம்பரைடா. என் குடும்பம்தான்டா பெருசு. என் தலைக்கட்டும் பெருசு. என்கிட்டே மோதறியா?"

“ஐயோ கருமம் புடிச்சவனே, வேட்டிய ஒழுங்காக் கட்டத் தெரியல. இதுல வேற ஜமீன் பரம்பரன்னு பீத்திக்கிற.” கருப்பன் தலையில் அடித்துக்கொண்டான்.

“டேய் மருமவனே வாடா. என் செல்லாயி ஒனக்குத்தான்டா.” போதையில் சம்பந்தம் பேச ஆரம்பிச்சார் கரத்தான்.

“ஆமாம் நானும் கறுப்பு, ஒன் பொண்ணும் கறுப்பு. ரெண்டு பேரும் கல்யாணம் பண்ணுனா நல்லா விளங்கிடும். வூட்டுல போய்ப் படு.” கருப்பன் அவருக்கு இடுப்பில் வேட்டியைச் சுற்றி வீட்டுக்கு அனுப்பினான்.

கரத்தானும் ரெங்கனும் காளையனுக்கு விசுவாசமாக வேலை பார்த்தார்கள். கரத்தான் சில மாதங்கள் தொடர்ந்து அடுப்படியில் வேலைசெய்தார். மாலையில் காளியம்மன் கோயிலில் சஞ்சரிப்பார். சில நாட்கள் குடித்துவிட்டு வழியிலே விழுந்துகிடப்பார். பாதி நேரம் இடுப்பில் வேட்டி இருக்காது. யாராவது வீட்டில் அவரை விட்டுச் செல்வார்கள். கரத்தானுக்குப் பெண்ணைக் ‘கரைசேக்கணும்’ என்கிற எண்ணம் இருந்தது. ஆனால், எந்த முயற்சியும் எடுக்கவில்லை.

“என் பொண்ணு கிளி. கொத்திக்கிட்டுப் போவ ஆயிரம் பேர் வருவான்டா.” சொல்லிக்கொண்டே வீட்டில் நுழைந்தார்.

“டேய் அது காக்காடா! எவனும் வர மாட்டான்டா.” பக்கத்து வீட்டுக்காரன் கிண்டலடித்தது காதில் விழுந்தது செல்லாயிக்கு. கரத்தான் குடிகாரனாக இருப்பதால் தன்னையும் கேலிசெய்வதாக நினைத்து விம்மி நின்றாள் செல்லாயி.

“என்ன மன்னிச்சுடு செல்லாயி, நான் இனிமே குடிக்க மாட்டேன்.” புரிந்துகொண்ட கரத்தான் அழுதார். மனைவி இறந்த பின் கரத்தான் யாருடைய கட்டுப்பாட்டிலும் இல்லை. கரத்தானை மாற்றிவிடலாம் என்ற எண்ணம் நாளுக்குநாள் குறைந்தது. செல்லாயிக்கும் வேறு துணையில்லை. “இனிமேல் குடிக்க மாட்டேன்” என சத்தியம் செய்யச் சொல்லி கரத்தானிடம் கேட்டாள். “சரி” என்றான். “குடிச்சிட்டு வந்தா இனிமே சமைக்கப்போறதில்ல. இன்னைக்கிதான் கடைசிச் சோறு.” கரத்தானிடம் செல்லாயி சத்தியம் செய்தாள். பின் மேய்ந்து வந்த ஆடுகளை இறவானத்தின் கீழே கட்டிவிட்டுவந்து படுத்தாள்.

ஆடு மேய்த்துவிட்டு மாலை வீடு வந்தாள் செல்லாயி. இறவானத்தில் வேப்பந்தழைகளைக் கட்டித் தொங்கவிட்டாள். அவள் அந்த ஆடுகளையும் குட்டிகளையும் வாஞ்சையுடன் வளர்த்தாள். பால் குடிக்கும் ஆட்டுக்குட்டிகளைப் பாசத்துடன் பார்த்து நிற்பாள்.

மனதுக்குள் மின்னல்கள் வெட்டிச்செல்லும். அம்மா போன பிறகு ஆறுதல் கூற யாருமில்லை. மணி சாயங்காலம் ஏழு ஆகியது. கரத்தான் வீடு வரவில்லை. 'அப்பன்கிட்ட எத்தன தடவ சொல்றதுன்னு தெரியல. காலையில காச்சப்போறது. எங்காவது வுழுந்துகெடக்கிறது.' புலம்பிக் கொண்டே சமையலை முடித்தாள். மனைவி போன பின் கரத்தானால் குடும்பத்தைக் கவனிக்க முடியவில்லை. இரவு எட்டாகியும் கரத்தான் வீடு திரும்பவில்லை. அரிக்கேன் விளக்கை எடுத்துக்கொண்டு கொல்லை நோக்கி நடந்தாள். எதிரே வந்த வெள்ளக்குண்டுவிடம் விசாரித்தாள். "எங்க அப்பனப் பாத்திங்களா?"

"குடிகாரப் பய எங்காவது கெடப்பான். போய்ப்பாரு" என்றான்.

பூலாங்குளத்துக்கரையில் வேட்டி கிடந்தது. சந்தேகத்துடன் பார்த்தாள். அது கரத்தானின் வேட்டிதான். அலறினாள்.

முன்னிருட்டு. தமிழும் ரெக்கட்டையும் இரவு உணவை முடித்து விட்டுக் கடலைக்குத் தண்ணீர் பாய்ச்ச பனையடிக்குச் சென்றுக் கொண்டிருந்தனர். அலறல் சத்தம் கேட்ட இடம் நோக்கி ஓடினார்கள். "இந்த நுனி கிழிஞ்ச வேட்டி என் அப்பாக்குள்ளது." முழங்கால் தண்ணீரில், அழுதுகொண்டே தேடிநின்றாள் செல்லாயி. ஆளுக்கொரு திசையில் தேடினர். தமிழ் உள்ளே குதித்தான். சிறிது நேரத்தில் கால் தட்டுப்பட்டது. கத்தினான். ரெக்கட்டையும் மூச்சடைக்கி உள்ளே சென்றான். கோடையில் தூர்வாரப்பட்டிருந்தது ஏரி. வெளியே இழுத்துவந்தனர். கரத்தானின் நெஞ்சை வேகமாக அழுத்தினான் தமிழ். போதையில் மூழ்கியவன், தண்ணீரில் மூழ்கியபோது எழ முடியவில்லை. "செத்துட்டார்" என்றான் ரெக்கட்டை. முகம் கண்டு கதறினாள் செல்லாயி. பிணமாகக் கரைசேர்ந்தான் கரத்தான். செல்லாயியைக் கரைசேர்க்க ஆளில்லை

சரக்கைப் போட்டுவிட்டுக் காலையில் மூன்று மணிக்குத் திரும்பி வந்தான் மாயாண்டி. "அண்ணே சீக்கிரம் எந்திரி." முனியனை எழுப்பினான்.

"ஏன்டா இந்த நேரத்துல எழுப்புற?"

"என்ன கொண்டாந்திருக்கேன் பாரு."

முனியன் கண்விழித்துப் பார்த்தான். "எங்கடா புடிச்சுட்டு வந்தே?"

"வெளந்தை ரோட்ல கெடந்துச்சு. அப்படியே வாயத் துண்டால கட்டி வண்டில போட்டுட்டு வந்துட்டேன்."

"சரி சரி, அத வூட்டுக்குப் பின்னாடி கட்டு. காலைல பாத்துக்கலாம்."

“அண்ணே அதெல்லாம் சரிப்பட்டு வராது. எவனாவது காலைல ஆட்டக் காணும்ன்னு தேடிட்டு வந்தாலும் வருவான்.”

“என்னடா பண்ணனுங்கற? ஒரு கத்தியும் கிண்ணத்தையும் எடுத்துட்டு வா. இப்பயே முடிச்சுப்புடுவோம். காலையில அக்காகிட்ட சமைக்கச் சொல்லிடு. நாளைக்கி இங்கதான் சாப்பாடு.”

விடிந்ததும் கறிக் கொழம்பு. நெல்லுச் சோறு. நன்றாகச் சாப்பிட்டுத் தூங்கினார்கள் இரண்டு பேரும்.

சரக்கை எடுத்துக்கொண்டு மாயாண்டி போய்வருவான். இப்போதெல்லாம் ஒரு வாரம் விட்டு ஒரு வாரம் ஆட்டுக்கறி சாப்பிடுவது வழக்கமாகிவிட்டது. மாயாண்டியும் முனியனும் காசு பார்க்க ஆரம்பித்தார்கள். கழுத்தில் தங்கச் செயின், கையில் மோதிரம் மின்னின. இரண்டு பேரும் மோட்டார் பைக்கில் போக ஆரம்பித்தார்கள்.

மாயாண்டி இப்போதெல்லாம் சரக்குப் போட்டுவிட்டு இரண்டு நாள் கழித்துத்தான் ஊருக்கு வருவான். முனியனிடம் உடனடியாகச் சொல்வதும் கிடையாது.

“டேய் மாயாண்டி வரவர உன் போக்கு சரியில்லையே. சரக்குப் போட்ட காச சீக்கிரம் கொண்டாந்து குடுக்க மாட்டேங்கிற. போனா ரெண்டுமூணு நாளு கழிச்சு வர. எதுவுமே புரியலையேடா? என்னடா சங்கதி?” கேட்டுக்கொண்டே காய்ச்சினார் முனியன்.

“ஒண்ணுமில்ல அண்ணே.”

“இல்லடா ஏதோ இருக்கு. உண்மையச் சொல்லு. உன் அக்கா வேற தெனைக்கிம் கேக்குறா.”

“அண்ணே, அடுத்த வாரம் அக்காவோட நீங்களும் எங்கூட வரணும்.”

“என்னடா சொல்ற? உன் அக்காவைக் கூட்டிட்டுச் சரக்கு விக்கவா வரச்சொல்றே?”

“இல்லண்ணே, எனக்கு அந்தப் பொண்ணப் புடிச்சிப் போச்சிண்ணே.”

“எந்தப் பொண்ணுடா?”

“அதாண்ணே நாம சரக்குப் போடுறோமே, அந்த வூட்டுக்காரப் பொண்ணு.”

சேத்தியாத்தோப்பில் வழக்கமாக சரக்குப் போட்டான் மாயாண்டி. குப்பன் மொத்த வியாபாரி. அங்கிருந்து நெய்வேலி,

வடலூர், கடலூருக்கும் சாராயம் விற்பனை செய்துவந்தார். குப்பன் விற்பனைக்குச் சென்றபோது அவனது மகளிடம் சரக்கை குடுத்துவிட்டு வந்தான் மாயாண்டி. குப்பனுக்கும் விசுவாசமாகிப்போனான். குடும்பத்தில் நெருங்கிப் பழகினான். ஆரம்பத்தில் சாராய வரவு-செலவு கணக்கு பார்த்தான். பிறகு, குப்பனின் மகளையும் கணக்கு பார்த்தான். அவன் வீட்டிலேயும் தங்கினான். குப்பனுக்குத் தெரிந்தது. மாயாண்டி மணம் முடித்தான். ஓய்வு பெற்றான் குப்பன். மொத்த வியாபாரியாகிப்போனான் மாயாண்டி.

முனியனே இப்போதெல்லாம் சரக்குப் போட்டு வந்தார். அவ்வப்போது புதுப்புது மோட்டார் பைக்கில் வலம்வந்தார்.

முனியனைத் தேடி ஊருக்குள் காவலர்கள் வந்தார்கள். மீன் சுருட்டிக் காவல் நிலையத்திற்கு முனியனை வரச்சொல்லிச் சென்றார் ராமன். மீன்சுருட்டிக் காவல் நிலையம் முன் இரண்டு புங்க மரங்கள். அதில் இருந்த மைனாக்கள் முனியனைப் பார்த்ததும் ஓடிமறைந்தன. காவல் நிலையத்தில் ஏராளமான மோட்டார் பைக்குகள் துருப்பிடித்தும், இரண்டு மூன்று அம்பாசடர் கார்கள் டயர் இல்லாமலும் கிடந்தன. மீன்சுருட்டிக் காவல் நிலையம் என்ற பெயர்ப்பலகை பாதி அழிந்து போய்க் காணப்பட்டது.

ராமனைத் தனியாக முனியன் சந்தித்தார். "அய்யா, வரசொன்னிங் களாமே?"

"ஆமான்டா. உன்ன வெசாரிக்கச் சொல்லி மேலிடத்லருந்து உத்தரவு வந்திருக்கு. பெரிய அய்யா ரிப்போர்ட் குடுக்கச் சொல்லிருக் காங்க."

"என்னய்யா அதான் மாசா மாசம் வந்து பாத்துட்டுதானே போறேன்."

“அதெல்லாம் சரிப்பட்டு வராது. இப்ப நெலம மேல வரைக்கும் போயிருக்கு. எஸ்ஐ அய்யா வந்ததும் பாத்துட்டுப் போ.”

“நீங்களே சொல்லுங்க அய்யா.”

“இல்ல இல்ல. இப்ப வந்திருக்கிற அய்யா கண்டிப்பானவர். நீயே பாத்துட்டுப் போ.” முனியன் இரண்டு மணி வரை காத்துக்கிடந்தான்.

“ஏட்டையா யாரு வெளியே நிக்கறது?” கேட்டுக்கொண்டே உள்ளே வந்தார் எஸ்ஐ அறிவழகன்.

“அய்யா யாரோ முனியனாம், உங்களப் பாக்க காலைலருந்து காத்துக் கெடக்குறான்.”

“ராமன் எங்க?”

“குஸ்கா வாங்கப் போயிருக்கான்.”

“சீக்கிரம் அவன வரச்சொல்லு.”

உள்ளே நுழைந்தான் ராமன். “வணக்கம் அய்யா.”

“என்னய்யா? முனியனப் புடிச்சியாந்தியா?”

“வெளியே நிக்கிறான் அய்யா.”

முனியன் கைலியை முட்டிக்குக் கீழே அவிழ்த்து விட்டு இரு கைகளையும் கூப்பி எஸ்ஐ முன் நின்றான்.

எஸ்ஐ கேட்டார். “ஏய் நீ என்ன பெரிய ரௌடியா?”

“அப்படியெல்லாம் இல்லீங்க சாமி.”

“உன் மேல நெறைய பிராது வந்திருக்கு.”

“ஒண்ணும் புரியலிங்களே சாமி”

“நீ ஊறல் போடறியா?”

“சாமி ஏதோ வயித்துப் பொழப்புக்கு.” தலையைச் சொறிந்தபடி இழுத்தான்.

‘வடலூர்லேருந்து பைக்கக் காணோம்ன்னு உன் மேல கம்பிளைன்ட் வந்திருக்கே.”

“சாமி அதெப் பத்தியெல்லாம் எனக்குத் தெரியாதுங்க.”

“ஊர்ல காணாமப்போற பைக்லாம் பேட்டைல சாராயம் காச்சறவன்கிட்ட இருக்கறதாச் சொல்றாங்களே?”

“எனக்கு ஒண்ணும் தெரியாதுங்க சாமி.” சொல்லிக்கொண்டே குனிந்து நின்றான் முனியன்.

“டேய் மறுபடியும் கம்பிளைன்ட் வந்தா கூப்பிடுவேன். வரணும்.”

“சரிங்க சாமி.” வியர்த்துப்போய் வெளியே வந்தான் முனியன்.

ஆன்மீகத்திலும் ஆவல் கொண்டார் காளையன். கார்த்திகை மார்கழி மாதங்களில் எல்லையம்மன் கோயிலில் ராத்தூக்கம். காலை நான்கு மணிக்கே ஏரியில் குளிப்பார். கோயிலில் பஜனை பூசை. இடுப்பில் காவி வேட்டி. மேல்சட்டை கிடையாது. கழுத்தில் கொட்டை போட்ட மாலை. நெத்தியில் பட்டை. இப்போது அவர் குருசாமி. அவருடன் பல கன்னிச் சாமிகள். பொழுது விடியும் முன் காளியம்மன் கோயிலுக்குப் பக்கத்தில் இருக்கும் அழகப்பன் டீக்கடைக்கு வந்து விடுவார். அங்கு ஐயப்பன் கோயிலுக்குப் போய்வந்த அனுபவத்தைப் பகிர்ந்துகொள்வார். நாற்பத்தெட்டு நாள் விரதம் இருந்து இருமுடி கட்டிக் கோயிலுக்குப் போய்வரும் வரை பக்திமான்களாகத் திகழ்வார்கள். சாராயம் காய்ச்சுவார்கள். யாரும் குடிக்க மாட்டார்கள். கன்னிச்சாமி குருசாமி என்று சொல்லித் திரிவார்கள். வீட்டிலும் உணவு அனுசரணை கிடைக்கும். குடிகாரர்களும் சாராயம் காய்ச்சுபவர் களும் பக்திப் பரவசத்தில் திளைப்பார்கள். பேட்டையில் இரண்டு மாதத்திற்கு அவர்கள் சாமிகளே.

மீண்டும் உற்பத்தியையும் விற்பனையையும் அதிகப்படுத்தினார் காளையன். அவருக்கு ஊரில் முதல் நிலையைத் தக்கவைத்துக் கொள்வதில் சிரமம் இருந்தது. காளையனும் பொக்கவாயனும் ஒன்று சேர்ந்தார்கள். அவர்கள் காய்ச்சுவதுடன் ஊரிலே சரக்கைக் கொள் முதல் செய்து பக்கத்து ஊருக்கு விற்க ஆரம்பித்தார்கள். காய்ச்சுகிற வேலையை ரெங்கனுடன் சேர்ந்து மூக்கன் பார்த்தான். கையில் பணம் புரள ஆரம்பித்தது. நான்கு ஐந்து ஏக்கர் நிலம் வாங்கினார். ஆழ்குழாய்க்கிணறு போட்டார். கிணற்றுக்குப் பக்கத்திலேயே காய்ச்ச ஆரம்பித்தார். ரெங்கன் ஜெயங்கொண்டம் அரசு மருத்துவமனைக்கு அடிக்கடி சென்றுவந்தான். அதிகமாகச் சாராயம் குடித்ததால், ரெங்கனுக்குக் குடல் அரிப்பு.

இருந்தாலும், குடி குறையவில்லை. ஒருநாள் குடித்துவிட்டு குடிசையை அடையும் முன் வீடுபேறு அடைந்துவிட்டான். கரும காரியங்கள் முடிந்தன. ரெங்கனின் பொண்டாட்டி ராக்காயி காய்ச்சுவதற்கு வந்தாள். ராக்காயி ‘ரெண்டு புள்ள பெத்து’ இருந்தாலும் கட்டுக்குலையாமல் இருந்தாள். காளையன் அவளை வேலையில்

சேர்த்துக்கொண்டார். மூக்கனும் ராக்காயியும் முதலில் சாராயம் காய்ச்ச ஆரம்பித்தார்கள். பின் இருவரும் குடும்பமாகக் கஞ்சியும் காய்ச்சினார்கள்.

இப்போதெல்லாம் அம்பாசடர் காரில்தான் பொக்கவாயன் போனான். கடலூர் மாவட்டத்தில் வியாபாரம் அதிகமாகியது. சிதம்பரம், சேத்தியாத்தோப்பு, காட்டுமன்னார்கோயில், நெய்வேலி என எல்லைகள் விரிந்தன. கடனுக்குச் சரக்குக் கொடுத்தான். ஒருநாள் பழஞ்சநல்லூரில் பொதுமக்கள் சாலை மறியலில் ஈடுபட்டார்கள். காவலர்கள் பேட்டையை நோக்கி வந்தார்கள். ஊர் பரபரப்பானது.

காளையன், முனியன், பொக்கவாயன், மாயாண்டியைப் போலீஸ் தேடியது. ஊர் பரபரப்பாவதைப் பார்த்தான் தமிழ்.

"என்ன அண்ணே எல்லாரும் வடக்க ஓடுறாங்க?" சப்பையனிடம் கேட்டான்.

"சாராயப் பாக்கிக்காக ஒருத்தனை பொக்கவாயன் பழஞ்ச நல்லூர்லருந்து கடத்திட்டு வந்துட்டான். அந்த ஊர்க்காரங்க காளையன்கிட்ட பேசிப்பாத்தாங்க. சாராயக் காசக் குடுக்காம, அவன வுட முடியாதுன்னு சொல்லிட்டான் பொக்கவாயன். தூக்கிட்டுவந்த ஆளுக்குப் புள்ள பொண்டாட்டியும் இருக்கு. கூடவே சக்கரவியாதியும் ரத்தக்கொதிப்பும் இருக்கு. மீன்சுருட்டிக் காவல் நிலையத்துக்குப் போனா, காட்டுமன்னார்கோயில் காவல் நிலையத்துக்குப் போவச் சொல்றாங்க. அங்க போனா இங்க போவச் சொல்றாங்க. அதனால ஊர்மக்கள் ரோட்ல உக்காந்துட்டாங்களாம்." சொல்லிக்கொண்டே சப்பையனும் ஓடிக்கொண்டிருந்தார்.

கடைசியில் மீன்சுருட்டிப் போலீஸ் பொக்கவாயனக் கைது செய்தது. கடத்தப்பட்டவன் விடுவிக்கப்பட்டான். போக்குவரத்து தொடங்கியது.

கலால் துறையும் காவல் துறையும் சுறுசுறுப்பாயின. பெரம்பலூர் மாவட்டக் கண்காணிப்பாளர் பெரும் போலீஸ் படையுடன் பேட்டைக்கு வந்தார். ஊறல்கள் அடித்து நொறுக்கப்பட்டன. பெரும்பாலான பித்தளைச் சாமான்களையும் அலுமினியப் பாத்திரங் களையும் காவல் துறை அள்ளிச் சென்றது.

"இந்த ஊர்ல மட்டும் சாராயம் ஏன் இவ்வளவு காய்ச்சிறானுங்க?" ராமனைக் கேட்டுக்கொண்டே நடந்தார் உயரதிகாரி. "வயித்துப் பொழப்புக்குக் காய்ச்ச ஆரம்பிச்சோம். இப்ப இந்தத் தொழில்

நல்லாருக்கு, பேட்ட சரக்குன்னா காசும் நல்லாக் குடுக்குறாங்க சாமி." சப்பையன் தள்ளிநின்று பதில் கொடுத்தான்.

"ஒரு பயலையும் இவனுங்க பள்ளிக்கூடம் அனுப்பல அய்யா." ராமன் கூறினான்.

"இந்த ஊர்க்காரனுங்க இதக் குடிசைத் தொழிலாப் பண்றானுங்க."

தமிழ் வேடிக்கைபார்த்தான். காக்கிச் சட்டையின் முன் ஊர்க் காரர்கள் கைகட்டி நின்றனர். உயரதிகாரியின் குரலுக்கு ஒவ்வொரு வரும் ஓடிநின்றனர். போலீஸின் அதிகாரத்தைப் பார்த்துப் பிரமித்தான் தமிழ். காவல் துறை மீது ஈர்ப்பு வந்தது. அந்த முறை சாராயம் காய்ச்சுபவர்கள் ஒருவரைக்கூடப் பிடிக்க முடியவில்லை. பிறகுதான் தெரிந்தது. உயர் அதிகாரிகள் சோதனைக்கு வரப்போவதை முன்னமே ஊருக்குள் ராமன் சொல்லியிருந்தான்.

வெள்ளையனுக்கு மூன்று பெண் குழந்தைகள். ஆடுகளை நம்பி வாழ்ந்த குடும்பம். வெள்ளையன் சிறு வியாபாரி. கடலை, மிளகாய், சவுக்கு வியாபாரம் செய்துவந்தார். காலையில் வியாபாரம். மாலையில் குடி. "டேய் என் பொண்ணுங்கள சும்மாவே கட்டிப்பானுங்கடா. எம்பொண்ணு ரதிடா." தள்ளாடிக்கொண்டே நடந்தான்.

குருவம்மா வெளியே வந்தாள். "டேய் அடிக்காதடி." கத்தினான் வெள்ளையன்.

"எத்தனை நாள் சொல்றது. மூணு பொண்ணு இருக்கு. குடிச்சிட்டு வராதன்னு. ஒருகாசுகூட தர மாட்டேங்கிற. உன் பொண்ணுங்கள எவன்டா கட்டிக்குவான்?"

பத்து ரூபாயை எடுத்து நீட்டினான் வெள்ளையன்.

"இத வச்சி அரிசி வாங்க முடியும். கொழம்புக்கு என்ன பண்றது?" மீண்டும் இரண்டு அறை விட்டாள்.

"உள்ள போய்ப் படு. காலைல ரெண்டுகாசு சம்பாதிக்க வேண்டியது. சாயந்தரம் குடிச்சிட்டு வர வேண்டியது. ஒன்னயெல்லாம் என்னைக்குத்தான் திருத்தறதோ. நானும் கூலி வேலைக்கிப் போய் எத்தனை நாளு இந்தக் குடும்பத்தைக் காப்பாத்தறது." புலம்பிக் கொண்டே ஆடுகளைக் கட்டினாள்.

பெண்களெல்லாம் ஐந்தாம் வகுப்புடன் நின்றுவிட்டார்கள். பெண்களைக் களை வெட்டுவதற்கும் கூலிவேலை செய்வதற்கும் அழைத்துச்சென்றாள் குருவம்மா.

“டேய் சோறு போடுடி. வயிறு வலிக்குது.” முனகிக்கொண்டே கிடந்தான் வெள்ளையன்.

“குடிச்சா வயிறு அரிக்கத்தான் செய்யும். ஆஸ்பத்திரிக்கு கூட்டிட்டு போறத்துக்கு முடியல. பொண்ணு வயசுக்கு வந்துட்டா. எவன்கிட்ட புடிச்சிக் குடுக்கறதுன்னும் தெரியல. காசு சம்பாதிக்கவும் இல்ல. குடியவும் நிறுத்த மாட்டேங்கிற.” அழுதுகொண்டே தட்டில் சோறும் குழம்பும் போட்டாள் குருவம்மா.

“மன்னிச்சிக்கடி, நாளைலருந்து குடிக்க மாட்டேன்.” வெள்ளையன் அறிக்கை விட்டான்.

“குடிகாரன் பேச்சு பொழுது விடிஞ்சாப் போச்சு. நானும் கலியாணம் ஆன காலத்திலருந்து பாக்குறேன். நீ எங்க திருந்தப்போற.” மூக்கைச் சீந்தினாள். வழக்கம்போல் சாராயம் காய்ச்சும் இடத்திற்குச் சென்றான் வெள்ளையன்.

“என்ன மாமா பொண்ணத் தர்றீயா? நான் தினைக்கும் சாராயம் தரேன்” என்றான் நாதன்.

“டேய் நான் சாராயம் காய்ச்சறவனுக்குத் தர மாட்டேன்டா” என்றான் வெள்ளையன்.

“ஆமாம் நீ குடிக்கிற. நான் காய்ச்சறேன். பெரிய யோக்கியன் மாதிரி பேசுற.”

“டேய் உனக்கு என் பொண்ணு கிடையாதுடா.” உளறிக்கொண்டே வீடு சென்றான் வெள்ளையன்.

நடுச்சாமம் ஆகியும் வெள்ளையனைக் காணவில்லை. “குடிச்சுட்டு எங்க போனான் இன்னும் வரலையே?” புலம்பிக்கொண்டே தூங்காமல் இருந்தாள் குருவம்மா. கோழி கூவியது. ‘சவுக்குத்தோப்பில் பாம்புக் கடிபட்டு வெள்ளையன் இறந்துவிட்டான்’ என்ற செய்தி கிடைத்தது. குருவம்மா இடிந்துபோனாள். மூன்று பெண்களும் முன்னே நின்றார்கள். பொழுது விடிந்தது. குடும்பம் இருண்டது.

சடையாண்டிக்கு அரை ஏக்கர் நிலம். குடியை நிறுத்த முடிய வில்லை. “பையனைப் படிக்கவைக்கணும். பணம் கொடு” என்றாள் சரசு.

“ஒப்பன் வீட்ல வாங்கிட்டு வாடி.”

“கலியாணம் பண்ணிப் பத்து வருஷம் ஆச்சி. இன்னும் என் அப்பன் உனக்குச் சம்பாதிச்சுப் போடுவானா? துப்புக்கெட்ட பயலே. குடும்பம் நடத்த வக்கில்லை. எதுக்குடா உனக்குப் புள்ள பொண்டாட்டி?”

சடையாண்டியின் குடி அதிகமானது. பக்கத்து வீட்டில் கடன் வாங்கிக் குடிக்க ஆரம்பித்தான். சரசு அரை ஏக்கரில் கடலை போட்டு விவசாயம் செய்துவந்தாள். “நாளைக்கிக் கல்ல அரிக்கணும் வா.”

“போ, நான் வரேன்” என்றான் சடையாண்டி. வரவேயில்லை. சரசு வயல் வேலைகளை முடித்து இரவு வீடு திரும்பினாள். கதவைத் திறந்தாள். தொங்கிக்கொண்டிருந்தான் சடையாண்டி. சடையாண்டி மகனும் படிப்பை நிறுத்திவிட்டான்.

மீன்சுருட்டிக் காவல் நிலையத்தில் வெள்ளைச்சாமி எஸ்ஐயாகப் பதவி ஏற்றார். வெள்ளைச்சாமிக்குப் பேட்டை சவாலாக அமைந்தது. வெள்ளச்சாமியைக் கண்டு பயப்படாத ஆட்களே கிடையாது. ஒரு வாரத்துக்கு மேல் ஆண்களை ஊருக்குள் பார்க்க முடியவில்லை. ராத்திரியில் வயல்காட்டில் தூங்கினார்கள். மூன்று வேளைச் சாப்பாடும் அங்கே போய்விடும். நடுப்புள்ளையும் ஒரு வாரமாகக் கொல்லையிலேயே இருந்தார். காலையும் மாலையும் சோறு கொடுத்துவிட்டு வந்தான் தமிழ்.

வெள்ளைச்சாமி கண்டிப்பானவர். சாராயத் தொழிலை அழிக்கவே மீன்சுருட்டிக் காவல் நிலையம் வந்ததாகப் பேட்டையில் அனைவரும் பேசிக்கொண்டனர். மேலத்தெருவிலும் வடக்குத்தெருவிலும் இருவர் கைதுசெய்யப்பட்டு காவல் நிலையம் கொண்டுசெல்லப்பட்டனர். அவர்கள் மேல் வழக்கு பதிவு செய்யப்பட்டதாகவும் கூறினார்கள். பள்ளி மாணவர்களுக்கும் இனம் புரியாத பயம் தொற்றிக்கொண்டது. மாணவர்கள் பலரும் அப்பாக்கள் எங்கே சென்றார்கள் என்று அவ்வப் போது தங்களுக்குள் தகவல் பரிமாறிக்கொண்டனர். பெரும்பாலான ஆண்கள் கொல்லையில் தங்கிவிட்டனர். சிலர் உறவினர் வீடுகளுக்குச் சென்றனர். பேட்டையில் பீதி நிலவியது. யார் எப்போது கைது செய்யப்படுவார்கள் என்று தெரியவில்லை.

பேட்டையை வித்தியாசமாகக் கையாண்டார் வெள்ளைச்சாமி. இவருக்கு முன்னால் வந்தவர்கள் சாராயம் காய்ச்சினவன், குடித்தவனை மட்டும் பிடித்தார்கள். இவரோ காய்ச்சாதவனையும் பிடித்து உள்ளே போட்டார். பிடிபட்டவர்கள் குறைந்தது இரண்டு பேரையாவது காட்டிக்கொடுக்க வேண்டும். அப்போதுதான் பிடிபட்டவருக்கு விடுதலை. சிலர் மீது மட்டும் வழக்குப் பதிவுசெய்தார். இப்படியே நிறைய பேரைப் பிடித்து உள்ளே போட்டார். விசாரித்தார். ஒத்துழைக்காதவர்கள் வீட்டில் ஒத்தடம் குடுத்துக்கொண்டுத் திரிந்தார்கள். பேட்டைக்கு சிம்ம சொப்பனமாக வெள்ளைச்சாமி விளங்கினார்.

காலை விரித்து நடந்தார் ஒட்டச்செக்கு. “என்னய்யா இப்படி நடந்து வர?” சுங்குரு கேலிசெய்தான்.

“ஆமான்டா நீ இந்தத் தடவ தப்பிச்சிட்ட. மாட்னா தெரியும். நல்லா குனிய வச்சி குத்தி அனுச்சிட்டான். இன்னும் நாலு நாளைக்கி இப்படித்தான் நடக்கணும். இனிமே இந்தத் தொழிலே எனக்கு வேண்டாம்” புலம்பினார் ஒட்டச்செக்கு.

“எல்லாம் புள்ள பெத்துக்கிறவ எடுத்துக்கிற வைராக்கியம். புள்ள பெத்துக்கிறப்ப வூட்டுக்காரனத் திட்டறது. அப்பறம் பத்தாவது மாசத்துல வயித்தத் தள்ளிக்கிட்டு வந்து நிக்கறது. நீ என்னா, வலி நின்னதும் ஊறல் போடப்போற.” சுங்குருவும் ஒட்டச்செக்கும் பேசிக்கொண்டு நடந்தார்கள்.

பயிற்சியை முடித்துவிட்டு உதவிக் காவல் கண்காணிப்பாளராக சிதம்பரத்தில் பதவி ஏற்றார் வெற்றி. பைக் காணாமல்போவதைக் கண்டுபிடித்து நடவடிக்கை எடுக்குமாறு மேலிடத்திலிருந்து அறிவுரை வழங்கப்பட்டிருந்தது.

“பைக் காணாமல்போன கோப்பு முழுக்கவும் ரெண்டு நாள்ல என் மேஜைக்கு வந்தாகணும்.”

“சரிங்க அய்யா” என்றார் காவலர் பாலா.

கோப்புகள் சமர்ப்பிக்கப்பட்டன. “பாலா நாம ரெய்டுக்குப் போவணும். ஒரு டீம் தயார்ப்படுத்துங்க” கட்டளையிட்டார் வெற்றி.

டீம் ரெடியாக இருந்தது. வெற்றியுடன் இரவு ஒரு மணிக்குப் பேட்டையில் இறங்கி காளியம்மன் கோயிலிலிருந்து கிழக்கு நோக்கி நடந்தது. அமாவாசை இருட்டு, ஒற்றை மின்விளக்கு கண் சிமிட்டியது. இந்த முறை முனியனை வீட்டில் வைத்துப் பிடித்துவிட வேண்டும் என்ற வேகத்தில் சென்றது. இரவு இரண்டு மணிக்கு ஊரெங்கும் நாய்கள் குரைத்தும் ஓடிக்கொண்டும் இருந்தன. காலடிச் சத்தம் கேட்டு வீட்டின் பின்புறம் வழியாக முனியன் தப்பித்துவிட்டான். வெற்றி தோல்வியுற்றார். ஆனால், புதிய பைக் கிடைத்தது. அதைத் தள்ளிக் கொண்டு காவலர் குழு காளியம்மன் கோயில் நோக்கி வந்தது. திடீரென சோடாப் பாட்டில்கள் காவலர்கள் மீது பறந்து விழுந்தன. “டேய் அவங்கள விடாதீங்கடா.” குரல் கொடுத்துக்கொண்டே முனியன் ஓடிவந்தது தெரிந்தது. பொக்கவாயன் கல் எடுத்து வீசினான். இருட்டில் வந்த காவலர்கள் சிதறி ஓடினார்கள். பைக்கை விட்டுவிட்டு வண்டியை நோக்கி ஓடினார்கள். பறந்து வந்த ஒரு சோடா பாட்டில், வெற்றியின் தலையைப் பதம்பார்த்தது. அலறிக் கீழே விழுந்தார். அவரை ஜீப்பில் ஏற்றிக்கொண்டு குழு ஓடியது.

யார் மண்டையை உடைத்தார்கள் என்று தெரியாது. மக்கள் பீதியடைந்தனர். எப்படியும் போலீஸ் ஊருக்கு வரும் என்பது தெரியும். வெள்ளைச்சாமி விறுவிறுப்பானார். புதிய வியூகம் வகுத்தார். காவல் உதவிக் கண்காணிப்பாளர் வெற்றி, கடலூர் மாவட்டத்திலிருந்து வந்தவர். ஆனால், மீன்சுருட்டிக் காவல் நிலையத்திற்குத் தெரிவிக்க வில்லை. இது பெரம்பலூர் மாவட்ட எல்லையில் இருந்தது. அங்கிருந்து தகவல்கள் கசிவதை அவரால் தடுக்க முடியவில்லை. வெற்றி இரண்டு மாவட்டங்களிலும் பேசி சிறப்புப் படையை உருவாக்கினார்.

அன்று வழக்கம்போல் முனியன் காய்ச்சிக்கொண்டிருந்தான். காளையனும் பொக்கவாயனும் இரண்டு வாரத்தில் வியாபாரத்தைத் தொடர்ந்தார்கள். மதியம் இரண்டு மணி. சவுக்குத் தோப்பு ஓரத்தில் அடுப்பு எரிந்தது. பக்கத்து மாமர நிழலில் முனியன் உறங்கிக் கொண்டிருந்தான். திடீரென ஆட்கள் சுற்றிவளைத்தார்கள். யாரும் காவல் சீருடையில் வரவில்லை. முனியன் சுதாரித்து எழும் முன் அவன் நெஞ்சில் ஏறி அமர்ந்தார்கள். அடுப்படியில் இருந்தவர்கள் ஓடி விட்டார்கள். ஊரின் மறுபுறத்தில் காளையனும் பொக்கவாயனும் அடுப்படியில் வைத்துக் கைதுசெய்யப்பட்டார்கள். காளியம்மன் கோயிலுக்கு அவர்களைக் கட்டி இழுத்துவந்தார்கள். ஊரே வேடிக்கை பார்த்தது.

குண்டர் சட்டத்தில் அடைக்கப்பட்டு திருச்சி மத்தியச் சிறையில் போட்டார்கள். ஆட்கடத்தல், கள்ளச்சாராயம் காய்ச்சிய வழக்கு, கொலை முயற்சி, வண்டி கடத்தியது எனப் பல்வேறு வழக்குகள் பதிவுசெய்யப்பட்டன.

காளையன் மகன் ஊமையாய் இருந்தான். காளையன் சிறைக்குச் சென்றதும் அவன் மனைவி தூக்கில் தொங்கினாள். சிறையிலிருந்து வந்த இரண்டு மாதத்தில் உடல் நலக்குறைவால் பொக்கவாயன் இறந்துபோனான். காளையனும் முனியனும் தொடர்ந்து நீதிமன்றம் சென்றார்கள். காளையன் தொழிலை விட்டார். விவசாயத்தைப் பார்க்க ஆரம்பித்தார். இரண்டு வருடத்தில் அவரும் இறந்துபோனார். குழந்தைகள் அனாதையாகினர். முனியனின் மனைவி மார்பகப் புற்றுநோயில் இறந்துபோனாள். அவனது மகளும் மகனும் அரவணைப்பின்றி சுற்றித்திரிந்தார்கள்.

இப்போதெல்லாம் பக்கத்துக் கிராமச் சாலைகளில் இரவில் ஆட்டுக்குட்டிகள் அசைபோடுகின்றன. வெள்ளைச்சாமியைக் கண்டு ஓடிஒளிந்த கிராமத்தில் இன்று பலர் வெள்ளைச்சாமிகளாகப் பணியில் உள்ளார்கள்.

8

தமிழும் செந்திலும் திருச்சி சிந்தாமணிப் பேருந்து நிலையத்தில் இறங்கினார்கள். பேருந்துகளின் இரைச்சல். செந்தில் "நடக்கலாம்" என்றான்.

தமிழ் "சரி" என்றான்.

காலை வெயில். பிஷப் ஹீபர் மேல்நிலைப் பள்ளியின் உள்ளே வாகைநாராயணன் மரம் கண்விழித்து இருந்தது. மேலிருந்து பூக்கள் உதிர்ந்தன. நீண்ட வரிசையில் இருவரும் விண்ணப்பம் வாங்க சேர்ந்து கொண்டார்கள்.

தமிழின் வலது தோளை ஒரு கை அழுத்தியது. திரும்பிப்பார்த்தான். "யாருடா நீ?" என்றது, ஆறடிக்கும் மேலான உருவம். கையின் அழுத்தத்தை விட வார்த்தையின் அழுத்தம் அதிகமாக இருந்தது.

“சார் டாக்டருக்குப் படிக்க விண்ணப்பம் வாங்க வந்திருக்கேன்” என்றான் தமிழ்.

“வெளிய வாடா” என்றார். அவரைப் பின்தொடர்ந்தான் தமிழ். “பள்ளிக்கூடத்துக்கு இப்படியெல்லாம் வரக் கூடாது.”

தமிழ் “சார்” என்றான்.

“பேண்ட் போட்டுட்டு வரணும்ன்னு தெரியாதா? கைலி கட்டிக்கிட்டு ஏன்டா வந்த? தெப்பக்குளம் பக்கம் ஜவுளிக்கடைல வேட்டி வாங்கிக் கட்டிக்கிட்டு வா.”

தமிழ் விழித்தான்.

“பணம் இருக்காடா?”

“எடுத்துட்டு வல்லிங்க சார்.”

அம்பது ரூபாய் கொடுத்தார். “எப்ப சார் திருப்பித் தர்றது?” என்றான் தமிழ்.

“அட்மிஷன் முடிஞ்சதும் திருப்பிக்கொடு.”

பின்னால் கிழிந்த கால்சட்டையுடன் பத்தாம் வகுப்பு சென்றபோது ‘தபால் பெட்டி திறந்திருக்கு’ என்று மாணவர்கள் கிண்டலடித்தனர். வறுமை தமிழை அறியாமையில் வைத்திருந்தது. கைலியில் திரிந்தான் தமிழ். பெற்றோர்களோ நண்பர்களோ எவ்வாறு செல்ல வேண்டும் என்று அறிவுறுத்தவில்லை. பேண்ட் தைக்கவும் இல்லை. இப்போது வேட்டி கட்டிக்கொண்டு விண்ணப்பத்தைப் பெற்றான். ராஜவேலு ஆசிரியரும் கடந்துசென்றிருக்கலாம். ஆசிரியரின் பணியானது பாடப் புத்தகங்களையும் தாண்டியது என்பதை உணரவைத்தார். தூரச் சென்றாலும் தொடர்பில்லை என்றாலும் உணர்வுகள் உறங்கவில்லை. தமிழின் மானம் காத்தார்.

மருத்துவக் கனவுடன் காலடிவைத்தான் தமிழ். அது அவனது கிராமத்தின் கனவு. நடுப்புள்ளைக்கும் ராசக்குமாரிக்கும் அந்தக் கனவு பத்து வருடங்களுக்கு மேல் கனன்றுகொண்டிருந்தது. காய்ச்சல், தலைவலி, வயிற்றுவலியை விட மருத்துவர்களைப் பார்ப்பதற்கான வலி அதிகம். மருத்துவரைப் பார்க்க பத்து மைல் தூரம் செல்ல வேண்டும். பேருந்தைப் பிடிக்க இரண்டு மைல் தூரம் நடக்க வேண்டும். பேருந்திற்காகக் காத்திருக்க வேண்டும். பின் மருத்துவமனையில் அரை நாள் காத்துக்கிடக்க வேண்டும். குடும்ப மருத்துவர் சகமனிதராக நடுப்புள்ளையையும் தமிழையும் பார்த்ததில்லை. ஒட்டுறவு இல்லாமல் ஊசி குத்துவார், மாத்திரைகள் வழங்குவார். தமிழைக் கல்லூரி

அனுப்பப்போவதாகக் கூறினார் நடுப்புள்ளை. "அவன் காலேஜ் போனா கொல்ல வேலையை யார் பாக்குறது? விவசாயம் பாக்க ஆள் வேணாமா?" என்றார் கேலியாக. குலத்தொழிலைப் பார்க்க வேண்டும் என அவர் நினைத்ததைப் புரிந்துகொண்டான் தமிழ். நடுப்புள்ளை அவமானத்தை வெளியே சொல்லவில்லை. தமிழ் மருத்துவனானால் அந்த அவமானம் துடைக்கப்படும் என நினைத்தார்.

போக்குவரத்து வசதியும் இல்லை. மருத்துவ வசதியும் இல்லை. பேட்டையில் மருத்துவர் இருந்தால் உயிரிழப்புகளைத் தவிர்த்திருக் கலாம். "டாக்டர்தான்டா கடவுள். இதுதான் உண்மையான சேவை." நடுப்புள்ளையும் ராசக்குமாரியும் நம்பினார்கள். தமிழிடம் சொல்வதுண்டு, "டாக்டருக்குப் படிச்சி வயசான காலத்துல எனக்கு ஊசி போடணும்னு, ஆயா சொல்லும்."

பேட்டையில் பூச்சிமருந்து குடித்துச் சோவையன் இறந்ததும், சாராயத்தால் பலகுடும்பங்கள் அழிந்ததுவும் தமிழுக்கு நினைவில் வந்தன. பாப்பாக்குடியில் லாரியில் சுந்தர் அடிபட்டான். மருத்துவராக இருந்தால் அவர்களைக் காப்பாற்றி இருக்கலாம் என்ற எண்ணம் தமிழுக்கு இருந்தது.

சகாயம், வேங்கடம், தமிழ் மூவரும் வகுப்பு இடைவேளையில் வெளியே சென்றார்கள். டிவி கடை முன்பு மக்கள் கூட்டம். "எல்லாம் கிரிக்கெட் பாக்குறாங்க. நாமலும் பாக்கலாமா?" கூட்டத்தில் நுழைந்தான் தமிழ்.

இந்தியா பாகிஸ்தான் கிரிக்கெட் விளையாட்டு. பம்பரமும் கிட்டிப்புள்ளும் விளையாடியவனுக்கு வித்தியாசமாகத் தெரிந்தது. பதினோராவது ஆங்கிலப் புத்தகத்தில் இருந்த கிரிக்கெட் பாடம் புரிய ஆரம்பித்தது. தொலைக்காட்சிப் பெட்டியின் அறிமுகம் தமிழுக்குக் கிடைத்தது.

சாலையில் மாபெரும் ஊர்வலம் சென்றுகொண்டிருந்தது. 'இந்திய அரசே தமிழர்களைக் காப்பாற்று.' பலரின் கைகளில் பதாதைகள் தென்பட்டன. தமிழ் வேடிக்கைபார்த்து நின்றான். இலங்கைத் தமிழர்களைப் பாதுகாக்க, இந்திய அரசு தலையிட வேண்டும் என்று மக்கள் ஊர்வலம் செல்கிறார்கள் என்று விவரித்தான் வேங்கடம் .

"டேய் வேடிக்கைபார்த்தது போதும். நேரமாயிடுச்சி" என்றான் சகாயம். மூவரும் வகுப்பறையை நோக்கி ஓடினார்கள்.

வேதியியல் ஆய்வகத்தில் எல்லோர் கையிலும் குடுவை இருந்தது. "பிப்பெட்டிலிருந்து அஞ்சு மில்லி பொட்டாசியம் பெர்மாங்கனேட்

கரைசலை எடுக்கவும். பியூரெட்டிலிருந்து பத்து மில்லி திறந்து விடவும்" என்றார் லட்சுமணன், வேதியியல் ஆசிரியர்.

வேங்கடத்திடம் "எதைத் திறக்கவேண்டும்?" என்றான் தமிழ்.

"என்னடா சத்தம்?" என்றார். ஆய்வகம் அமைதியானது.

தமிழின் குடுவை நிறைந்திருந்தது. வேதிவினை முடிவுகள் வேறு மாதிரி இருந்தன. கன்னத்தில் பளார். ஐந்து விரல்களும் பதிந்தன தமிழுக்கு. வகுப்பே திரும்பிப்பார்த்தது. ஆய்வகத்தில் கவனம் முக்கியம். அது அனைவருக்குமான அடி. அதன் பிறகு யாருடைய கவனமும் ஆய்வகத்தில் சிதறியது கிடையாது. லட்சுமணன் வேதியியல் ஆசிரியர் ஒவ்வொரு மாணவனும் புரிந்துகொள்ளும் வரை பாடம் நடத்துவார். தொடர் தேர்வுகள். மதிப்பெண் குறையும்போது தனிக் கவனம் செலுத்துவார். ஒருமுறை ஆசிரியரின் கவனம் தமிழ் மீது திரும்பியது. தமிழின் கவனம் வேதியியல் மீது சென்றது. அடியும் அரவணைப்பும் தமிழை ஆசிரியர் மீதும் பாடத்தின் மீதும் ஈர்த்தன. முழு மதிப்பெண்கள் பெற்றான் தமிழ்.

விடுதியில் தேர்விற்காகப் படித்துக்கொண்டிருந்தார்கள் மாணவர்கள்.

"நாளையிலிருந்து ஒரு வாரம் லீவு." கூறிவிட்டு நடந்தான் பார்த்தி.

"எதுக்கு லீவு?" தமிழ் பின்தொடர்ந்தான்.

"எம்ஜிஆர் இறந்துட்டார்."

"அப்ப ஊருக்குப் போவலாமா?"

"மொதல்ல பஸ் ஓடுதான்னு பாப்போம்" என்றான் செந்தில்.

செந்தில், சகாயம், வேங்கடம் எனப் பலரும் இரவு பகலாகப் படித்தார்கள். தமிழும் படித்தான்.

தமிழ்வழியிலேயே தேர்வு எழுதினான். முடிவுகள் வெளிவந்தன. நுழைவுத்தேர்விற்குத் தயாரானான் தமிழ். ஒரு மதிப்பெண்ணில் அரசு மருத்துவக் கல்லூரிக் கனவு சிதறியது. மற்ற கல்லூரிகளிலும் இடம் கிடைக்கவில்லை. பெற்றோரின் பத்து வருடக் கனவும் கிராமத்தின் கனவும் கரைந்துபோயின. "வெரலுக்கு ஏத்த வீக்கம் வேணும். பணத்துக்கு எங்க போவீங்க? எல்லாரும் டாக்டராவ முடியாது. இந்தத் தேவையில்லாத வேலய விட்டுட்டு, வெவசாயத்த பாக்கச்சொல்லுங்க" என்றார் மாமா. ஏளனமும் கேலியும் நிலைகுலையச் செய்தன. கவலையுடன் இருந்தார் நடுப்புள்ளை.

“என்னயா கன்னத்துல கைய வச்சிக்கிட்டு உக்காந்திருக்க? கப்பலா கவுந்துச்சி?” என்றார் அறிவொளி.

“ஒண்ணுமில்லையா. தமிழ எதாவது கல்லூரிக்கு அனுப்பணும். ஊருக்குள்ள இருந்தா சரிப்பட்டு வராது.”

“சரி கவலைப்படாத. எங்காவது வெளியே அனுச்சிடலாம்.”

தமிழை எப்படியாவது பட்டதாரி ஆக்கிவிட வேண்டும் என்ற நினைவு நடுப்புள்ளையைத் தூங்கவிடவில்லை. அடுத்த தலைமுறையும் மழையை நம்பி இருக்க வேண்டுமா? ஊரில் சாராயப் பிரச்சினை வேறு. அதில் மாட்டிக்கொண்டால் என்ன செய்வது என்றும் யோசித்தார் நடுப்புள்ளை. ராசக்குமாரிக்கும் புரியவில்லை. “எப்படியாவது இவன ஊர வுட்டு அனுச்சிடுங்க” என்றார்.

பன்னிரண்டாம் வகுப்புப் பாடப்பிரிவின்படி மருத்துவம், வேளாண்மை, உயிரியல் சார்ந்த படிப்புகளுக்கு மட்டுமே தமிழ் விண்ணப்பிக்க முடியும். அந்த ஆண்டு கல்விக் கொள்கையில் மாற்றம். கண்டிப்பாக மருத்துவராகிவிடலாம் என்ற எண்ணத்தில் இருந்தான். இருப்பினும் வேளாண் படிப்பிற்கும் விண்ணப்பித்திருந்தான் தமிழ். வேளாண் பல்கலைக்கழகம் மூன்று முறை மாணவர்களை நேர்காணலுக்கு அழைத்தது. ஒரு முறைகூட தமிழுக்கு அழைப்பு வரவில்லை. தனியார் வேளாண் கல்லூரியிலும் இடம் கிடைக்க வில்லை. அதுவும் கானல்நீராகியிருந்தது. குடும்பத்தில் இனம்புரியாத சோகம். தமிழ் வேறு எந்தக் கல்லூரிக்கும் விண்ணப்பிக்கவில்லை. எப்படியாவது வேளாண் கல்லூரியில் சேர்த்துவிடலாம் என்று முயன்றார் நடுப்புள்ளை.

“வெளியூர்ல படிக்கப்போறான்னு சொன்னாங்க. தமிழ் இங்கதான் திரியுறான். இவன் ஏர் ஓட்டத்தான் லாயக்கி” டீக்கடையில் பேசினார் ராமன்.

“ஆமாம், அவன் பள்ளிக்கூடம் போனானா, இல்ல சினிமாக் கொட்டாய்க்கிப் போனானா, யாருக்குத் தெரியும்” ஒத்தூதினார் சின்னச்சாமி.

நடுப்புள்ளைக்கு என்ன செய்வதென்று தெரியவில்லை. அண்ணாமலைப் பல்கலைக்கழகத்தில் வேளாண்மை படிக்கவைக்கலாம் என்றார்கள். அந்தப் பல்கலைக்கழக டீன் சேந்தமங்கலத்தைச் சார்ந்தவர். அவர் தம்பி குமாரசாமியிடம் பணம் கொடுத்தால் சீட் நிச்சயம் என்றார்கள்.

குமாரசாமியைப் பார்க்கப்போனார் நடுப்புள்ளை. இரண்டு நாள் சேலத்தில் காத்துக்கிடந்தார்.

"வணக்கம் அய்யா."

"சொல்லுங்க என்ன விஷயமா வந்தீங்க?"

"அய்யா என் பையனுக்கு அக்ரி காலேஜ்ல சீட் வேணுங்க."

"என்ன மார்க் வாங்கி இருக்கான்?"

"நல்ல மார்க்தான் அய்யா வாங்கியிருக்கான்."

"அப்படினா பிரச்சனயில்ல. நான் செஞ்சித் தார்றேன்" என்றார் குமாரசாமி.

"சரிங்க அய்யா."

"கொஞ்சம் செலவாகும்."

"ஏதோ என்னால முடிஞ்சது செஞ்சுடுறேன் அய்யா."

"சரி, அடுத்த வாரம் இங்க வந்து பாருங்க."

தமிழுக்கு சீட் உறுதியாகிவிட்டதாக எண்ணிக்கொண்டு புறப்பட்டார் நடுப்புள்ளை.

மீண்டும் சேலம் சென்றார் நடுப்புள்ளை. குமாரசாமி ஹோட்டலில் தங்கியிருந்தார். அவர் முன்னாடி போய் நின்றார்.

"என்ன மார்க்சீட்லாம் எடுத்தாந்தீங்களா?"

"கொண்டுவந்திருக்கேன் அய்யா."

வாங்கிப்பார்த்தவர், "உங்க பையன் மார்க் அதிகம் எடுக்கலியே?" என்றார்.

"அய்யா எல்லாரும் நல்ல மார்க்குன்னு சொல்றாங்க."

"இந்த மார்க்குக்கு அதிக பணம் செலவாகுமே."

"நெலத்த வித்தாவது குடுத்துடுறேங்க அய்யா."

"இப்போ எவ்வளவு வச்சிருக்கீங்க?"

"இருபதாயிரம் இருக்குங்க."

"அதக் குடுத்துட்டு போங்க. அடுத்த வாரம் என்ன ஊர்ல வந்து பாருங்க."

"சீட் கெடச்சுடுங்களா?"

"கவலைப்படாமப் போங்க. அண்ணன்கிட்ட பேசிட்டேன். அடுத்த வாரம் முடிச்சிக் குடுத்துடுறேன். அட்மிஷன் வீடு தேடி வரும் போங்க. மீதிப் பணத்தை ரெடி பண்ணிக்கிட்டு வாங்க."

இரண்டு வாரமாகியும் எந்த செய்தியும் தெரியவில்லை. கொடுத்த பணத்திற்கு எந்த முகாந்திரமும் இல்லை. நெஞ்சம் பதைபதைத்தது நடுப்புள்ளைக்கு. ஒன்று, பணம். மற்றொன்று, தமிழின் எதிர்காலம். நடுப்புள்ளையை வீட்டில் உட்கார விடவில்லை ராசக்குமாரி. சேந்தமங்கலக் குமாரசாமியைப் பார்க்க அவர் ஊர் நோக்கி நடந்தார் நடுப்புள்ளை. அவர் புது டிவிஎஸ் வண்டியில் வந்துகொண்டிருந்தார். "என்ன மீதி பணம் எடுத்துட்டு வந்திருக்கிங்களா?"

"அய்யா இன்னும் சீட் கிடைக்கலீங்க. அதான் கேட்டுட்டுப் போவலாம்ன்னு வந்தேன்."

"அண்ணன் போன வாரம் வெளியூர் போய்ட்டாரு. அடுத்த வாரம் வாங்க. வர்றப்ப மீதி நாப்பதாயிரத்தை ரெடி பண்ணிட்டு வரணும்."

"அதுக்குள்ளே சீட் வந்துடுங்களா?"

"வரும் வரும்."

'இந்தப் பய ஒழுங்காப் படிச்சிருந்தா, இங்க வந்து அலைய வேண்டி வருமா.' நொந்துகொண்டே பேருந்து நிலையத்திற்கு நடந்தார் நடுப்புள்ளை.

பனையடி மழைக்காகக் காத்துக்கிடந்தது போல் இருந்தார் நடுப்புள்ளை. அட்மிஷன் வரவில்லை. மீண்டும் சேந்தமங்கலம் வந்தார். குமாரசாமி வீடு பூட்டிக்கிடந்தது. பக்கத்து வீட்டில் கேட்டார். பதில் இல்லை. நடுப்புள்ளைக்குப் பகீரென்றது. கோடை வெயில் கொளுத்தியது. தலையில் துண்டைப் போட்டுப் பேருந்து நிலையம் நோக்கி நடந்தார். போன கோடையில் முளைக்காமல்போன கடலையும், அதற்கு முன் தண்ணீரில் அழிந்துபோன கடலையும் நினைவில் வந்தன. 'குடும்பத்துல ஒருத்தனையும் பட்டதாரி ஆக்க முடியாதுபோல' அசைபோட்டுக்கொண்டே வந்தார். குடும்ப மருத்துவர் கூறியதும், உறவுக்காரன் சொன்னதும் நினைவிற்கு வந்தன. 'குலத்தொழிலை மாற்ற முடியாதுபோல' என்று நினைத்துக் கொண்டார். இரவெல்லாம் பயணித்துக் காலையில் பேட்டைக்கு வந்துசேர்ந்தார்.

"தமிழுக்கு வழிகாட்ட முடியல. இனிமே நாம என்னத்தச் செய்யறது. இந்தப் பய வேற எங்கேயும் போவ மாட்டேன்னு சொல்லுறான். இவனும் பனையடில பண்ணை அடிக்க வேண்டியது தான்". வீட்டில் ராசக்குமாரியின் ஒப்பாரிச் சத்தம் ஓயவில்லை.

வீட்டின் பின்புறம் தமிழ் உட்காந்திருந்தான். "முடிஞ்சா படிச்சிக்க. இல்லாட்டா மாடும் கலப்பையும் உனக்காக எப்போதும் காத்திருக்கும் வா." தமிழிடம் கூறிவிட்டு வழக்கம்போல் பனையடி நோக்கி நடந்தார் நடுப்புள்ளை.

மரக்கலப்பைக் கொழுவால் பிளந்த நிலத்தைப் போல், அவர் இதயம் கிழிந்துகிடந்தது. வீட்டின் ஒப்பாரிச் சத்தமும் உறவுகளின் சாடைப் பேச்சுகளும் ஏளனங்களும் குமாரசாமியிடம் ஏமாந்த கதையும் துளைத்தெடுத்தன. கேலிப்பேச்சுகள் அவரை ஊமையாக்கின. கோடை மழையைப் பனையடி உள்ளிழுப்பதுபோல் நடுப்புள்ளை அவமானங்களையும் சோகங்களையும் உள்ளிழுத்துக்கொண்டார். விதைப்பதற்கு நிலத்தைத் தயார்ப்படுத்தினார். தமிழும் சேர்ந்து கொண்டான். தமிழின் கல்லூரிக் கனவு கோடையில் போட்ட கடலை விதைபோல் புதைந்துபோனது. முளைக்கவில்லை.

"இப்ப என்ன குடியா முழுகிப் போயிடுச்சி. எல்லாம் சரியாயிடும். வேலையப் பாருங்க." ஓட்டச்செக்கு வெத்தலையை மென்றுகொண்டே நடுப்புள்ளையிடம் பேசிக்கொண்டிருந்தார்.

"அதான் ரெண்டுமூணு காணி நெலம் இருக்குல்ல. அத வச்சி இந்தப் பசங்க பொழச்சிப்பானுங்க. வேலையைப் பாருங்க" என்றார்.

தமிழால் கல்லூரிக்கு போக முடியவில்லை. யாருடைய தோல்வி என்று புரியவில்லை.

சோளமும் கம்பும் முளைத்துக்கொண்டிருந்தன. மாமரத்தில் குயில் கூவிக்கொண்டிருந்தது. "டேய் தண்ணிய மடை மாத்திவிடு" என்றார் நடுப்புள்ளை.

"சரிங்கப்பா" என்றான் தமிழ்.

"சண்முகம், நாளைக்கி ஆழ்வான் கொல்லையில கள வெட்டணும். நீ மேலத்தெருவுல ஆள் சொல்லிட்டு வாடா. சாயந்தரம் சேரி ஆளுங்களுட்ட நான் சொல்லிட்டு வரேன்" என்றார் நடுப்புள்ளை.

உழவாரத்தால் புல் செதுக்கினான் தமிழ். அதை மாடுகளுக்கு அள்ளிப்போட்டான் சண்முகம். நடுப்புள்ளை களை வெட்டிக் கொண்டிருந்தனர்.

பெரியப்பா மகன் கரிகாலன் வேகமாக ஓடிவந்தார். "சித்தப்பா தமிழுக்கு லெட்டர் வந்திருக்கு."

"எங்கிருந்துடா?"

"கோவை வேளாண் கல்லூரியிலருந்து வந்திருக்கு. தமிழ நேர்காணலுக்கு வரச்சொல்லிருக்காங்க."

நடுப்புள்ளையின் மூளையில் மின்னல் வெட்டிச்சென்றது. தமிழ் ஓடிவந்து கடிதத்தை வாங்கிக்கொண்டான்.

முதன்முதலாக கோவையை நோக்கிப் பயணித்தான் தமிழ். ஜில்லென்ற காற்று அவனைத் தூங்கவிடவில்லை. பேருந்தின் இரும்பு ஜன்னலைக் கீழே இறக்கிவிட்டான். காந்திபுரம் பேருந்து நிலையத்தில் இறங்கி, நகரப் பேருந்தில் தமிழ்நாடு பல்கலைக்கழகம் வந்தான்.

சிவப்புக் கட்டடங்கள். பெரிய நூலகம். வேளாண்மைப் பல்கலைக்கழகம் முழுவதும் மரங்கள். மரங்களின் கீழே சிறகடிக்கும் பட்டாம்பூச்சிகள். முதன்முதலில் மாணவிகளைப் பார்த்ததும் நகர்ப்புறங்களுக்குப் போன மாடுகளைப் போல் மனம் மிரண்டது. இனம் புரியாத குதூகலத்தில் இருந்தான்.

ஆலோசனை அரங்கு. தமிழும் அழைக்கப்பட்டான். விவசாயியின் மகன் என்பதால் கூடுதலாக ஐந்து மதிப்பெண்கள் கிடைத்தன. கிள்ளிகுளம் வேளாண் கல்லூரியில் இடம் ஒதுக்கப்பட்டதாகக் கூறினார்கள். கோடை மழையில் நனைந்த நிலத்தைப் போல் குளிர்ந்து போனான்.

நடுப்புள்ளைக்கும் ராசக்குமாரிக்கும் வீட்டில் முதல் பட்டதாரி உருவாவதைப் பார்த்து எல்லையில்லா மகிழ்ச்சி பட்ட அவமானமும் அடைந்த ஏமாற்றமும் கரைந்துபோயின நடுப்புள்ளைக்கு.

9

பனையடியில் பச்சைக் கடலைச் செடிகளுக்கு நடுவே மஞ்சள் பூக்கள் பூத்துக்குலுங்கின. மகிழ்ச்சியாக இருந்தார் நடுப்புள்ளை.

"செடிக்குப் பத்துப்பதினஞ்சி பிஞ்சி இருக்கும்போல. இந்த வருஷம் நல்ல வெளைச்சல்." செடியைப் பிடுங்கிக்கொண்டே வந்தார் ஓட்டச்செக்கு.

"ஏன் அப்படியே பாத்தா தெரியாதா?"

"தமிழ் எப்ப வந்தான்?" என்றார் ஓட்டச்செக்கு.

"ஏதோ காலேஜ் லீவாம். வந்திருக்கான்" என்றார் நடுப்புள்ளை.

ஜிப்சம் வீசிக்கொண்டிருந்தான் தமிழ். "மாமா ஜிப்சம் போட்டா கல்ல தெரட்சியா இருக்கும்."

"ஆமாம் உன்ன காலேஜ் அனுப்பனதுக்கு ஏதோ செஞ்சிக்கிட்டுத் திரியற. போன வருஷம் காலேஜ்ல எவனோ சொன்னான்னு யூரியா

கரைசல் அடிச்ச. காக்காணி மொளகாச் செடியும் கருகிப்போச்சி. செடில ஒரு எல இல்லாம ஆக்குன. இந்தத் தடவ அப்படி எதுவும் பண்றீயா?"

"அது அதிக யூரியாவக் கொஞ்சத் தண்ணியில போட்டதால வந்த பிரச்சன."

"இந்த வருஷம் ஜிப்சம் போட்டிருக்கேன். கல்ல நல்லா விளையும்" என்றான் தமிழ். மிளகாயிலும் கடலையிலும் பூச்சிகளைக் கட்டுப் படுத்த விளக்குப்பொறி, இனக்கவர்ச்சிப் பொறியைப் பனையடிக்கு அறிமுகப்படுத்தினான். கல்லூரியில் கற்பதை நடைமுறைப்படுத்தினான்.

சின்னப்பயல், சண்முகம், தமிழ் மூவரும் ராப்பகலாகக் கடலையை வளர்த்தார்கள். களையெடுத்தார்கள். உரமிட்டார்கள். குடும்பம் பனையடியிலேயே கிடந்தது. மண்கிணறு கல்கிணறாக மாறியிருந்தது. ஐம்பது அடி ஆழத்திற்கு மேல் மோட்டார் பம்ப் இருந்தது. அதை இயக்க இரவு பத்து மணிக்கு மேல் மின்சாரம் கிடைக்கும். கயிற்றின் மூலம் கிணற்றுக்குள் இறங்கி மின்மோட்டாரை நீர்மட்டத்திற்கு ஏற்ப மேலே ஏற்றியும் இறக்கியும் இயக்கினான் தமிழ். அது ஒரு மரண விளையாட்டு. சின்னப்பயல், சண்முகம் வெளியே தண்ணீர் பாய்ச்சினார்கள். கடலையும் மனசும் பசுமையாக இருந்தன.

"**எ**ன்னடா இது இந்தக் காலத்திலேயும் சாமித்தேவனுக்கு அஞ்சி பொட்டப்புள்ள. ராத்திரில சும்மாவே இருக்க மாட்டான்போல." சடையப் படையாட்சியிடம் பேசிக்கொண்டே பூலாங்குளத்துக் கரைமேட்டில் நடந்தார்கள் வாத்து நாயக்கரும் ரவிக்கோனாரும்.

"நீ வேணும்ன்னா இன்னும் நாலு பெத்துக்கோயேன்" என்றார் சடையப் படையாட்சி.

"அட போடா, ரெண்ட வச்சிக் காலம் தள்ளறதே பெரிய பாடு. என் பொண்டாட்டி இதுக்கே படாதபாடு படுத்திட்டா" என்றார் வாத்து நாயக்கர்.

"அப்பறம் உன் பிரச்சனை என்ன?"

"அஞ்சி பொண்ணப் பெத்துக்கிட்டா அரசனும் ஆண்டிடா."

"நம்ம ஊர்ல பண்டாரம்கூட நாலஞ்சி பெத்துக்கிறானுங்க" என்றார் ரவிக்கோனார்.

"நல்ல காலம் பொறக்குது. நல்ல காலம் பொறக்குது. நெனச்சதுலாம் நடக்கப்போவுது. ஆத்தா காளி, மாகாளி என் கனவுல சொல்லிட்டுப் போயிருக்கா. போட்டதுலாம் பொன்னாத் திரும்பி வரப்போவுது. கேட்டதெல்லாம் கெடைக்கப்போவுது." குடுகுடுப்பைக்காரன் ஆருடம் சொல்லி வீட்டின் முன்னே நின்றான்.

“செல்லியம்மா ஒரு படி கம்பு கொண்டாந்து குடு.” திண்ணையில் உட்கார்ந்திருந்தார் சாமித்தேவன்.

“புள்ளைக்கிச் சீக்கிரம் கல்யாணம் நடக்கப்போவுது.” சொல்லிக் கொண்டே கம்பை வாங்கிப் பையில் போட்டான் குடுகுடுப்பை.

செல்லியம்மா சிரித்தாள். “ஆமான் இவன்தான் எம்புள்ளைக்கி மாப்பிள பாத்துருக்கான். ஒரு படிக் கம்புக்கு என்னலாம் உளர்றான் பாரு” என்றார் சாமித்தேவன்.

“போடா போடா போய் நாலு தெருவப் பாரு.”

“ஆத்தா பொய் சொல்ல மாட்டா சாமி.” நடையைக் கட்டினான் குடுகுடுப்பை.

கடலை இலை மஞ்சளாக மாறியது. கடலை பிடுங்குவதற்குத் தண்ணீர் பாய்ச்சிக்கொண்டிருந்தான் சின்னப்பயல்.

“சின்னப்பயல ஓடியாடா.” கத்தினான் தமிழ். “எலிவளையில் தண்ணி போவுது. நீ அந்தப் பக்கத்துல நில்லு. இன்னிக்கு ரெண்டுல ஒண்ணு பாத்துடனும்.” மடையை மாற்றிவிட்டு இருவரும் எலி பிடிக்க ஆரம்பித்தார்கள்.

“தமிழு, மேல இருக்க செடியை அரிச்சிடு.”

மண்வெட்டியோடு நின்றான் சின்னப்பயல். ரெண்டு பேரும் ஒவ்வொரு பக்கமாக வெட்டினார்கள்.

“உள்ளார படுக்கையைப் பாத்தியா. எவ்வளவு சொகமா இருக்கு.” வளையில் எலி வைத்திருந்த கடலையை வெளியே எடுத்துப்போட்டான் சின்னப்பயல்.

“எம்மாம் கல்லையை உள்ளார வச்சிருக்கு. மனுஷனும் எலியும் நல்லாப் பதுக்குறாங்க.” ஆச்சரியமாகச் சொன்னான் தமிழ்.

“இங்கதான் புது மண்ணு தள்ளி இருக்கு. இந்தப் பக்கம் வா” என்றபடி வளையை வெட்டினான் தமிழ்.

“டேய் எட்டிப்பாக்குது. விடாத அடி.” திரும்ப வளைக்குள் ஓடியது.

இப்போது சின்னப்பய அந்தப் பக்கம் வெட்டினான். வெளியே ஓடியது. ஒரே அடி. எலி விழுந்தது. தோலை உரித்து, உப்பு மிளகாயைப் போட்டு வயலிலே வறுவல். “கறி நல்லா இருக்கு. எலும்பும் கடிக்கிறதுக்கு நல்லா இருக்கு.” கூறிக்கொண்டே ருசித்தார்கள் தமிழும் சின்னப் பயலும்.

“எல்லாரும் கல்லயை அரிங்கடா” என்றார் நடுப்புள்ளை. வள்ளுவத் தெரு, பறத் தெரு, மேலத் தெரு பெண்கள் கடலையை ஆய்ந்தார்கள்.

“ஏண்டி கட்டச்சி, சேதி தெரியுமா?” என்றாள் செல்வி.

“சொன்னாத்தான்டி தெரியும்.” இருவரும் கதை பேசிக்கொண்டு நின்றார்கள்.

“திங்காம கல்ல ஆய்ங்கடி.” ரெக்கட்டை சத்தம் போட்டான்.

“எல்லாம் அதுக்குத்தான் வந்திருக்கோம். நீ மூடிக்கிட்டுப் போ.” பதிலுக்கு மூஞ்சியைக் காட்டினாள் கட்டச்சி.

“கல்லையைத் திங்கிறதுக்கு முன்னாடியே கொழுப்பப் பாரேன்.”

“செல்வி கல்லச் செடியை மாமரத்துக்கு அடியில் முட்டுப்போடு. அப்பத்தான் நிழல்ல கதபேசிக்கிட்டே ஆயலாம்” என்றாள் கட்டச்சி.

முட்டுக்கட்டி உட்கார்ந்தார்கள். “இப்பச் சொல்லுடி ஒங் கதய.” கட்டச்சி கேட்டாள்.

“சாமித்தேவருக்கு அஞ்சி பொண்ணுங்க. அதுல ஒண்ணு ரவிக்கோனார் பயகூட திரியுதுன்னு அரசபரசலா பேசிக்கிறாங்கடி.”

“அஞ்சிலே ஒண்ணு போனா என்னாவாம்?” என்றாள் செல்வி.

“ஏண்டி இவன் அவனுக்கு எங்க பொண்ணு குடுப்பான்? அந்தப் பொண்ணு வேற படிச்சிருக்காம்.”

“இவன் ஆடு மேய்க்கிற பயன்னுல சொல்லிட்டுத் திரியுறாங்க. அவனோ எல்லாம் ராசா வம்சம்ன்னு சொல்றாங்க. இதுவரைக்கும் இந்தக் கிராமத்துல அப்படி நடக்கவே இல்லைடி.” இழுத்து நீட்டினாள் செல்வி.

“இதுக்குத்தான் பொட்டப் புள்ளைங்களப் படிக்கவைக்கக் கூடாதுன்னு மங்குனி உடையான் சொல்லிக்கிட்டு இருந்தான்.”

“இரு இந்தக் கல்லய முட்டுல கொட்டிட்டு வரேன்.” எழுந்தாள் செல்வி.

கூடையில் இருந்த கடலையைக் களத்தில் கொட்டினாள். அவளுடைய கடலை முட்டு என்பதற்காக இரண்டு பிளாஸ்டிக் வளையலை அடையாளத்துக்கு வைத்துவிட்டுக் கடலையை ஆயத் தொடங்கினாள்.

மேலே மைனாக்களும் கிளிகளும் கதை கேட்டன.

“என்னங்கடி குசுகுசுன்னு பேசுறீங்க. நானும் உங்ககூட உக்காந்து கல்ல ஆய வரலாமா?” என்றான் குட்டாரு.

“உனக்குப் பொட்டச்சிக்கூட உக்காந்து கதைகேட்டாத்தான் பொழுதே போவும். ஆனா கல்லச் செடியை இங்கக் கொண்டாந்து போடணும். சரியா?” என்றாள் கட்டச்சி.

குட்டாரு நிறைய செடிகளை அள்ளிவந்து போட்டான். “செல்வி கொஞ்சம் பொகயில குடு.”

“இதுக்குதான் இங்க வந்தியாக்கும்.” குட்டாரு இளித்தான்.

தமிழும் சின்னப்பயலும் இரண்டு காணி நிலத்தில் இருந்த செடியை அரித்துப்போட்டார்கள். சண்முகம் செடியை முட்டுக் கட்டினான்.

“சின்னப்பயல நீ போயி ஆயாகிட்ட ராத்திரிக்குச் சோறு வாங்கிட்டு வாடா” என்றார் நடுப்புள்ளை. சின்னப்பயல் வீட்டிற்குக் கிளம்பினான்.

வீட்டுக்குச் சென்று டிபன் கேரியரில் ராத்திரி சோற்றையும் கையில் அரிக்கேன் லைட்டையும் கொண்டுவந்தான். “வாங்க சாப்பிடலாம்.”

“சண்முகம் வாழ எல அறுடா.”

“கிணத்துலருந்து ஒரு வாளி குடிக்கத் தண்ணி கொண்டாந்து வைடா சின்னப்பயல.” இரும்பு வாளியில் தண்ணீர் கொண்டுவந்தான்.

மண்தரையைக் காலால் தமிழ் அமுக்கிவிட்டான். களத்துக்குப் பக்கத்தில் மூன்று பேரும் இலைபோட்டு உட்கார்ந்தார்கள். “வாழக்கா பொறியல் கொஞ்சம் வை” என்றான் சண்முகம்.

“சின்னப்பயல உனக்குச் சாப்பாடு போதுமா? முருங்கைக்கீரைக் குழம்பும் ரசமும் கொஞ்சம் ஊத்திக்க” என்றான் தமிழ்.

“கொஞ்சம் கீரை” என்றான் சண்முகம். சாப்பிட்டு முடித்தார்கள்.

“படுக்கறதுக்குச் சாக்கு?” கேட்டான் தமிழ்.

“சண்முகம் இந்தச் சாக்க நீ எடுத்துக்க.”

களத்து ஓரத்தில் படுத்தார்கள். ‘ரென் அண்ட் மார்ட்டின்’ இலக்கணப் புத்தகத்தை ராந்தர் வெளிச்சத்தில் தமிழ் படித்துக் கொண்டிருந்தான். வளர்பிறை. நிலா வெளிச்சம். ஆட்காட்டிக்குருவி

தனியாகக் கத்திச்சென்றது. பூச்சிகள் ரீங்காரமிட்டன. பூச்சிகளைத் தேடித் தாவியது தவளை. தூக்கம் கண்ணைச் சுற்றியது. ராந்தரை அடக்கினான். தூரத்தில் நரியின் ஊளை அதிகரித்தது. புத்தகத்தைத் தலைக்கு வைத்துப் படுத்தான். மூவரும் கைலிக்குள்ளேயே சுருண்டார்கள்.

காலையில் கதிரவன் பொன்னிறக்கதிர்களை வீசினான். சவுக்குத் தோப்பில் மைனாக்கள் கத்தின. காகம் கரைந்தது. "சின்னப்பயல எந்திரிடா. சண்முகம் எந்திரி." குரல்கொடுத்தான் தமிழ்.

சண்முகம் "கொஞ்ச நேரம்" எனக் கெஞ்சினான்.

படுத்திருந்த சாக்கை எடுத்தான் தமிழ். புத்தகத்தில் பாதியைக் காணவில்லை.

"சின்னப்பயல ஓடியாடா. புத்தகத்தைச் செல்லு அரிச்சிடுச்சிடா." கத்தினான் தமிழ்.

"ஈர மண்ணுன்னு தெரியுமில்ல. யாராவது புத்தகத்தத் தலைக்கு வச்சித் தூங்குவாங்களா? நான் கல்லச் செடியை மடக்கி வச்சிருந்தேன்."

மீதிப் புத்தகத்தைத் தட்டிவிட்டுக் கடலை முட்டு மீது வைத்தான் தமிழ்.

மூவரும் சவுக்குத் தோப்பிற்குள் ஓடினார்கள். வாளியில் தண்ணீர் மொண்டு கால் கழுவினார்கள்.

"சின்னப்பயல நாம ரெண்டு பேரும் கெடக்கற கல்லச் செடிகளை முட்டாக்கிடுவோம்." கூப்பிட்டான் தமிழ்.

'சண்முகம் நீ போய் காலச் சாப்பாடு எடுத்துட்டு வா. எல்லாச் செடியையும் மாமரத்துக்குக் கீழே போடு. மத்தியானத்துக்குள்ள இந்த வேலைய முடிச்சிடுவோம்."

ரெக்கட்டை வந்துசேர்ந்தான். கட்டச்சியும் செல்வியும் அதே இடத்தில் கடலை ஆய ஆரம்பித்தார்கள்.

"**பூ**லாங்குளத்து ஏரிக்கரையில ரவிக்கோனார் பையனையும் சாமித்தேவர் பொண்ணையும் பாத்தேன். பொழுது சாஞ்ச நேரம். ரெண்டு பேரும் ஒண்ணா நடந்துபோனாங்க. சாமித்தேவனுக்குத் தெரியுமோ தெரியாதோ? ஊர்ல பொம்பளைங்க குசுகுசுன்னு பேசிக்கிறாளுங்க. அவன் காதுல பட்டா வெட்டிப் போட்டுடுவான்." குரலை அடக்கிச் சொன்னார் சடையப் படையாட்சி.

"இந்தக் காலத்துல சாதி என்னடா பெரிய சாதி. எல்லாம் ஒண்ணுதான்டா. செத்ததுக்கப்பறம் இந்த மனுஷப் பதர மண்ணுதான்

திங்கப்போவுது. அதுக்குள்ள சாதிசாதின்னு ஏன்டா திரியுறீங்க.” தத்துவம் பேசினார் நொண்டி நயினார்.

“ஒனக்கு என்னா தெரியும். பொண்ணப் பெத்தவனுக்குத்தான வலிவருத்தம் தெரியும். கஷ்டப்பட்டுப் பொண்ணப் படிக்கவச்சி ஆளாக்கிவச்சிருந்தா கோட்டிக்காரப் பய எவனாவது வந்து கொத்திட்டுப் போயிடுவானா? அந்தப் பய படிக்கவும் இல்ல. வெளிஉலகம் தெரியாது. அவனுக்கு எவன்டா பொண்ணக் குடுப்பான்?” சடையப் படையாட்சி பொங்கினார்.

“நீ ஏன்டா பொண்ணப் பெத்தவன் மாதிரி கத்துற? அந்தப் பய பாக்கறதுக்கு நல்லா இருக்கான். சொத்துப் பத்தெல்லாம் இருக்கு. கைகாலு நல்லா இருக்கு. கட்டிக்கிட்டா சம்பாதிச்சுப் போடப்போறான். படிக்காத பொம்பளையக் கட்டிக்கிட்டா பிரச்சனை இல்ல. படிக்காத ஆம்பளையக் கட்டிக்கிட்டாதான் உனக்குப் பிரச்சனையா? அவனோ சாதியிலும் படிச்ச பசங்க இருக்கானுங்க. இந்தப் பொண்ணுக்கு அந்தப் பையனப் புடிச்சிருந்தா கல்யாணம் பண்ணிட வேண்டியதுதான?” நொண்டி நயினார் கேட்டுக்கொண்டே நொண்டினார்.

“சாமித்தேவன் பொட்டப்புள்ளைங்களப் படிக்கவச்சப்பவே யோசிச்சிருக்கணும். ஊரு தாண்டிப் போனவ எவன்கூடப் போனான்னு யாருக்குத் தெரியும். நானும் ரெண்டு பொட்டப்புள்ள வச்சிருக்கேன். ஊருப் பள்ளிக்கூடத்தோடேயே நிறுத்திப்புட்டேன். எட்டாவது வரைக்கும் படிச்சாப் போதாதா இந்தக் கழுதைக்கி? இது என்ன பெரிய உத்தியோகமாப் பாக்கப்போவுது? நெறைய படிக்க வச்சா, பெரிய எடத்துல மாப்ள தேடணும். நமக்குச் சொந்தத்துல படிச்ச பயலும் கெடையாது. சீரு நெறையாக் கேப்பானுங்க. சீக்கிரம் கல்யாணம் பண்ணிட்டா, ரெண்டு புள்ளக்குட்டிங்களப் பெத்துக்கிட்டு அதுஅது வேலையப் பாக்கப்போவுது. இத வுட்டுட்டு நெறய படிக்கவச்சா ஏகப்பட்ட பிரச்சனைதான்.” சடையப் படையாட்சி விடாமல் பேசினார்.

“படிச்சாத்தான் குடும்பம் விளங்கும். அடுத்த தலைமுறை நல்லா இருக்கும். ஏன்டா நீயும் ஊர்க்காரப் பயல்கள் மாதிரி பேசிக்கிட்டுத் திரியுற. முடிஞ்சா அவன் பங்காளிப் பயகிட்ட சொல்லிக் கல்யாணத்த முடிச்சிவைடா” என்றார் நொண்டி நயினார்.

“நான் எதுக்கு அதைச் சொல்லணும். அந்தப் பய கத்திய எடுத்துக்கிட்டு என்னத்தான் மொதல்ல வெட்ட வருவான். அவன் தாய்மாமன் வீட்லே இருந்தும் தொரத்தி வெட்டுவானுங்க. அவனுக்குத் தெரியாமலாப் போவப்போவுது” என்றார் சடையப் படையாட்சி.

“நீ எங்கியாவது வியாக்கியானம் பேசிக்கிட்டு அவனோகிட்ட மாட்டிக்காத. உன்னால ஓடவும் முடியாது.” அறிவுரை வழங்கினார் சடையப் படையாட்சி.

“சரி சரி போய் பொழப்பப் பாரு.” விடைபெற்றார் நொண்டி நயினார்.

களத்தில் கூலிபோட்டார் நடுப்புள்ளை. “எனக்கு இன்னும் ஒரு மரக்கா அதிகமாப் போடுங்க” என்றாள் கட்டச்சி.

“ஏன்டி உனக்கு மட்டுமே அரமூட்டக் கூலியா?” கேட்டுக் கொண்டே கூடுதலாகக் கூலிபோட்டார் நடுப்புள்ளை.

“ஏன் எனக்கு உரிமை இல்லையா? எல்லாப் போகத்துக்கும் நான்தான் கல்ல போடவும் வரேன் ஆயவும் வரேன்.”

“சரி. உன் வா மட்டும் அடங்காது. ரண்டிச் செறுக்கி. எப்பப் பாத்தாலும் எதாவது பேசிக்கிட்டே இருக்கா.” என்றார் ராசக்குமாரி.

“இந்த மூட்டையைத் தூக்கு தமிழு.”

“நீயும் வாடா.” கடலையைக் களத்தின் மறுமுனையில் கொட்டினார்கள்.

“சண்முகம் கூடையை எடுத்து கல்லையைப் புடிடா” என்றான் தமிழ்.

எட்டு மரக்காலுக்கு ஒரு மரக்கால் கூலியும் அத்தோடு இரண்டு கைப்பிடி கூடுதலாகவும் கொடுத்தார்.

செல்வியும் கூலி வாங்கிக்கொண்டாள். “நான் என் ஆடு மாட்டுக்கு ஒரு கட்டுக் கல்லச்செடி கட்டிக்கிட்டுப் போறேன்.”

“சரி கட்டிக்கிட்டுப் போ.”

“கூலியெல்லாம் பிரிச்சாச்சு. ரெண்டு காணிக்கும் முப்பது மூட்டை கல்ல தேறும்.”

“எல்லாம் காயட்டுன்டா பாக்கலாம்” என்றார் நடுப்புள்ளை.

“சின்னப்பயல கல்லய நெறவி காலாலக் கிண்டிவிடுடா. இல்லாட்டி சூடு ஏறி பூஞ்சானம் பூத்துடும்” என்றான் தமிழ்.

சண்முகம் சோறு எடுத்துவந்தான். அங்கேயே மூவரும் சாப்பிட்டுப் படுத்தார்கள்.

ரவிக்கோனாரின் வீட்டை நோக்கிக் கத்தியுடன் சாமித்தேவன் ஓடினார். “அவனப் புடிங்கடா.” பின்னால் ஓடினார் சடையப் படையாச்சி.

“அவன இன்னைக்கி வெட்டாம விட மாட்டேன். புள்ளையா வளத்திருக்கான் தாயோளி. எங்க இருந்தாலும் அவனத் தேடிப் புடிச்சி வெட்டினாதான் என் மனசு குளிரும்.”

“கொஞ்சம் பொறுமையா இருடா. வெட்டினாப் பிரச்சனை தீராது. புள்ளையும் பையனும் எங்க இருக்காங்கன்னு மொதல்ல கண்டுபுடிப்போம்.” நொண்டி நயினார் கூறினார்.

ரவிக்கோனாரின் வீடு பூட்டிக்கிடந்தது. சாமித்தேவனின் கோபம் அடங்கவில்லை. கடப்பாரையால் கதவை உடைத்து உள்ளே சென்றார். “எங்கடா போன தாயோளி” என்று கூக்குரலிட்டார். உள்ளே யாரும் இல்லை. “தப்பிச்சிட்டயா? திரும்பி ஊருக்குத்தானே வரணும். உன்ன வீட்டோட வச்சிக் கொளுத்தாம வுட மாட்டேன்டா.”

“வீரம்மா இந்தப் பொட்டகழுதைங்கள இனிமே வீட்டைவிட்டு வெளியே அனுப்பாத. படிச்சிக் கிழிச்சதெல்லாம் போதும். நம்ம பொண்ணு ஒருத்தி செத்துட்டான்னு வச்சிக்க. நான் செல்லம் குடுத்து வளத்தன். என் மானத்தை வாங்கிப்புட்டாளே. இனிமே நான் ஊர்ல தல நிமிர்ந்து நடக்க முடியாதே. என் மானம் மருவாதி எல்லாம் போச்சே.” தலையில் கையை வைத்து உட்கார்ந்தார் சாமித்தேவன். செல்லியம்மாவும் பாலகிருஷ்ணனும் ஓடிப்போனார்கள். ஊரெங்கும் இதே பேச்சு.

கூடலையைச் சாக்கு மூட்டைகளில் நிரப்பிக் கோணி ஊசியால் தைத்தான் தமிழ். “சின்னப்பயல, இந்த மூட்டையைத் தூக்குடா.” கட்டைவண்டியில் இரண்டு பக்கமும் முளைக்குச்சி அடித்துச் சரிபார்த்தார். வண்டி மேல் நின்றார் நடுப்புள்ளை.

“தமிழ் ஒரு கட்டுக் கல்லச் செடியை எடுத்துட்டு வா.” வண்டியின் அடியில் அதைப் பரப்பிவிட்டார். “நாளைக்கி மாட்டுக்கு இதுதான்டா தீனி.”

“ஒவ்வொரு மூட்டையாத் தூக்கிட்டு வாடா.” இரண்டு பேருக்கும் மூட்டைகளைத் தலையில் தூக்கி வைத்தான் சண்முகம். மூட்டைகளை வண்டியில் அடுக்கினார்கள். இரண்டிரண்டு மூட்டைகளைக் குறுக்கே அடுக்கினார்கள். பதினாறு மூட்டைகளை ஏற்றினார்கள்.

“வரிக்கயிற எங்கடா போட்ட? எடுத்துக்கிட்டு வா.” தமிழ் எடுத்துவந்தான். மூட்டைகளை வண்டி மீது ஏறிக் கட்டினான் தமிழ்.

“போறவரைக்கும் மூட்ட வுழுந்துடக் கூடாது. ஒழுங்கா வரிஞ்சி கட்டு. மசமசன்னு நிக்காத. சீக்கிரம் கட்டு. வண்டிக்குக் கீழ அரிக்கேன் விளக்கையும் கட்டு.”

தமிழ் கட்டி முடித்தான். அடுத்த வண்டிக்கும் முளைக்குச்சியைச் சரிபார்த்தார் நடுப்புள்ளை. சின்னச் சுள்ளாணியின் வாடகை வண்டி அது. இரண்டு வண்டியிலும் கடலை மூட்டைகள் ஏற்றப்பட்டன.

"வண்டியப் பாத்துப் பத்திரமா ஓட்டுங்கடா. எங்காவது கொட சாச்சுப்புடாதிங்க." அனுப்பிவைத்தார் நடுப்புள்ளை.

ஆலையில் கடலை உடைக்கப்பட்டது. ஜெயங்கொண்டம் கமிட்டிக்குச் சரக்கு மூட்டைகளை ஏற்றினார்கள். இந்த வருடம் நினைத்த மாதிரி கடலை விளைச்சல் இருந்தது. "போர் போட்டுப் பாத்துட வேண்டியதுதான்." தெம்பாக இருந்தார் நடுப்புள்ளை.

"இனிமே இந்தப் பயலுங்க, கெணத்துத் தண்ணியில போராட வேண்டாம்." ஓட்டச்செக்கு சொல்லிக்கொண்டே வந்தார்.

ரவிக்கோனாரைத் தேடித்திரிந்தார் சாமித்தேவன். அவன் ஊர்ப் பக்கமே வரவில்லை. ஆடுதுறை மாமனார் வீட்டுக்குச் சென்று விட்டான்.

சாமித்தேவனைப் பார்க்க வாத்து நாய்க்கர் வந்தார். "சாமி உன் பொட்டப்புள்ளையையும் அந்தப் பயலையும் மயிலாடுதுறை பக்கம் பாத்ததா என் மச்சான் நேத்து போன் பண்ணியிருந்தான். இந்தக் கல்யாணம் பத்தி ரவிக்கோனானுக்கு ஒண்ணும் தெரியாது. அவன் வீட்டை ஒடச்சது, வீட்டுச் சாமான வெளியில தூக்கிப்போட்ட துலாம் சரியில்ல. ஏதோ சின்னஞ்சிறுசுகள் ஊரவிட்டு ஓடிப்போய்டுச்சி. எங்க இருந்தாலும் தேடிப்புடிச்சிக் கொண்டுவர வேண்டாமா?"

"அவ என் பொண்ணே இல்ல. அன்னிக்கே செத்துப்போய்ட்டான்னு நெனச்சிக்கிட்டேன். எப்ப ஊருக்குள்ள வந்தாலும் ரெண்டு பேரையும் வெட்டாம விட மாட்டேன்." கோபப்பட்டார் சாமித்தேவன்.

"ஜெயில்ல களி திங்கப்போறியா? மீதி பொண்ணுங்களுக்கு மாப்பிள பாத்துச் சீக்கிரம் கல்யாணம் பண்ணிவைப்பியா, அதையே நெனச்சுக்கிட்டுத் திரிவியா? எல்லாம் ஒரு பேரக்குழந்த வந்தாச் சரியாப்போயிடும்."

சாமித்தேவன் இப்போதெல்லாம் டீக்கடைக்கு வருவதில்லை.

"எப்போதும் வஞ்சம் வச்சிக்கிட்டுத் திரியக் கூடாது. நமக்கு நல்லதில்ல. காலம் போற போக்குல நாமளும் மாத்திக்க வேண்டியது தான். சிறுசுக சொல்லாம ஓடியிருக்க வேண்டாம். ரவிக்கோனான் சாமித்தேவன்கிட்ட நேரடியா வந்து பொண்ணு கேட்டிருக்கணும். ஊர்க்காரப் பயலுங்க சிரிச்சிருக்க மாட்டானுங்க." சடையப் படையாட்சியிடம் நொண்டி நயினார் சொன்னார்.

“இனிமே ஒரு பயலும் பொண்ணுங்களப் படிக்கவைக்க மாட்டானுங்க. அந்தப் புள்ளையும் பயலும் ஆடுதுறையில ரவிக்கோனான் மச்சான் ஊர்லே தங்கிக்கிட்டாங்க. இருபத்தஞ்சி ஆட்ட அந்த ஊருக்கு இவனும் ஓட்டி அனுச்சான். அத வச்சி அங்கேயே குடும்பம் நடத்திக்கச் சொல்லியிருக்கான். ஊர்ப்பக்கம் வந்துட வேண்டாம்ன்னும் சொல்லி அனிச்சுட்டான்” என்றார் சடையப் படையாட்சி.

“என் ஆத்தா ஆத்தான்னு சொல்லிக்கிட்டுத் திரிஞ்ச செல்லியம்மா ஊர விட்டு ஓடுனதை நெனச்சுக்கூடப் பாக்கறதுக்குத் தெம்பில்லை. இப்படி ஓடுகாலியா ஆயிட்டாளே.” முணுமுணுத்துத் திரிந்தார் சாமித்தேவன். ஊரிலேயே காலேஜ் வரைக்கும் படித்த பெண். செல்லியம்மாவை நினைத்தாலே வேப்பங்காயைக் கடித்தது மாதிரி இருந்தது அவருக்கு.

காலையில் ஜெயங்கொண்டம் ஒழுங்குமுறை விற்பனைக்கூடத்திற்கு கட்டைவண்டிகள் வந்துசேர்ந்தன. தமிழும் சின்னப்பயலும் மூட்டைகளை முதுகில் சுமந்துசென்றார்கள்.

“பாத்து இறக்குடா. கழுத்துப் புடிச்சிக்கப்போவுது.” சுள்ளாணி சொல்லிக்கொண்டிருந்தார்.

“தமிழு நீ மூட்டப் பக்கம் உக்காரு. மீதி மூட்டைய வண்டியிலிருந்து கொண்டுவரேன்.” வெளியே சென்றான் சின்னப்பயல்.

தமிழ் மூட்டைகளை நேராக்கி விற்பனைக் கூடத்தின் உள்ளே வைத்தான். எடை போடுபவர் வந்தார்.

“யாரு சரக்கு இது?”

“எங்க சரக்குதான்.” குரல் கொடுத்தான் தமிழ்.

“எத்தனை மூட்ட வந்திருக்கு?”

“முப்பத்திரெண்டுங்க”.

“டோக்கன் நம்பர் இருபத்திநாலு” என்றார்.

முக்கோணக் கம்பங்களில் தொங்கவிடப்படும் தராசுடன் வந்து எடைபோடுபவர், “மூட்டைக்கு ரெண்டு ரூபா தரணும்” என்றார்.

“எதுக்கு?” என்றான் தமிழ்.

“எடை போடறதுக்கு.”

“எடை போடறதுக்கோ, வேற யாருக்கோ பணம் குடுக்கக் கூடாதுன்னுதான வெளிச்சுவத்துல எழுதிருக்கு.”

“குடுக்குறியா? இல்லியா?”

“நான் மேனஜர்கிட்ட புகார் குடுப்பேன்.”

“நீ யாருகிட்ட வேணாலும் பேசிக்க.” எடைபோடுபவருக்கும் தமிழுக்கும் வாக்குவாதம் நடந்தது. சுற்றிலும் மற்ற விவசாயிகள் வேடிக்கைபார்த்து நின்றார்கள்.

“நான் குடுக்கட்டுமா?” என்றார் சுள்ளாணி.

“மாமா நீங்க கொடுக்காதீங்க. நாம பாத்துக்கலாம்.”

“எதுக்கப்பா இவன்கிட்ட வம்பு.”

எடைபோடுபவர் மூட்டையை வேகமாக இங்கும் அங்கும் இழுத்தார். ஒவ்வொரு மூட்டையிலும் இரண்டு கிலோவுக்கு மேல் பயிர்கள் சிந்தின. தமிழ் வேகமாக மேனேஜர் அறையை நோக்கிச் சென்றான்.

“சாரப் பாக்கணும்.”

“நீங்க யாரு.”

“நான் சரக்குப்போட வந்த விவசாயி.”

“எதுக்குப் பாக்கணும்?

“எடைபோட பணம் கேக்குறாங்க. குடுக்கலன்னு சொன்னதும் சரக்கக் கீழ இறைக்கிறாங்க.”

“சரி சரி அய்யாகிட்ட சொல்றேன்.” உள்ளே சென்றார் பியூன்.

கொஞ்ச நேரத்தில் திரும்பினார் “உள்ளார போயிப் பாரு.”

மேலாளர் முன் நின்றான் தமிழ். நின்றுக்கொண்டே எடைபோடு வதற்கு கையூட்டு கேட்பதைப் பற்றி ஆவேசமாகப் பேசினான். மேலாளர் உடனடியாக நடவடிக்கை எடுப்பார் என நினைத்தான் தமிழ்.

தமிழை மேலும் கீழும் பொறுமையாகப் பார்த்தார் மேலாளர். கண்ணாடியைக் கைக்குட்டையில் துடைத்தார். “தம்பி நீங்க கமிட்டிக்குப் புதுசா?” என்றார். தலையாட்டினான் தமிழ். ஊரைப் பற்றி விசாரித்தார்.

“நடைமுறைல உள்ளதுதான். போங்க பாத்துக்கலாம்.” சமாதானப் படுத்தினார் மேலாளர்.

விடுவதாயில்லை. “சார் நீங்க கேட்டா சரியாயிடும்” என்றான் தமிழ்.

“இதெல்லாம் சின்ன விஷயம். இதுக்குப் போய் காலைலயே பேசிக்கிட்டுருக்கீங்களே.” அலட்சியமாகப் பதில் கூறினார்.

தமிழுக்குத் தூக்கிவாரிப்போட்டது. மீண்டும் அவர் முகத்தை நோக்கினான். பதிவேட்டில் தன்னை நுழைத்துக்கொண்டார் மேலாளர். ஏமாற்றத்துடன் வெளியேறினான். விற்பனைக்கூடம் வந்தான். எடைபோடுபவர் ஏளனமாகச் சிரித்தார்.

“என்னப்பா ஆச்சு?” என்றார் சுள்ளாணி.

“மேனேஜர் கண்டுக்க மாட்டேங்கிறார் மாமா.”

“நான் அப்பவே சொன்னனே. இங்க இப்படித்தான் இருப்பாங்கன்னு. நம்ம அப்பவே மூட்டைக்கு ரெண்டு ரூபா போனாப்போவுதுன்னு கொடுத்திருக்கலாம். அவன் பத்து கிலோவுக்கு மேல சரக்க வீணடிச்சிட்டான்.” தலைகுனிந்து நின்றான் தமிழ்.

ரகசிய விலைக்குறிப்பு முறையில் விலை நிர்ணயம் செய்யப்பட்டுச் சரக்கின் விலை அறிவிக்கப்பட்டது.

“சரக்க இங்கேயே வித்துட்டுப் போவோம்” என்றார் சுள்ளாணி.

“பணம் எப்பத் தருவாங்க?”

“அது பதினைஞ்சி நாளாவது ஆவும்ன்னு சொல்றாங்கப்பா.”

“வெளிச்சுவத்துல உடனேயே பணம் குடுக்கணும்ன்னு எழுதிருக்கே மாமா.”

“அதெல்லாம் அப்படித்தான். அதுக்காக அவன்கிட்ட இப்பப் போயி சண்டை போடாத. பதினைஞ்சி நாள் கழிச்சே வந்து பணம் வாங்கிக்குவோம்.” வண்டி பனையடி நோக்கி வந்தது.

ரவிக்கோனான் மூன்று மாதம் கழித்து ஊருக்கு வந்தான். ஊரில் பயந்துபயந்து காலம் கழித்தான். செல்லியம்மாவுக்குப் பெண்பிள்ளை பிறந்திருப்பதாகச் செய்தி வந்தது. “என் புள்ளயைப் பாக்கணும் போலிருக்கு. போயி பாத்துட்டு வரலாம் வாங்க” என்றாள் வீரம்மா.

சாமித்தேவனுக்குக் கோபம் குறையவில்லை. “போடி பொட்டக் கழுத. மீதி இருக்கிற கழுதைங்கள ஒழுங்காக் கட்டிக்குடுக்கறதுக்கு வழியப் பாரு. இப்பதான் இவளுக்குப் பாசம் பொங்கி வழியுது. ஓடுகாலிக் கழுத. உன் பேச்சைக் கேட்டுப் படிக்கவச்சதால எனக்குத்தான் அவமானம்.” துண்டைத் தோளில் போட்டு வெளியே நடந்தார் சாமித்தேவன்.

10

அடுத்த மாதம் வெள்ளி விழா ஆண்டு. கிள்ளிகுளத்திற்குக் கண்டிப்பாக வர வேண்டும் என அழைத்தான் திரு. அழைப்பை ஏற்றுக் கொண்டான் தமிழ்.

கார் திருச்சியைக் கடந்துகொண்டிருந்தது. இரை தேடிப்போன பறவை கூட்டை நோக்கிப் பறந்துகொண்டிருந்தது.

தரணி பாடும் பரணி தவழ்ந்துகொண்டிருந்தாள். திருநெல்வேலி யிலிருந்து தூத்துக்குடிக்குப் போகும் சாலையில் பயணித்தான் தமிழ். நெல்வயல்கள், வாழைத்தோப்புகள், சாலையின் இருபுறங்களிலும் பரவசமூட்டின.

நினைவுகள் நிழலாடின... முத்தமில்லா முதல் காதல்; கிள்ளிகுளம் வேளாண் கல்லூரி.

தீரன் சின்னமலை பேருந்தில் திருச்சி வந்தடைந்தான் தமிழ். சிறுநீர் நாற்றம் மூக்கைத் துளைத்தது. மக்கள் அங்குமிங்கும்

ஓடிக்கொண்டிருந்தார்கள். கையில் பெட்டியுடன் திருநெல்வேலி பேருந்துக்குக் காத்து நின்றான். களியக்காவிளை வழி திருநெல்வேலி. திருவள்ளுவர் பேருந்து உள்ளே வந்தது.

பெட்டியுடன் ஓடினான் தமிழ். நடத்துநர் முதல் இருக்கையிலிருந்து எட்டிப்பார்த்தார்.

“எந்த ஊர்?”

“திருநெல்வேலி” என்றான் ஆர்வமாக தமிழ்.

மேலும் கீழும் பார்த்தார் நடத்துநர். கைச் சைகையால் பேருந்தின் உள்ளே செல்ல அனுமதி அளித்தார்.

திருநெல்வேலி பேருந்து நிலையத்தில் உறங்கா விழிகளுடன் காலை ஆறு மணிக்குக் காலடி எடுத்துவைத்தான் தமிழ்.

“வல்லநாடு இறங்குல” என்றார் நகரப் பேருந்து நடத்துநர்.

பக்கத்து டீக்கடையில், “விவசாயக் கல்லூரி எங்கருக்கு?” கேட்டான் தமிழ்.

“புதுசால?” என்றது உள்ளிருந்து ஒரு குரல். “இப்படியே தெக்க அந்த ரோட்ல போ, அங்கன வரும்.”

தகரப் பெட்டியுடன் கல்லூரி நோக்கி நடந்தான் தமிழ். மண் சாலை. குண்டும் குழியுமாக இருந்தது. வேளாண் கல்லூரி மற்றும்

ஆராய்ச்சி நிலையம் கிள்ளிகுளம். நுழைவுவாயிலில் நின்றது இரும்பு வளைவு. தூரத்தில் நெல்வயல்கள் தெரிந்தன. மைனாக்களும் காக்கை களும் மனித நடமாட்டம் கண்டு மகிழ்ந்தன. கொட்டாப்புளிக் குருவிகள் துள்ளிக்குதித்தன. இடப்பக்கம் சிவப்புக் கட்டடம். வெள்ளை எழுத்துகள் கல்லூரி முதல்வரின் இருப்பிடத்தைக் காட்டின. பள்ளி நண்பன் செந்திலும் தமிழும் அங்கே சங்கமித்தார்கள். மாணவர்கள் கூட்டம்.

“வணக்கம், உங்க பேரு?”

“சுரேசு. நீங்க எந்த ஊரு?”

“மேட்\டூர்.”

“என் பேரு தமிழ். நான் கங்கைகொண்ட சோழபுரம் பக்கத்தி லிருந்து வர்றேன்.”

“அந்த மலை நம் கல்லூரியோடதுதான்” என்றார் பாலு, உதவிப் பேராசிரியர். புது மாணவர்களுக்குக் கால்நடையாகக் கல்லூரியைச் சுற்றிக்காட்டினார்.

“நம்ம காலேஜிதான் பெருசு” என்றான் மற்றொரு மாணவர் ராசேந்திரன்.

“ஆமாம்.” தலையசைத்தான் தமிழ்.

மாணவர்களை ஏற்றிய பச்சை நிறப் பேருந்து திருநெல்வேலி-பேட்டை நோக்கிச் சென்றது.

“எங்கிருந்து வாரிய?” என்றார் பக்கத்து இருக்கை கந்தா அண்ணா.

“திருச்சி மாவட்டம்.” சொன்னான் தமிழ். “நீங்க?”

“நான் இங்கிட்டுருந்துதான் வரேன். அம்பாசமுத்திரம் பக்கம்.”

பேட்டை இந்து கல்லூரிக்குள் பேருந்து நுழைந்தது. மண் சாலை. இரு பக்கங்களிலும் வாகை அடர்ந்துநின்றது. மாலைத் தென்றல் வாகைக்குத் தாலாட்டுப் பாடியது. உள்ளே பெரிய பொட்டல் காடு. இலந்தைச் செடிகளும் முட்புதர்களும் நிறைந்திருந்தன. வறண்ட நிலம். நடுவே பழைய கட்டடம். கருங்கற்களால் எழும்பிநின்றது. அந்தக் கட்டடத்திற்கு ஒருபுறம் நுழைவாயில். அது பல்வேறு தலைமுறை தாண்டி நிற்பது தூரத்திலிருந்து பார்த்தபோதே தெரிந்தது.

பேட்டை இந்துக் கல்லூரி விடுதிதான் கிள்ளிகுளம் வேளாண் கல்லூரி மாணவர்களுக்கும் விடுதி.

விடுதியை அடைந்தார்கள். "சரி சரி பெட்டிப் படுக்கையை வச்சிட்டு இங்க வாங்க." விடுதிக் காப்பாளர் சுடலையின் அழைப்பு. உள்ளே நுழைந்ததும் அறை ஒதுக்கினார்.

"ரூமுக்கு நாலு பேரப் போட்றலாம். இவனுக்குக் கிழக்காலே ரூம் கொடுக்கிறேன். குளிச்சிட்டு நாளைக்கிப் பத்து மணிக்கு வகுப்புக்குப் போவணும்லே." கட்டளையிட்டார் சுடலை. காலையில் பொது அறையில் குளித்துவிட்டு, சாப்பாட்டு அறையை நோக்கி ஓடினான் தமிழ்.

சிரட்டு ஓடு போடப்பட்ட கட்டடம். உள்ளே பழைய மேசை, நாற்காலி, பெஞ்ச். வகுப்பறைக்குள் நுழைந்தான் தமிழ். ஆங்கிலப் பாடம். "வேதியியல் விஞ்ஞானி கெக்குலே தூக்கத்தில் இருந்தார். திடீரெனக் கனவு வந்தது. அதுவரை இணைக்காமல் இருந்த பென்சீன் சங்கிலிக்கு இணைப்பு கொடுத்தார். அது பென்சீன் வளையம் ஆனது" என்றார் பேராசிரியர் சைரஸ்.

கனவுலகத்தை நோக்கிப் பயணித்தான் தமிழ். கொட்டாவியுடன் மேலே பார்த்தான். ஓடுகளின் வழியே சூரிய வெளிச்சம் உள்ளே வந்தது. பக்கத்தில் குறட்டைச் சத்தம்.

"ராசேந்திரா, கொஞ்சம் கொறட்ட விடாமத் தூங்குடா. நானும் தூங்கணும்ல" என்றான் தமிழ். பாடத்தை முடித்து ஆசிரியர் வெளியே சென்றார். எல்லாப் பாடங்களையும் ஆங்கிலத்தில் படிக்க வேண்டும். தமிழுக்குச் சவாலாக இருந்தது.

இரவு உணவு முடித்து உறங்கச் சென்றார்கள். நுழைவாயில் மூடப்பட்டது. கதவுகள் படபடவென்று தட்டப்பட்டன. முதலாண்டு மாணவர்கள் விடுதியின் உள்ளே, தரையில் அமர்ந்திருந்தார்கள். இரண்டாம் ஆண்டு மாணவர்களின் வரவேற்பு. விடுதியின் முதல் தளத்திலிருந்து கீழே வந்திருந்தார்கள். தமிழ், திருப்பதி, வளவன், வாசன், செந்தில், சுப்பு, திரு, வேலு, ஆனந்தன் நின்றார்கள். முதலில் தொடர்வண்டிப் பயணம். ஒருவனை ஒருவன் பிடித்துக்கொண்டு சிக்குபுக்கு சொல்லி ஓடினார்கள்.

"டேய் வண்டிக்குப் புகை எங்கடா?" என்றார் லிங்கம்.

தமிழ் விழித்தான். "வேகமா ஓடுடா" என்றார். வேளாண் கல்லூரித் திருக்குறளும் நாலடியாரும் கற்றுத்தரப்பட்டன. கல்லூரியில் சேர்ந்த திற்கான காரணமும் பாடல் மூலம் விளக்கப்பட்டது. இரவு ஒரு மணி வரை அந்தக் கட்டடங்கள் ஆனந்தக் கூத்தாடின.

பகலில் அமைதியானது விடுதி.

இரவில் தமிழை அவரது அறைக்கு அழைத்துச்சென்றார் ராஜா. "எங்கே நிம்மதி, எங்கே நிம்மதி, அங்கே எனக்கோர் இடம் வேண்டும்." நடித்துக்கொண்டே பாடச் சொன்னார். தமிழும் கையை நீட்டி உணர்ச்சிவசப்பட்டுப் பாடினான். அப்போது உள்ளே நுழைந்தார் அன்பு. "டேய் அங்கதான இடம் வேண்டும். ஜன்னல் வழியா மேல ஏறுடா" என்றார்.

களியாட்டங்கள் நடுராத்திரி வரை தொடர்ந்தன. புதுப்புது வகையான பழரசங்களும் பானங்களும் நிறையக் கிடைத்தன. இரவில் ஆனந்தத் தாண்டவமும் பகலில் வகுப்பறையில் உறக்கமும் இரண்டு மாதங்களுக்குத் தொடர்ந்தன.

வெள்ளி இரவு எட்டு மணிக்குக் கறுப்பு வெள்ளை டிவியில் சித்ரகார் நிகழ்ச்சி ஒளிபரப்பாகிக்கொண்டிருந்தது. பல நாட்களாகக் கனன்றுகொண்டிருந்த நெருப்பு திடீரெனப் பற்றியது. முதலாம் ஆண்டு மாணவர்களுக்கிடையே பிரச்சினை வெடித்தது. முதலாம் ஆண்டில் பன்னிரண்டாம் வகுப்பு முடித்துவிட்டு நேரடியாகக் கல்லூரியில் சேர்ந்தவர்கள் அதிகமாக இருந்தார்கள். இளங்கலை முடித்த பட்டதாரிகளும் இருந்தார்கள். அவர்கள் மற்றவர்களைக் கேலியும் கிண்டலும் செய்தனர். தொலைக்காட்சி அவர்களின் கட்டுப்பாட்டில் இருந்தது சலீமுக்குப் பெரும் கோபத்தை உண்டாக்கியது. தமிழுக்கும் இது பொறுக்கவில்லை. பாடல்கள் முடிந்ததும் நிகழ்ச்சிகளை சலீம் மாற்றினான். உடனே மகேஷ் வேறு ஒரு நிகழ்ச்சிக்கு மாற்றினான். சலீமுடன் சேர்ந்து தமிழ் மீண்டும் மாற்றினான். கைகலப்பு ஏற்பட்டது. விடுதியில் கூச்சலும் குழப்பமும் ஏற்பட்டன. டிவி மூடப்பட்டது. அன்றிரவு தமிழ், சலீம், பதி, செந்தில், ராஜன் மற்ற நண்பர்களுடன்

சேர்ந்து 'மீண்டும் கோகிலா' பார்க்கச்சென்றனர். "மாப்ள அவனுக்கு இன்னும் ரெண்டு போட்ருக்கணும்டா" என்றான் சலீம்.

மகேஷூம், "ஆமான்டா தமிழ், இவனுங்கள இப்பவே அடக்கணும்" என்றான்.

அடுத்த நாள் இரவு. "டேய் நீ என்ன பெரிய வெங்காயமாடா?" இரண்டாமாண்டு மாணவர் சாரங்கன்.

சாப்பாட்டுத் தட்டுகள் பறந்தன. காட்டுத்தீபோல் சண்டை பரவியது. இரண்டாம் ஆண்டு மாணவர்களுக்குள் கைகலப்பு ஏற்பட்டது. அது மூன்றாம் ஆண்டு மாணவர்களுக்கும் தெரிந்து சண்டை வலுப்பெற்றது. கல்லூரி மாணவர்கள் மாவட்ட வாரியாகப் பிரிந்தும் எதிர்த்தும் நின்றார்கள். பல ஆண்டுகளாகப் புகைந்து கொண்டிருந்த நெருப்பு என்பது தமிழுக்குத் தெரிந்தது.

"வழங்கல், தேவை என்றால் என்ன?" ஆங்கிலத்தில் கேட்டார் பொருளாதாரப் பேராசிரியர் அலாவுதின்.

"சார் அணில்."

ஆசிரியர் விழித்தார். "யாருடா? யாருடா" பார்வையால் தேடினார். கீழே குனிந்துகொண்டான் காந்தன்.

சிரிப்பை அடக்கினான் தமிழ். தன்னை ஆசுவாசப்படுத்திப் பாடத்தை ஆரம்பித்தார். பக்கத்துப் பெஞ்சில் துண்டுச் சீட்டுகள் பரிமாறப்பட்டன. இடைவேளையில் நகர்ப்புற மாணவர்கள் ஆங்கிலத்தில் பேசிக்கொண்டிருந்தார்கள். விஜயும் ஆகாஷூம் வழங்கல்-தேவை பற்றி ஆங்கிலத்தில் விவாதித்தார்கள்.

"மச்சான், அந்த அணில் தினைக்கும் இவரு வகுப்புல பாடம் கேக்க வருதுடா" என்றான் காந்தன்.

"ஆமான்டா மாப்பிள, இன்னிக்கியும் அது மோட்டுவளையில ஓடிக்கிட்டு இருந்ததப் பார்த்தேன்" என்றான் தமிழ்.

கல்லூரியில் சேர்ந்து முப்பது நாட்கள் ஆயின. வகுப்பில் தூங்குவது பழக்கமாகிவிட்டது. இரவுகாலப் பூசைகள் முடிந்தபாடில்லை. இடைத்தேர்வு என்றார்கள். தமிழ் வழியில் படித்துவந்தவர்களுக்கு இதுவரை என்ன நடந்தது என்றே தெரியவில்லை.

"மாப்பிள என்னடா பண்றது?" என்றான் மகேஷ்.

"புரியல மாப்பிள" என்றான் தமிழ். வாசனை நண்பனாக்கிக் கொள்வதில் நிறைய பேருக்குப் போட்டி. ஆங்கில வழியில்

பன்னிரண்டாம் வகுப்பு முடித்தவன் வாசன். காந்தனும் ராசேந்திரனும் அவனை நண்பனாக்கிக்கொண்டார்கள். ஆங்கிலத்தில் அவன் எடுத்த குறிப்புகளை நகல் எடுத்துக்கொண்டான். தமிழும் திருவும் அந்தக் குறிப்புகளை எழுதிக்கொண்டார்கள்.

இடைத்தேர்வு முடிவுகள் வந்தன. தமிழ் வழியில் பயின்ற சிலர் குறைவான மதிப்பெண் பெற்றார்கள். ஒருசில பாடங்களில் ஒற்றை இலக்க மதிப்பெண் பெற்றான் தமிழ். அனைத்துப் பாடங்களையும் ஆங்கிலத்தில் கேட்பது இதுவே முதல்முறை. வகுப்பில் குறிப்புகளை எழுதுவதில் சிரமப்பட்டான். ஆசிரியர்களின் உச்சரிப்பையும் வார்த்தைகளையும் தமிழால் உள்வாங்கிக்கொள்ள முடியவில்லை. கண்ணைக்கட்டி காட்டில் விட்டதுபோல் இருந்தது. இது தமிழுக்கு மட்டும்தான் என நினைத்தான். கல்லூரியின் முதல் பருவம் கசப்பாக நின்றது.

பருவத் தேர்வுகள் நெருங்கின. பருவத் தேர்வுகளைத் தள்ளிப்போட வேண்டும் என்ற எண்ணம் வலுத்தது. இரண்டாம் ஆண்டு மாணவர்கள் ஆலோசனை தெரிவித்தார்கள். வேலுவும் ஆர்வமாக இருந்தான். வகுப்பில் கருப்புக்குச் சின்னம்மை தாக்கியிருந்தது. கருப்பு விடுப்பில் சென்றான். இனி அடுத்த வருடம்தான் தேர்வு எழுத முடியும் என்றார்கள். வகுப்புப் பிரதிநிதி ராமுவும் ஆலோசனை கேட்டுவந்தான். கருப்பை விட்டுவிடக் கூடாது என்று ஆலோசனை வலுப்பெற்றது.

ஒரே கூச்சலும் குழப்பமுமாக இருந்தது. இரவு ஒரு மணி ராம் அனைவரின் விருப்பத்தையும் கேட்டான். சிவாவும் முத்தும் "தேர்வு எழுத வேண்டும்" என்றார்கள்.

"இதெல்லாம் இப்ப முடியாது" என்றான் மகேந்திரன்.

"கருப்பிற்காக விடுப்பில் செல்வதுதான் சரி" என்றான் வேலு.

"அப்ப காலையில வாத்தியார்கிட்ட கேட்டுடலாமா?" ரகு யோசனை.

"கேட்டா அனுமதி கெடைக்காது. சொல்லாம ஓடுறதுதான் வழி" என்றான் ராம்.

"எல்லாரும் காலைல விடுதியைவிட்டு ஓடிப்போய்டணும் வேலு. அதுதான் சரி." தமிழ் ஆமோதித்தான்.

"இத விட தப்பிக்கிறதுக்கு வழி இல்லை." திரு வழிமொழிந்தான்.

"மாப்பிள நமக்கு ரெண்டு மாசம் லீவு கிடைக்கும். லீவுல படிச்சிட்டு வந்துடலாம்" என்றான் காந்தன்.

"ஆமாம் நீ படிச்சிக் கிழிக்கப்போறது எனக்குத் தெரியாதா" என்றான் திருப்பதி.

"வீட்ல போய் என்னத்தடா சொல்றது." குழப்பமாகச் சொன்னான் தமிழ்.

"மாப்பிள, டூன்தான் படிக்க லீவு வுட்டார்ன்னு சொல்லிடலாம்" என்றான் செந்தில்.

நள்ளிரவில் கூட்டம் முடிந்தது. காலை ஆறு மணிக்குப் பேருந்து நிலையத்தை நோக்கி ஓடினார்கள்.

பெற்றோர்களுடன் கல்லூரிக்கு வர வேண்டும் என்று இரண்டு மாதம் கழித்துக் கடிதம் வந்தது. சிலர் பெற்றோருடன் வந்தார்கள். வளவன் அப்பாவும் வந்திருந்தார்.

"இனிமே என் பையன் இப்படிச் செய்ய மாட்டான்" என்று உறுதியளித்தார்.

தமிழ் தன்னுடைய அப்பாவின் கையெழுத்திட்டுக் கடிதம் கொடுத்தான். ஏற்றுக்கொண்டார்கள். காலவரையறையற்ற விடுப்பாக அந்த இரண்டு மாதத்தை அறிவித்தது கல்லூரி.

கல்லூரி தொடங்கியது. முகமது வகுப்பாசிரியர். பருவத் தேர்வுகள் தொடங்கின. மூன்று மாதங்களில் குறைந்தது இருபது தேர்வுகளாவது எழுத வேண்டும். இடைத்தேர்வு, பயிற்சித் தேர்வு, இறுதித் தேர்வு, வாய்மொழித் தேர்வு. இவ்வாறு ஒரு ஆண்டிற்கு மூன்று முறைத் தேர்வுகளைச் சந்திக்க வேண்டும். பாடங்களை வகுப்பறையில் நடத்தும்போது குறிப்பெடுக்க வேண்டும். சில பேராசிரியர்கள் தாங்கள் எழுதிவந்ததை வேகமாகப் படிப்பார்கள். சிலர் பாடங்களை விளக்குவார்கள். மாணவர்கள் அப்போது குறிப்புகளை (நோட்ஸ்) எழுதிக்கொள்ள வேண்டும். மாணவர்களுக்கு கேட்கும் திறனையும் எழுதும் திறனையும் அதிகரித்தது. வகுப்பில் தாங்கள் எழுதிய குறிப்புகளிலிருந்து தேர்விற்குத் தயார் செய்துகொள்ள வேண்டும். வார்த்தைகள் புரியாமல் தவறாக எழுதிய குறிப்புகள் தமிழுக்கு அதிகம். அதை வாசனும் வளவனும் எழுதிய குறிப்புகளைப் பார்த்து சரி செய்தான். அச்சிடப்பட்ட புத்தகங்களோ, கணினி-இணைய வசதிகளோ இல்லை.

தேர்வு நெருங்கியது. விடுதி பரபரப்பாகியது. தேர்விற்கு முதல் நாள் மாணவர்கள் நோட்ஸ்களைத் தேடி அலைந்தனர். ஒருவர் எழுதிய நோட்ஸ்களை ஐந்தாறு மாணவர்கள் படித்தார்கள். வாசன் வளவனிடம் நோட்ஸ் வாங்கியும் எழுதியும் படித்தான் தமிழ். கடினமான

பாடங்களை இரண்டு மூன்று நாட்களுக்கு முன் படித்தான். தேர்வுக்கு முன் தூங்கா இரவுகள் பல கடந்தன. தமிழ் திக்குத் தெரியாமல் இருந்தான். ஆங்கிலம் தடையாக இருந்தது. புதிய நண்பர்கள். மீண்டும் பாடங்களைச் சொல்லிக்கொடுக்க பேராசிரியர்களிடம் கேட்கத் தெரியவில்லை. ஆசிரியர்களிடம் இதுவரை தமிழ் கேள்விகேட்டதில்லை. அதுவும் ஆங்கிலத்தில் கேள்விகேட்பது தமிழால் இயலவில்லை.

முதல் ஆண்டு. பருவத் தேர்வுகள். மண்வேதியியல் பாடத்தில் மண்ணைக் கவ்வினான் தமிழ். சில பாடங்களில் ஆசிரியரின் கருணையால் தேர்ச்சி பெற்றதுபோல் இருந்தது.

"மாப்ள நீ என்ன தமிழ் மீடியமா?" என்றான் ராசேந்திரன்.

"ஆமாம், நீ?"

"எங்கப்பன் என்ன கான்வென்ட்லயா படிக்கவெச்சான்? நானும் அரசுப் பள்ளிக்கொடத்துலதான் படிச்சேன்."

பொருளாதார வகுப்பில் அணிலைக் கவனித்தான் தமிழ். குறைவான மதிப்பெண்கள் பெற்றான். பொருளாதாரத்தை மேற்படிப்பில் படிக்க வேண்டும் என்ற எண்ணம் மண்ணாகியது. ஆர்வமும் குறைந்தது.

வல்லநாட்டில் புது விடுதி. சுடுகாட்டுப் பக்கத்தில் கட்டடங்கள் எழுப்பப்பட்டன. மாணவர்கள் இந்துக் கல்லூரி விடுதியிலிருந்து மாற்றப்பெற்றார்கள். வல்லநாடு மலை கண்ணுக்கு எட்டிய தூரம் வரை வறண்ட பூமி. கருவேல மரங்கள். முட்செடிகள், புதர்கள். அனல்காற்று. "மாப்பிள புதுக் கட்டடம்டா. நல்ல ரூமா இருக்கும்டா" என்றான் ஜெய்.

"ஆமான்டா, இந்தத் தடவ ரூமுக்கு ரெண்டு பேரு போடப்போறாங் களாம்." வளவன் கூறினான்.

இரண்டு கட்டடங்களுக்குத் துணையாகத் தென்னை மரங்கள் நின்றன. நெல்வயல்கள் பசுமையாக விரிந்தன. ஏழு எட்டுக் கிணறுகள். பேருந்துக் கொட்டகைகள். சிறிய கட்டடங்கள். அதற்குள்ளேயே நான்கு ஆண்டு மாணவர்களும் இருந்தார்கள். இடையிடையே ஆய்வகங்கள்.

"எங்க ஓடுற?"

"மண் வேதியியல் ஆய்வகத்துக்குப் போறேன்." ரகுவிடம் கூறிக் கொண்டே ஓடினான் தமிழ். வெள்ளை மேல் உடை. ஆய்வகத்தில்

மற்ற மாணவர்களும் நுழைந்தார்கள். பியூரெட்டுக்கு முன் நின்றான் தமிழ். பக்கத்தில் செந்தில்.

மண்ணின் அமிலத்தன்மையைக் கண்டுபிடியுங்கள் என்றார். தமிழுக்கு வியர்த்தது. திருப்பதி பரிசோதனையை முடித்துவிட்டான். பக்கத்தில் பேராசிரியர் கிருஷ்ணமூர்த்தி. "என்ன படிச்சிட்டு வந்தியா?" குரல் அழுத்தமாக இருந்தது.

விழித்தான் தமிழ்.

"ஒன்னெல்லாம் அமெரிக்காவுக்குத்தான் அனுப்பணும். இதைக்கூட செய்யத் தெரியல." அடுத்த மேசைக்கு நகர்ந்தார் பேராசிரியர். திருப்பதியைப் பார்த்துச் சோதனையை முடித்துவிட்டு வெளியே ஓடினான் தமிழ்.

"வேலை கொடு! வேலை கொடு! தமிழக அரசே வேலை கொடு." தூத்துக்குடியில் ஊர்வலம் சென்றது. தமிழ் இரண்டாவது வரிசையில் கத்திக்கொண்டு சென்றான்.

"டேய் காலேஜ் முடிச்சதும் வேலை தரேன்னு சொன்னாங்க. அதைத் தொட்டுத்தானே நான் சேர்ந்தேன்." பரிதாபமாகக் கேட்டான் தமிழ்.

"ஆமாம், இல்லாட்டி இவரை கலெக்டர் வேலைக்குக் கூப்பிட்டாங் களாக்கும். ஏன்டா நீயும் நானும் விவசாயிப் பசங்கங்கிறதால சேத்துக்கிட்டாங்க. அட்மிஷன் அப்ப, உனக்குப் பின்னாடி நான் உக்காந்துருந்தேன். என்னுகிட்டேயே வந்து கத வுடுறியா?" ராசேந்திரன் சொன்னான்.

"சரிடா மாப்பிள. இப்ப வந்த வேலையைக் கவனிப்போம். ஆறு வருஷமா வேளாண் துறையில ஆளே எடுக்கல. நமக்கும் அடுத்த வருஷம் காலேஜ் முடிஞ்சிடும். திரும்பவும் வீட்ல போயி விவசாயம் பாக்கவா? நம்ம கோரிக்கையை அரசுக்குத் தெரிவிக்க வேணாமா?" தீர்க்கமாகச் சொன்னான் தமிழ்.

"காந்தியை விடுதலை செய்." கூட்டத்துடன் கூட்டமாகக் காந்தன்.

"மாப்பிள, சோத்துப் பிரச்சனைக்கி நாம வந்துருக்கோம். நீ இப்படிக் கூத்தடிக்கலாமா?" வருத்தப்பட்டான் தமிழ்.

"இப்ப கலெக்டரப் பாக்கப்போறோம். அவருகிட்டயே உங்க வேலையக் குடுங்கன்னு கேக்கலாம்டா" என்றான் திரு.

'டேய் நான் உன்கூட வரல. நீ கேட்டாலும் கேப்ப. எங்கள எங்காவது பிரச்சனைல கொண்டு வுட்டுட்டுப் போவப்போற. உன்கூட

ஊர்வலத்துல வரல. பின்னாடியே நின்னுக்கிறேன்." வளவன் உதறலுடன் சொன்னான்

ஊர்வலம் கலெக்டர் அலுவலகத்தை நெருங்கியது. கலெக்டரின் நேர்முக உதவியாளர் நான்கு பேரை வரச்சொன்னார். பிரதிநிதிகள் சென்றார்கள் "பாரேன் நமக்கு வேலை போட்டுக் கையோட வாங்கிட்டு வந்துருவாங்க." திரு நக்கலடித்தான்.

மகேசன் வெளியே வந்தார். "கலெக்டர் கிட்ட வெவரமாப் பேசிட்டோம். நம்ம கோரிக்கையை மேல அனுப்பறதாச் சொன்னார்."

"அதுக்கு நீங்களே வந்து கோரிக்கையைக் குடுத்துருக்கலாம்ல? எல்லாரையும் இங்க எதுக்குக் கூப்பிட்டுட்டு வந்தீங்க?" சரவணன் பொங்கினான்.

"டேய் உடனேயா வேலைபோட்டுத் தருவாங்க?"

"அரசு இதப் பரிசீலிச்சு முடிவு எடுக்கும்." சமாதானம் சொன்னான் தமிழ்.

"அடுத்து என்ன பண்றது?" குழப்பமாக இருந்தான் வளவன்.

"இந்த ஊர்ல மக்ரூனும் பொறிச்ச பரோட்டாவும் கிடைக்கும். வாங்கித் தின்னுட்டு காலேஜுக்குப் போவலாம்" என்றான் திருப்பதி.

"எங்க போனாலும் சாப்பாட்டப் பத்தியே யோசிச்சிக்கிட்டு இரு." முறைத்தான் தமிழ்.

"நீ என்ன கலெக்டர் ஆபீஸ் முன்னாடியே உக்காந்திருக்கப் போறியா?"

கூட்டம் கலைந்தது.

"தமிழ் உனக்கு நோட்டுப் புத்தகங்கள் வாங்கியாந்துட்டேன்" என்றான் வாசன்.

"தமிழ் உனக்குச் சினிமா டிக்கெட் எடுத்துத் தரேன்" என்றான் வளவன்.

"கண்டிப்பாகப் படத்துக்கு வரணும். சாப்பாட்டுச் செலவு என்னுடையது" என்றான் திரு.

"என்கிட்டே நூறு ரூபா இருக்கு. எல்லாருக்கும் சில்லி பரோட்டா வாங்கித்தருவேன். எவன் வேணாலும் சாப்பிடலாம்."

திருவும் வாசனும் வளவனும் தமிழின் செலவுகளைப் பார்த்துக் கொண்டார்கள். மூன்று மாதம் கழித்துப் பணத்தைத் தமிழ் கொடுப்பான்.

பரவாயில்லை என்றார்கள். அறுவடைக்குப் பின்பு வீட்டிலிருந்து பணம் வாங்கிவருவான் தமிழ்.

வாசன், வளவன், செந்தில், திரு தமிழ் ஒன்றாகத் திரிந்தார்கள். "தளபதி படத்துக்குப் போவலாம்டா."

நெல்லைத் தியேட்டரில் பதினைந்து பேருக்கு இடம்பிடித்து வளவன் காத்திருந்தான். இரண்டாம் ஆட்டம். திரும்புவதற்குப் பேருந்துகள் இல்லை. நடக்க ஆரம்பித்தார்கள். தூத்துக்குடியை நோக்கி லாரி வந்தது. எல்லோரும் ஏறினார்கள்.

பக்கத்தில் இருந்தவர், ஓட்டுநருடன் பேசினார். "வண்டிக்குப் பிரேக் இல்ல. எப்படி நிறுத்தறது?"

"நேரா மரத்துல மோத வேண்டியதுதான்." திருவுக்கும் தமிழுக்கும் வியர்த்துக்கொட்டியது.

"ஏய் என்னப்பா சொல்ற?" பயத்தில் கேட்டான் திரு.

"இல்லிங்க. இப்ப வண்டி ஓட்டறது கிளீனர். நான் அவனுக்கு வண்டி ஓட்ட கத்துக்குடுத்துக்கிட்டு இருக்கேன். நான்தான் டிரைவர்."

"இத ஏன் நீங்க வண்டியில ஏறப்பவே சொல்லல?"

"ஒண்ணும் ஆவாது. பதட்டப்படாம உக்காருலே." அலட்சியமாகச் சொன்னான் டிரைவர்.

திருவும் தமிழும் வண்டி நின்றதும் வெளியே குதித்தார்கள். "காலேஜ் பசங்களாப்பா. பத்திரமாப் போய்ச்சேருங்க."

"நாங்க பத்திரமாப் போயிடுவோம். நீ பத்திரமா போய்ச்சேரு."

கதையைக் கேட்டதும் வளவன் துள்ளினான். "முன்னாடியே சொல்ல வேண்டியதுதான? நான் வீட்டுக்கு ஒருபுள்ள, தெரியுமா?"

"**க**ண்டிக்கிறோம், கண்டிக்கிறோம் வன்மையாகக் கண்டிக்கிறோம் மாற்றாதே மாற்றாதே பல்கலைக்கழகப் பெயரை மாற்றாதே தமிழக அரசே திரும்பப் பெறு." மாணவர்கள் கொந்தளித்தார்கள்.

"மதுரையில் இரண்டு மாணவர்கள் மருத்துவமனையில் அனுமதி. கோவை மாணவர்கள் நாளைக்குப் போராட்டத்துக்கு வருவார்கள்." கூறினான் வளவன்.

"நாம் இதை அனுமதிக்கக் கூடாது. சாகும் வரை போராட்டம்" என்று குரல் கொடுத்தான் தமிழ்.

"உண்ணாவிரதம் தொடரும்" என்றார் அரசு. வல்லநாட்டில் சாலை ஓரத்தில் பதாகைகளுடன் வேளாண் கல்லூரி மாணவர்கள் உண்ணாவிரதம். முழு நாளும் அமர்ந்திருந்தார்கள். இரண்டு நாள் பட்டினி. மூன்றாம் நாளும் தொடங்கிற்று. மருத்துவமனைக்குப் பாபு கொண்டுசெல்லப்பட்டான். "மாப்பிள நம்ம பல்கலைக்கழகத்தோட பேர மாத்த விடக் கூடாதுடா." ராசேந்திரன் பொங்கினான்.

"ஆமாடா மாப்பிள, தமிழ்நாடு வேளாண்மைப் பல்கலைக் கழகங்கிறது உலகம் முச்சுடும் தெரியும்டா. அதப் போய் ஜிடி நாயுடு பல்கலைக்கழகம்ன்னு மாத்தக் கூடாதுடா" என்றான் தமிழ்.

"ஆமாம் பேரு முக்கியம்" என்றான் திருப்பதி.

"பேரத் திரும்ப வாங்குற வரைக்கும் போராடணும்" என்றான் சிவா.

"நாங்க தொடர்ந்து மதுரை கோவைலாம் பேசிக்கிட்டு இருக்கோம். கோவைக்காரனுங்க சரியா ஒத்துழைப்பு தரல" என்றான் வளவன்.

"அவனுங்கள எதாவது பண்ணணுன்டா" என்றான் திரு.

போராட்டம் நான்காம் நாள் தொடர்ந்தது. "டேய் மகிழ்ச்சியான செய்தி வந்திருக்கு" என்றார் அரசு. ஆவலுடன் மொத்தக் கும்பலும் எழுந்து உட்கார்ந்தது.

"நாளைக்கி மாணவப் பிரதிநிதிகளோட வேளாண் அமைச்சர் பேசப்போறாராம். அதனால, போராட்டத்தை வாபஸ் வாங்கச் சொல்றாங்க" என்றார் கல்லூரிப் பிரதிநிதி.

"நாளைக்கி நம்ம வேண்டுகோளை ஏத்துக்கலன்னா என்ன பண்றது?" என்றான் செந்தில்.

"இல்லப்பா அதெல்லாம் ஏத்துப்பாங்க" என்று ஆருடம் கூறினான் வளவன்.

"இல்லன்னா ரெண்டு நாளு சாப்பிட்டுட்டுத் திரும்பவும் போராட்டத்துல உட்காரலாம்" என்றான் தமிழ்.

"அதுவும் சரிதான்" என்றான் திரு.

"இதுவரைக்கும் அரசு அலுவலகத்திலிருந்து ஒருவரும் நம்மப் பாக்க வரல. தாசில்தார்கூட வரல. இப்ப வாபஸ் வாங்கலன்னா, நம்மள பட்டினி போட்டே கொன்னுடுவாங்க." பயமுறுத்தினான் சங்கர்.

"சரி எல்லாரும் இன்னைக்கிக் கலைஞ்சிபோவோம். பேச்சு வார்த்தைல எந்த முன்னேத்தமும் இல்லன்னா, திரும்பிவருவோம்" என்றார் அரசு.

"சரி அப்படியே செய்வோம்" என்றான் வளவன்.

ஆளுக்கு ஒரு டம்ளர் குளுக்கோஸ் தண்ணீர் கொடுத்தார்கள். விடுதியை நோக்கிப் புறப்பட்டார்கள். உண்ணாவிரதம் முடிந்தது. பெயர் மாற்றம் வரவில்லை. தேர்வுகள் நெருங்கின.

ஆண்டுகள் செல்லச்செல்ல தேர்வுகள் மீது பயம் குறைந்தது. இடைநிலை இறுதித் தேர்வுகள் முடிந்தன.

பயிற்சித் தேர்வுகள் பாடத்திற்கு ஏற்றவாறு அமைந்தன. பூச்சியியல் துறையில் பூச்சிகளை வளர்த்துக் காட்ட வேண்டும். இறுதியில் பூச்சிகளையும் கண்டறிய வேண்டும். பயிர்களுக்கு ஏற்பட்ட நோய்களைக் கண்டறிய வேண்டும் பயிர் நோயியலில். உழவியலில் நாற்றுநடுதலில் ஆரம்பித்து களையெடுப்பு அறுவடை வரை சென்றது. தமிழுக்கு இவையெல்லாம் பழகிய கலைகளே. தன் பாத்திக்கு மட்டுமல்ல; நண்பன் பாத்திக்கும் களையெடுத்தான்.

தோட்டக் கலை வித்தியாசமாக இருந்தது. பழங்களையும் காய்களையும் பழக்கலவை (ஜாம்), பழக்கூழ் (ஜெல்லி) போன்றவற்றையும் கண்டறிய வேண்டும். பின், வாய்மொழிவழித் தேர்வு. பாண்டியன் சிறந்த பேராசிரியர். கண்டிப்பானவர். "அன்னாசி பழக்கலவை செய்வதற்கு மூலப்பொருட்கள் சொல்" என்றார். அன்னாசிப் பழத்தைத் தவிர அதில் சேர்க்க வேண்டிய மூலக்கூறுகள் எவை எனத் தெரிய வில்லை. விழித்தான் தமிழ். "அதோட ஒரு கிலோ உப்பைப் போட்டு சாப்பிடு." துரத்தினார் தமிழை. நோய் பாதிக்கப்பட்ட இலையை வைத்து, பறக்காமல் இருக்க அதன் மேல் கல் வைத்திருந்தார் பேராசிரியர். ஒருவர் இலையை எடுத்துப் பார்க்கும்போது காற்றில் பறந்துவிட்டது. அடுத்து அனைவரும் அந்தக் கல்லைப் பற்றிக் குறிப்பெழுதிக் குடுத்தனர். பேராசிரியருக்குப் புரியவில்லை. மாணவர்களுக்கு மதிப்பெண் குறைவு. தேர்வுகள் முடிந்து அடுத்த ஆண்டு ஆரம்பித்தது.

தமிழும் திருவும் ஒவ்வொரு தென்னை மரமாக ஏறி இறங்கினார்கள். இளநீரைக் கீழே தள்ளிவிட்டு இறங்குவதற்குள், சாமியும் மணியும் திருப்பதியும் வளவனும் வாசனும் உடைத்துக் குடித்தார்கள். ராசு ஒரு கும்பலைக் கூட்டிக்கொண்டு மீன் பண்ணையை நோக்கி நடந்தான். பின்னால் மதியும் ரகுவும் நடந்தார்கள்.

"எங்கடா மாப்ள?" தமிழ் கேட்டான்.

"அங்க கெண்டை நல்லா இருக்கும்டா. வறுத்துட வேண்டியது தான்."

சோளக்கதிர்களைப் பதம்பார்த்தான் காந்தன். கதிர்களை அறுவடை செய்தான் அழகன்.

திருவுடன் சேர்ந்த கூட்டம் அடுத்த நாள் பழத்தோட்டத்திற்குள் பாய்ந்தது. வல்லநாடு மலை அடிவாரத்தில் பாண்டியன் பேராசிரியரால் அழகாக அமைக்கப்பட்ட தோட்டம். மரத்திலேயே பப்பாளி பழுத்துத் தொங்கியது. கொய்யாவும் சப்போட்டாவும் மாதுளையும் அறுவடைக்குக் காத்துநின்றன. கிளிகளும் குருவிகளும் தின்பதற்கு மட்டுமே அனுமதி வழங்கப்பட்டிருந்தது. மாணவர்கள் நுழைவதற்கு இப்போது வாய்ப்புக் கிடைத்தது. தமிழும் கூட்டத்துடன் ஆனந்தமாக நடந்தான்.

"மாப்பிள இன்னைக்கி ரெண்டுல ஒண்ணு பாத்துடணுன்டா" என்றான் தமிழ்.

"ஆமான்டா இந்தப் பழத் தோட்டத்துக்கு எத்தனை மொற தண்ணிப் பாச்சிருக்கோம், உரம் போட்ருக்கோம். ஒரு தடவகூட எதுவும் சாப்பிட்டது இல்ல." வேகமாக நடந்தான் திருப்பதி.

பழங்களை ருசிபார்த்தது கூட்டம். அணில்களும் கிளிகளும் கூக்குரலிட்டன. பழங்களைப் பறித்துக்கொண்டு விடுதி திரும்பினார்கள். ஒரு வாரம் கழித்துக் கல்லூரித் தொழிலாளர் கேட்ட கூலி உயர்வு ஏற்றுக்கொள்ளப்பட்டது. கல்லூரித் தொழிலாளர் வேலை நிறுத்தம் முடிவுக்கு வந்தது. ஆராய்ச்சிக்காக வைத்திருந்த மீன்களும் பயிர்களும் பழங்களும் முடிவுக்கு வந்தன. மாணவர்களுக்குக் கொண்டாட்டம். கல்லூரி நிர்வாகத்திற்குத் திண்டாட்டம்.

மாலை வானம் இருட்டியது. காக்கைகள் இங்கும் அங்குமாகப் பறந்தன. பேய்க்காற்று வீசியது. எல்லோரும் விடுதிக்குள் நுழைந்தார்கள். கதவுகள் அடித்தன. மழை கொட்டியது. மின்சாரம் இல்லை. கழனியெல்லாம் பெருவெள்ளம். பெருமரங்கள் சாய்ந்தன. விடுதியில் தண்ணீர் இல்லை. மாணவர்கள் கிணற்றுத் தண்ணீர் உதவியால் காலைக்கடன் முடித்தார்கள். விடுதியில் மின் இணைப்பு கிடைக்கும் வரை விடுப்பு என்றான் வளவன். திருவுக்கு நீண்டநாள் கனவு நினைவுக்கு வந்தது. ஒரு படையைத் திரட்டினான். செந்தில், ஜெய், பாலு, மணியன், தமிழ், பதி, காந்தன் சேர்ந்தனர். "டேய் நான் சொல்றபடி கேக்றதா இருந்தா எங்கூட வாங்க. இல்லாட்டித் தனியாப் போங்கடா" என்றான்.

"மாப்பிள நீ எது சொன்னாலும் நான் கேக்குறேன்" என்றான் காந்தன். பின்தொடர்ந்தது பட்டாளம்.

"நாம இன்னைக்கிச் செய்யப்போறது புதுவிதக் குளியல்." எல்லோரும் கிணற்றுமேட்டை அடைந்தார்கள். திரு திடீரென உடைகளைக் கழற்றி எறிந்தான். "ஓஷோ" என்று கத்திக்கொண்டே கிணற்றில் குதித்தான். எல்லோரும் அவனைத் தொடர்ந்து ஓஷோ குளியல் போட்டார்கள்.

ஓஷோ குளியல் முடித்து எதையோ சாதித்துவிட்டதுபோல் திரும்பினர். கல்லூரி முழுதும் அதுதான் பேச்சு.

மூன்றாம் ஆண்டுத் தேர்வுகள் முடிந்தன. பெரும்பாலான மாணவர்கள் ஊருக்குச் சென்றார்கள். நன்றாகப் படித்தான் தமிழ். பயிர் நோயியலில் பயிற்சித் தேர்விலும் வாய்மொழித் தேர்விலும் அதிக மதிப்பெண் பெற்றான். இடைத் தேர்வில் மதிப்பெண் குறைவு. தேர்ச்சி பெறவில்லை. தேர்வை மீண்டும் எழுதுவதற்குப் பேராசிரியர் வாய்ப்பளித்தார். தமிழ் கல்லூரியில் தங்கிப் படித்தான். அன்று காலை நண்பருடன் உணவிற்காக வல்லநாடு சென்றான். கடைகள் பூட்டப் பட்டிருந்தன. பேருந்துகள் இயங்கவில்லை. பெட்டிக்கடை ஒன்று மட்டும் திறந்திருந்தது. ராஜீவ் காந்தி கொலை செய்யப்பட்டார் தினத்தந்தி முதல் பக்கத்தில் இருந்த செய்தி உறையச்செய்தது தமிழை. சிதறிய உடல்களின் படங்கள் முதல் பக்கத்தில் இருந்தன. தேர்தல் பிரச்சாரத்திற்காக ஸ்ரீபெரும்புதூர் வந்தபோது படுகொலை செய்யப் பட்டார் என்ற செய்தி தமிழகத்தை உலுக்கியது. அடுத்த நாள் நடக்கவிருந்த தேர்வு தள்ளிப்போனது. ஒரு வாரம் கழித்து தேர்வை எழுதினான் தமிழ். அதிக மதிப்பெண் பெற்றுத் தேர்ச்சியடைந்தான்.

ஆறரை அடி உயரம் அறையினுள் நுழைந்தது. தமிழ் அண்ணாந்து பார்த்தான். தமிழுக்கு நடுக்கம். கல்லூரி முதல்வர் பாண்டியன். "எங்கடா ஓடிப்போன?"

"சார் ஊருக்குப் போனேன்."

"உங்கப்பா ஏன் வரல?"

"சார் அப்பா விவசாயி. வரல."

"டீசி வாங்கிட்டுப்போறியா? படிக்க வந்தியா? கோழி திங்க வந்தியா?"

"சார் படிக்கிறேன். இனிமே அப்படிச் செய்ய மாட்டேன் சார்." தமிழ் உளறினான்.

வளவனும் பாலுவும் மணியும் பெற்றோருடன் வந்திருந்தார்கள். "இனிமே எங்க பையங்க அப்படிச் செய்ய மாட்டாங்க" என்று உறுதிகொடுத்தார்கள். கல்லூரியில் ஒரு மாதத்திற்கு மேல் அந்தப் பிரச்சினை ஓடிக்கொண்டிருந்தது.

"டேய் பாத்தியா? மாறனுக்கு மட்டும் இந்த வாரம் கோழிக்காலு கெடச்சது. இத விடக் கூடாதுடா." திருப்பதியிடம் தமிழ் கூறினான்.

"ஆமான்டா போன வாரங்கூட அவனுக்குதான கோழிக்காலு குடுத்தானுங்க." ராசேந்திரனும் சேர்ந்துகொண்டான்.

"மாப்பிள இத இப்படியே விடக் கூடாது. ரவிகிட்ட சொல்லணும்டா. அவன்தான் மெஸ் பிரதிநிதி. அவனும் ஒவ்வொரு வாரமும் எல்லாருக்கும் கோழிக்காலுன்னு சொல்றான். ஆனால் கப்லதான் சிக்கன் குடுக்குறானுங்க. இத இப்படியே விடக் கூடாதுடா" என்றான் வேலு.

"என்ன பண்ணலாம் சொல்லுடா?"

"இத டீன்கிட்ட சொல்லணும்."

"இதுக்குதான் என்ன மாதிரி வெளியில தங்கிப் படிக்கணும். வேணுங்கற மாதிரி சமைச்சிக்கலாம்" அறிவுரை வழங்கினான் திரு.

"உனக்கென்ன மாப்பிள, பணம் நெறைய இருக்கு. நாங்க எங்க போறது?" என்றான் செந்தில்.

"என்ன சங்கர் சபதம் போடுறானாம். அடுத்த வாரம் வரைக்கும் பாப்போம். இல்லாட்டி ரெண்டுல ஒண்ணு பாத்துப்புடுவோம்ன்னு சொன்னானாம்." பேசிக்கொண்டிருந்தான் திரு.

"இல்லடா மாப்பிள, சில பேருக்குக் கோழிக்காலு வாராவாரம் கிடைக்குது. எங்களுக்குக் கப்லதான் சிக்கன் குடுக்குறானுங்க." ராசேந்திரன்.

"சரி சரி, நான் இருக்குற இடத்துக்கு வா. ஆட்டுக்காலே தரேன்" என்றான் திரு.

"அதுக்காக வர முடியுமா? வாடா மாம்ஸ் இந்தக் கோழிக்காலுப் பிரச்சன ஒரு மாசமாப் போயிட்டுருக்கு. மெஸ் வார்டனும் கண்டுக்க மாட்டேங்கிறான். மெஸ் ரெப்பும் ஒண்ணும் சொல்லல."

"டேய் கோழிக்காலுக்காகச் சண்டை போடக் கூடாது" என்றான் வளவன்.

"நீ கறி சாப்பிட மாட்ட. அதனால, ஒனக்குப் பிரச்சனை இல்ல. எங்களுக்கு வேணுமில்ல." தமிழும் திருப்பதியும் கேட்டார்கள்.

"சரிடா இந்த வாரம் பாப்போம்."

"இல்லாட்டி என்ன பண்ணப்போறல?" என்றான் சங்கர்.

"நாம காலேஜ விட்டு ஓடிப்போய்டலாம்" என்றான் வேலு.

"ஆமாம் அதுதான் சரி. எத்தனை தடவைதான் இவன்கிட்டக் கேக்கறது."

"சொல்லாமக் கொள்ளாம ஓடினாத்தான் சரிப்படும்" என்றான் தமிழ்.

நான்காவது வாரமும் கோழிக்கால் கிடைக்கவில்லை. "கப் சிக்கன் எங்களுக்கு வேண்டாம். அனைவருக்கும் கோழிக்கால் போடு. கோழிக்கால் போடு. கல்லூரி நிர்வாகமே கோழிக்கால் போடு."

ஞாயிறு மதியம் விடுதி பரபரப்பானது. இந்தப் பிரச்சினை முடியும் வரை கல்லூரிக்குச் செல்ல வேண்டாம். வகுப்புப் பிரதிநிதியும் ஒத்தூதினான். ஓடிப்போனார்கள் மாணவர்கள். கல்லூரி மூடப்பட்டது. மூன்று மாதத்திற்கு. கோழிக்காலுக்காக!

மீண்டும் ஞாயிற்றுக்கிழமைகளில் மதியம் நெய்ச்சோறும் அதே கோழிக்கறியும் கிடைத்தன. கோழிக்கால்கள் கிடைக்கவில்லை. விசித்திரமான பிரச்சினைகள். விபரீத முடிவுகள்.

தேர்வுகள் எழுதுவது வழக்கமாகிப்போனது. பயமோ படபடப்போ இல்லை. போதுமான கட்டட வசதிகள் கிள்ளிகுளத்தில் இல்லை. இறுதியாண்டின் தேர்வுகளைப் பேருந்துக் கொட்டகைகளின் கீழும், தென்னை மரத்தடியின் கீழும் அமர்ந்து எழுதினார்கள்.

பயிற்சித் தேர்வுகளை வித்தியாசமாக மாணவர்கள் கையாண்டார்கள். பேராசிரியர்களின் விருப்பத்திற்கேற்ப செய்தார்கள். உழவியல் பேராசிரியருக்குத் திருநீர் பூசுபவர்களைப் பிடிக்கும். பேராசிரியர் அதை சுயக்கட்டுப்பாட்டிற்கும் ஒழுக்கத்திற்கும் அளவுகோலாகப் பார்த்தார். வாய்மொழித் தேர்வின்போது ஒருவர் பின் ஒருவராகத் திருநீர் பூசிச்சென்றனர். பலர் குளிக்காமலும் அழுக்கடைந்த கால்ச்சட்டையுடன் வந்ததையும் கண்டறிந்தார். அதற்கு முன் சென்றவர்கள் அதிக மதிப்பெண் பெற்றுத் தப்பித்தார்கள். பின்னால்

சென்றவர்கள் பிடிபட்டார்கள். பேராசிரியர் கோபத்தை மதிப்பெண்களில் காட்டினார். தமிழ் தப்பித்துக்கொண்டான்.

"நீ முடிச்சிட்டு என்ன பண்ணப்போற?" கேட்டான் வாசன்.

"நான் வேலைக்குப் போகணும். வீட்ல படிக்க வைக்க மாட்டாங்கடா" என்றான் தமிழ்.

நான்காம் ஆண்டு நெருங்கியது. வேலைக்குப் போக வேண்டும் என்ற அழுத்தம் தமிழுக்கு. சில நிறுவனங்கள் கல்லூரிக்கு வந்து நேர்காணல் நடத்தின. தேர்ச்சி பெற்றால் உடனடியாக வேலை. டீன் கூறியிருந்தார். தமிழ் எப்படியாவது வேலையில் சேர்ந்துவிட வேண்டும் என்று இருந்தான். அதுமட்டுமில்லாமல் உரத் தொழிற் சாலைகளுக்கும், சர்க்கரை ஆலைகளுக்கும், பூச்சி மருந்து, விதை உற்பத்தி நிறுவனங்களுக்கும் வேலை கேட்டு விண்ணப்பித்தான். கல்லூரியில் நேர்காணல் நடந்தது. ஒரு நிறுவனமும் தமிழைக் கண்டுகொள்ளவில்லை. எதிர்காலம் வெற்றிடமாகத் தெரிந்தது. வாசனும் சுரேஷும் சர்க்கரை ஆலை வேலைக்குத் தேர்ச்சியானார்கள். ரவி, ஷண்முகம் வங்கியில் சேர்ந்தார்கள்.

பலரும் இந்திய வேளாண்மை ஆராய்ச்சி நிறுவனம் நடத்திய போட்டித் தேர்வுகளை எழுதினார்கள். வாசன், திருப்பதி, வளவனுடன் சேர்ந்து தமிழும் போட்டித் தேர்விற்கு விண்ணப்பித்தான். வாசன் பயிர்ப் பூச்சியியலில் போட்டித் தேர்வு எழுதினான். தமிழ் பயிர் நோயியலில் போட்டித் தேர்வு எழுதினான். அதற்கான புத்தகங்கள் நூலகத்திலிருந்து கிடைத்தன. பயிர் நோயியல் நான்கு வருடப் பாடங்களுக்கான நோட்ஸ்களையும் பெற்றான். கிள்ளிகுளத்தின் வயல்களிலும் வரப்புமேடுகளிலும் படித்துத்திரிந்தான். அதற்கு முந்தைய வருடங்களின் கேள்வித்தாள்களையும் எடுத்துப் பதில் தயார்செய்தான் தமிழ். மூன்றாம் ஆண்டு பயிர் நோயியலில் தேர்ச்சி பெறவில்லை. தேர்ச்சி பெற இரண்டு முறை தேர்வு எழுதியிருந்தான். அந்த அனுபவம் இப்போது போட்டித் தேர்வு எழுதக் கைகொடுத்தது தமிழுக்கு. பலரும் சிரமப்பட்டு படித்தனர். இரவு பகல் பாராமல் மூன்று மாதப் படிப்பு. பல்வேறு பாடங்களில் போட்டித் தேர்வை எழுதிவிட்டுக் காத்திருந்தனர் மாணவர்கள். அந்தத் தேர்வின் முடிவுகள் வாழ்க்கையைப் புரட்டிப்போடும் என்பது மாணவர்களுக்குத் தெரியும். தேர்வை முடித்துவிட்டு ஏதேனும் நிறுவனத்தில் சேர்ந்து வேலைக்குச் சென்றுவிடலாம் என்றிருந்தான் தமிழ்.

வாசன் ஓடிவந்தான். "என்னா மாப்ள, இவ்வளவு வேகம்?" என்றான் செந்தில்.

"ரிசல்ட் வந்துடுச்சி."

"எதுக்குடா?"

"தமிழ் ஐசிஏ ஆர்ல நீ இந்தியாவுல ரெண்டாவது ரேங்க்" என்றான். இந்திய வேளாண் ஆராய்ச்சிக்கழகம் நடத்திய போட்டித் தேர்வு முடிவுகள் வெளிவந்தன. தமிழ் எதிர்பார்க்கவில்லை. உயிர்மூச்சு வந்தது. முதுகலை படிக்க தமிழுக்கு வாய்ப்பு கிடைத்தது.

வெள்ளி விழா முடிந்து நண்பர்களிடம் விடைபெற்றான் தமிழ்.

சாலையின் இருபுறங்களிலும் பசுமையான அடர்ந்த மரங்கள். சிவப்புக் கட்டடங்கள். சிறந்த நூலகம். தமிழ்நாடு வேளாண்மைப் பல்கலைக்கழகம். எதிர்ப்புறம் தாவரவியல் பூங்கா. பயிர் நோயியலில் முதுகலை படிக்க கோவையில் தமிழ் சேர்ந்தான்.

"டேய் மாப்பிள, காலேஜ் ரொம்பப் பெருசுடா." அதிசயித்தான் தமிழ்.

"உன் வகுப்புல எத்தனை பொண்ணுங்கடா?" கேட்டான் செந்தில்.

"மூணு பேர்டா. உன் வகுப்புல?"

"அஞ்சிடா."

"பொண்ணுங்ககூடப் படிக்கறதே தனிதான்டா." மகிழ்ந்தான் செந்தில்.

"என்ன ரெண்டு பேரும் இப்பதான் பொண்ணுங்களைப் பாக்கிறாங்களோ?" என்றான் ராம்.

"ஆமான்டா மாப்ள." தமிழ் தலையாட்டினான். உள்ளுக்குள் மகிழ்ச்சி. பெண்களிடம் பேசுவதில் இனம் புரியாத தயக்கம். வெளியில் காட்டிக்கொள்ளவில்லை.

நெல் ஆராய்ச்சி மையத்துக்கும் கல்லூரிக்கும் சைக்கிளிலேயே போனான் தமிழ். ஆய்வுகளை மேற்கொண்டான். "ஏன் பைக் வாங்க வேண்டியதுதானே?" கேட்டான் ராம்.

"இல்லடா. கிடைக்கிற உதவித்தொகை சாப்பாட்டுக்கே சரியாப் போய்டுது."

திருப்பதி, ராம், தமிழ் மூவரும் மரத்தடியில் டீ குடித்துக் கொண்டிருந்தார்கள்.

"அங்க பாரு கரன், வளவன் எல்லாம் எப்படி ஊர்வலம் போறாங்க" என்றான் தமிழ்.

“உனக்கு யாரும் கெடைக்கலியா? எப்பப் பாத்தாலும் கடிவாளம் போட்ட குதிரை மாதிரி போய்ட்டிருக்கியே. உன்ன பாம்பே டையிங் விளம்பரத்துல நடிக்க கூப்பிட்டாங்கன்னு சொன்னாங்களே?” ராம் கூறினான்.

தமிழ் வெட்கப்பட்டான்.

“டேய் ராம், நீ லேப்ல பண்றது தெரியாதா?” என்றான் தமிழ்.

கரனும் வளவனும் அங்கு வந்துசேர்ந்தார்கள். இருவரும் மண் வேதியியலில் முதுகலை படிப்பவர்கள்.

“டேய் அடுத்த வாரம் கல்லூரி ஆண்டு விழா. நாடகம் போடுறோம். காவல் துறை அதிகாரியா நடிக்கணும். நீ வர்றீயா?”ஆர்வமாகக் கேட்டான் கரன்.

“ஏய், எனக்கெல்லாம் எங்கடா நடிப்பு வரும்.” சிரித்துக்கொண்டே நிராகரித்தான் தமிழ்.

“தமிழ் முடிச்சிட்டு என்ன பண்ணப் போற?”

“வேலைக்குப் போவலாம்னு இருக்கேன். நீ?”

“நான் பிஎச்டி பண்ண டெல்லி போறேன். அங்க போனா குடிமைப்பணித் தேர்வுக்குத் தயாராவலாம்” என்றான் கரன். குடிமைப்பணியைப் பற்றி தமிழுக்கு அதிக ஆர்வமில்லை. அதில் வெற்றிபெற்றவர்களை அவன் சந்தித்ததில்லை.

“டேய் ராம். நீயும் டெல்லி வா. சிவக்குமார் போன வருஷம் அங்க போய்ட்டார்.” கூப்பிட்டான் கரன்.

“தமிழ்நாட்டுக்காரங்க நிறைய பேர் அங்க படிக்கிறாங்க. சீக்கிரம் வேலை கிடைக்கும்.” ராமிடம் கூறினான் கரன்.

தமிழ் பல நிறுவனங்களுக்கு வேலை தேடி விண்ணப்பித்தான். பல நிறுவனங்கள் நேர்காணல்கள் நடத்தின.

“தமிழ் அடுத்த வாரம் உரக் கம்பெனியும் விதைக் கம்பெனியும் நேர்காணல் நடத்துறாங்க. நீ வரியா?” கூப்பிட்டான் திருப்பதி.

“கண்டிப்பா.”

திருப்பதிக்கும் வளவனுக்கும் உரக் கம்பெனியில் வேலைகிடைத்தது. ராம், கரன் இருவரும் டெல்லி சென்றார்கள்.

தமிழ் டெல்லியில் பிஎச்டியில் சேர்வதற்குத் தேர்வு எழுதினான். நேர்காணலுக்கும் சென்றான். தோல்வி. தனியார் நிறுவனங்களும்

ஏற்றுக்கொள்ளவில்லை. முதுகலையில் இரண்டு ஆண்டுகள் கடந்தது தெரியவில்லை. சிறந்த உழைப்பாளியாக மாறியிருந்தான் தமிழ். சிறந்த பேராசிரியர்கள் வழிகாட்டினார்கள். பயிர் நோயியலில் ஆராய்ச்சியைத் தொடர ஊக்கப்படுத்தினார்கள். இருப்பினும், வேலைக்குச் சேர்வதில் ஆர்வமாயிருந்தான் தமிழ். வேலை கிடைக்கவில்லை.

சைக்கிளில் ஊர்வலம் சென்ற காட்சிகள், நோயியல் ஆய்வகத்தில் நடைபெற்ற எண்ணப் பரிமாற்றங்கள், நாயர் டீக்கடை விவாதங்கள், நூலகத்தில் புத்தகம் தேடியவர்களைத் தேடிப்போனவர் பற்றிய நினைவுகள், ஆர்எஸ் புரம் அன்னபூர்ணாவில் இருவேளை சாப்பாட்டை ஒருவேளையில் தின்று வயிற்றை நிறைத்த நினைவுகள், கோழிக்கால் சூப்பிற்காக ஐந்து கிலோமீட்டர் சைக்கிள் மிதித்த நினைவுகளுடன் பனையடி நோக்கிப் பயணித்தான் தமிழ்.

11

ஆண்டிமடம். பொட்டல் பூமி. மழையைக் காணாத மண்; செம்மண் புழுதி. சுட்டெரிக்கும் வெயில். போக்குவரத்து வாகன இரைச்சல். எண்ணெயைக் காணாத தலைகள். சிலர் தலையில் துண்டு போட்டு நடந்தார்கள். பெண்கள் முந்தானையால் வேர்வையைத் துடைத்து நின்றார்கள். பழங்களும் காய்கறிகளும் தெருவோரக் கடைகளில் தென்பட்டன. உரக்கடைகளும் இரும்புக் கடைகளும் வரிசையாக இருந்தன. மிட்டாய்க் கடைகளில் ஈ மொய்த்திருந்தது. குறுகிய சாலைகளைச் சைக்கிள்களும் டிவிஎஸ் வண்டிகளும் சந்துகளாக மாற்றியிருந்தன. காவல் நிலையத்திற்குச் சாட்சியாக அரச மரம் நின்றுகொண்டிருந்தது.

தனியார் நிறுவனங்களில் வேலைக்கு அழைப்பு வரவில்லை. பிஎச்டி படிக்க முயன்றான். தோல்வி. டெல்லிக் கனவு தகர்ந்தது. வழிகாட்டுவோர் யாருமில்லை. பழையபடி பனையடி அழைத்தது.

தேசிய மானாவாரி நீர்பிடிப்புத் திட்டம் திருச்சி மாவட்டம் பகுதி நேர வேலைக்கு விளம்பரம் பார்த்தான் தமிழ். மழைக்கால மின்னலின் ஒளிக்கீற்று கண்ணில் பட்டது. விண்ணப்பித்தான்.

எழுத்துத் தேர்வு இல்லை. சான்றுகளுடன் நேர்காணலுக்குச் சென்றான். வேளாண் இணை இயக்குனர் அலுவலகம் திருச்சி. சான்றுகள் சரிபார்க்கப்பட்டன. வேறு யாரும் போட்டியிடவில்லை. தேர்ச்சி பெற்றான். பணியிடமாக ஆண்டிமடம் ஒதுக்கப்பட்டது.

நினைவலைகளுடன் சைக்கிள் மிதித்தான் தமிழ். இன்னும் இரண்டு கிலோமீட்டர் தூரம் இருந்தது கல்லுக்குறிச்சி. மூன்று தலைமுறைகளாக ஓடிக்கொண்டிருக்கும் மிதிவண்டி அது. அதற்கு வரலாறு உண்டு. ராலே சைக்கிள். அறுபதுகளில் அவனது தாத்தா சிவன்செயல், கிராமத்தில் முதன்முதலில் வாங்கியது. பிறகு, பெரியப்பா விற்றதை நடுப்புள்ளை வாங்கினார். சைக்கிளின் முன் விளக்கைச் சுற்றி மஞ்சள் துணி கட்டியிருந்தார் நடுப்புள்ளை. பம்பர் இருந்தது. சைக்கிள் தினமும் தேங்காய் எண்ணெயில் குளிக்கும். நடுப்புள்ளையின் நேசிப்பும் பாதுகாப்பும் அந்த சைக்கிளுக்கு அதிகம்.

சாலையின் வலப்புறத்தில் தற்காலிகக் கட்டடம். மேலே சிரட்டு ஓடு. உள்ளே சிமெண்ட் தரை. ஆடு மாடுகள் நுழையாமல் இருப்பதற்குக் காட்டாமணக்குச் செடியால் அமைக்கப்பட்ட வேலி. நுழைவாயிலில் மூங்கில் படல். உள்ளே நாற்றங்கால். வாகை, யூக்கலிப்டஸ், சவுக்குக் கன்றுகள். மற்றொரு பக்கம் வெட்டிவேர்ப் பைகள் வரிசையாக வைக்கப்பட்டிருந்தன. பூ வாளியால் தண்ணீர் தெளித்தார் கலியமூர்த்தி. மடக்கிவிடப்பட்ட முழுக்கைச் சட்டை போட்டிருந்தான் தமிழ். காலில் குவாடிஸ் செருப்பு. மூங்கில் படலைத் திறந்து உள்ளே நுழைந்தான்.

"அய்யா எப்ப வருவாங்க?" விசாரித்தான்.

"எந்த அய்யா?" என்றார் குனிந்துகொண்டே தண்ணீர் பாய்ச்சிக் கொண்டிருந்த மூர்த்தி.

"என் பேரு தமிழ். நான் இங்க வேலைக்கு வந்திருக்கேன்."

"சார் நீங்க ஏடிஏ அய்யாவப் பாக்க வந்திருக்கிங்களா?" பூவாளியை வைத்துவிட்டு, தமிழை அறையில் உட்காரவைத்தார். குடிக்க தண்ணீர் குடுத்தார்.

"அய்யா எப்ப வருவாங்க?" கேட்டான் தமிழ்.

"இப்ப வந்துடுவாங்க."

நெற்றியில் குங்குமப்பொட்டு. வெள்ளைப் பேண்ட் சட்டையுடன் தேவதூதனாய் உள்ளே வந்தார். தமிழ் எழுந்துநின்று வணக்கம் செலுத்தினான்.

“வாங்க தமிழ்! உக்காருங்க” என்றார் வேளாண் உதவி இயக்குநர். மூர்த்தி ஓடிவந்து அவர் கையில் இருந்த பையை வாங்கிக்கொண்டார்.

“சாருக்கு டீ குடுத்தியா?”

“இல்லீங்க அய்யா.”

“சரி எனக்கும் சாருக்கும் டீ வாங்கிட்டு வா.”

“எம்எஸ்ஸியா முடிச்சிருக்கீங்க?” தமிழைக் கேட்டார்.

“ஆமாம் சார். பயிர் நோயியல்.”

“அப்பறம் எதுக்கு இந்த வேலைக்கு வந்தீங்க? எதாவது பிஎச்டி முடிச்சிட்டுப் பேராசிரியராப் போவலாம்ல? இல்லாட்டி, தனியார் கம்பெனிக்குப் போக வேண்டியதுதானே?”

“சார் எதுவும் கெடைக்கல. அதான் இதுக்கு வந்திருக்கேன்.”

வெளிப்படையான பதிலை எண்ணிச் சிரித்தவர், “இந்தத் திட்டத்தைப் படிச்சிப்பாத்தீங்களா?” என்று கேட்டார்.

“படிச்சிருக்கேன் சார்.”

“நல்லது. அப்பா அம்மா என்ன பண்றாங்க?”

“விவசாயம் பாக்குறாங்க சார்.”

"இந்த வேளைல இருந்துட்டே மற்ற வேலைக்கு முயற்சி பண்ணுங்க" என்றார் ஏடிஏ.

தேநீர் பரிமாறப்பட்டது. அரசு உத்தியோகத்தில் முதல் ருசி.

பத்திற்கும் மேற்பட்ட பதிவேடுகளை மேசை மீது வைத்தார் மூர்த்தி. வேளாண் உதவி இயக்குநர் அந்தப் பதிவேடுகளை திறந்து கொண்டே தமிழிடம் கேட்டார், "எந்தக் கல்லூரி?"

"கிள்ளிகுளம்."

"பேராசிரியர் சுந்தரத்தைத் தெரியுமா?"

"தெரியாதுங்க சார்."

மூர்த்தி ஒவ்வொரு பதிவேடாகத் திறந்துகாட்டினார். உதவி இயக்குநர் கையெழுத்திட்டார்.

ஒரு பதிவேட்டில் வேகம் குறைந்தது. "என்னப்பா? இதுல எழுதியிருக்க ஆட்கள்லாம் இருக்காங்களா?"

"இருக்காங்க அய்யா" என்றார் மூர்த்தி.

"தமிழ் உங்களுக்கு எவ்வளவு சம்பளம்ன்னு தெரியுமா?"

"கடிதத்துல இரண்டாயிரத்து ஐநூறு போட்டிருந்தது சார்."

தொடர்ந்தார் ஏடிஏ. "தமிழ், இவரு மூர்த்தி நமக்கு உதவியாளர். இந்தத் திட்டத்துல நாலஞ்சி வருஷமா வேல பாத்துக்கிட்டு இருக்கார். அவர இங்க உள்ள நீர்ப் பிடிப்புப் பகுதியச் சுத்திக்காட்டச் சொல்றேன். இந்த ஒரு வாரம் பாத்துட்டு வாங்க. பயனாளிப் பட்டியலைத் தயாரிக்கணும். அதுதான் முக்கியமான வேல. கணக்கு வழக்குகளைப் பாக்கணும். பெரிய வேல எதுவும் கெடயாது. நான் அடிக்கடி கூட்டத்துக்குப் போய்டுவேன். இந்த அலுவலகத்தில் பியுன் இருக்கார். அவரை நீங்க நம்பலாம். வெளியில இருக்கவங்கிட்ட அதிகம் பேச வேணாம்." தகவல்களைப் பகிர்ந்தார் வேளாண் உதவி இயக்குநர்.

மூர்த்தியுடன் களப் பணிகளைப் பார்வையிடப் புறப்பட்டான் தமிழ்.

"**வ**ணக்கம் சார்." மஞ்சள் வண்ணத்தில் சுருங்கிப்போன வேட்டி, கை மடக்கி விடப்பட்ட சட்டை. பத்து கிலோமீட்டர் சைக்கிள் பயணம். பேச ஆரம்பித்தார் மூர்த்தி. "எங்களுக்கெல்லாம் பெரிய டவுன் ஆண்டிமடம்தான் சார்.

வாழ்வில் தமிழை யாரும் அப்படி அழைத்ததில்லை. 'சார்' என்பது அதிகாரத்தைக் குறிக்கும் சொல். அரசு கொடுத்த அங்கீகாரம். அது அரசுடன் அவனைத் தொடர்புபடுத்தியதால் ஆனந்தம். அந்த அதிகாரம் அவனுக்கு மட்டுமல்ல; அவன் குடும்பத்திற்கானது. அந்தக் கிராமத்திற்கானது. குடும்பத்தில் முதல் பட்டதாரி. அரசு வேலை. இதுவரை பேட்டையில் யாரையும் யாரும் 'சார்' என்று அழைத்த தில்லை. அவ்வாறு அழைப்பதற்கான தகுதியை யாரும் பெறவில்லை. அந்தத் தகுதியை குடும்பத்திற்கும் பேட்டைக்கும் பெற்றுத்தந்ததாக எண்ணினான் தமிழ். மற்றவர்களை எத்தனையோ முறை 'சார்' என்று அழைத்திருக்கிறான். அவ்வாறு அழைக்கும்போது பணிவுடனும் பயத்துடனும் நின்றிருக்கான். இப்போது அந்த பயம் அவனை விட்டு விலகிவிட்டது. தனக்கும் குடும்பத்திற்கும் பேட்டைக்கும் அதிகாரம் கிடைத்ததாக எண்ணினான் தமிழ்.

மூர்த்தி தொடர்ந்தார். "இது மானம் பாத்த பூமி. வருஷத்துக்கு ரெண்டு மூணு மாசம் மழ பெய்யும். அதுக்குள்ள கொளம், குட்ட நெறஞ்சா உண்டு. இல்லாட்டி வருஷம் முச்சிடும் வறட்சிதான். இங்க முந்திரிக் காடுங்க அதிகம். கொஞ்சம் பேரு கல்லையும் போடுவாங்க. அவங்களுக்கெல்லாம் கிணற்றுப் பாசனம். கம்பு, மக்காச்சோளம், மொளகா மானாவாரில பயிர் பண்ணுவோம்."

போகிற வழியில் நிறைய கூரை வீடுகள் தெரிந்தன. சில இடங்களில் பசுமையான வயல்கள் தெரிந்தன. அங்கெல்லாம் மின்கம்பங்கள். மின்மோட்டார்கள் இருந்தன. கிணற்றுப் பாசனம். பெரிய ஜல்லி போட்ட சாலை. சாலைக்கு நடுவில் சைக்கிள் ஓட்டும்போது தூக்கித் தூக்கிப் போட்டது. சாலை ஓரத்தில் ஓட்டினான் தமிழ். ஒற்றையடி மண்பாதை சுகமாக இருந்தது.

"பாக்க வேண்டிய இடம் வந்துடுச்சி சார்" என்றார் மூர்த்தி.

சைக்கிளை நிறுத்திவிட்டுக் கொஞ்ச தூரம் நடந்தார்கள். ஒற்றையடிப் பாதை. ஆங்காங்கே நெய்வேலிக் காட்டாமணக்குச் செடிகள். கொஞ்சம் கருவேல மரங்கள். ஆவாரஞ் செடிகள் தென்பட்டன. கொன்றை மரங்கள் மஞ்சள் பூக்களுடன் குலுங்கிநின்றன. ஊர்க் காரர்கள் பத்துப் பதினைந்து பேர் நின்றார்கள்.

தமிழை அறிமுகம்செய்தார் மூர்த்தி. "சார் புதுசா வேலைல சேந்துருக்காங்க. திட்டத்துல செஞ்ச வேலயப் பாக்க வந்துருக்காங்க. போன வருஷம் வெட்ன குட்டையப் பாக்கணும். அப்பறமா வெட்டிவேர் நட்ட இடத்தைக் காட்டணும்."

தமிழ் வருகைக்காக முன்னேற்பாடு செய்திருந்தார் போலும்.

"அய்யா வணக்கங்க." ஊர்க்காரர்கள் முன் செல்ல பின்தொடர்ந்தார் மூர்த்தி.

"அய்யா என் பேரு அய்யனார்." அறிமுகம் செய்துகொண்டார் திட்டத்தின் ஊர்க் குழுத் தலைவர். தமிழ் பின்தொடர்ந்தான். அரைக் கிலோமீட்டர் நடந்தார்கள்.

"அய்யா இதுதான் போன வருஷம் நாங்க வெட்ன குட்டை." குட்டைக்கு நடுவில் சந்தன வண்ணத்தில் கொஞ்சம் தண்ணீர் கிடந்தது.

"அய்யா இது பொட்ட மண்ணுங்க. தண்ணி எப்போதும் இந்தக் கலர்லதாங்க இருக்கும். நல்ல மழ பேஞ்சா நாலு மாசம் தண்ணி கெடக்குமுங்க. இந்தப் பக்கம் எதாவது ஆடுமாடு வந்தா குடிக்கறதுக்கும் குளிக்கறதுக்கும் இந்தக் குட்டத்தண்ணி பரவால்லீங்க. போன வருஷம் பொக்ளிங் வச்சி வெட்டுனோங்க." ஊர்ப் பெரியவர் விளக்கம் கொடுத்தார். அய்யனாரும் மூர்த்தியும் திடுக்கிட்டார்கள்.

"இல்ல சார். ஆட்கள் வந்து வேல செஞ்சாங்க." பெரியவர் சொன்னதை மூடிமறைக்க முயன்றார். ஊரக வளர்ச்சி வேலையை ஆட்கள் வைத்துதான் செய்ய வேண்டும். இயந்திரங்களைப் பயன்படுத்தக் கூடாது. ஏதோ வேலை செய்ததுபோல் குட்டையில் கொஞ்சம் தண்ணீரும் இருந்தது.

"இந்த மாதிரி எத்தனை குட்டைங்க வெட்டிருக்காங்க?" தமிழ் குறுக்கிட்டான்.

"இந்தப் பகுதில பத்துப் பதினைந்து குட்டைங்க இருக்கும்" என்றார் அய்யனார்.

"இந்தக் குட்டைங்களால என்ன பயன்?" கேட்டான் தமிழ்.

"சார், மழைக்காலங்கள்ல தண்ணீர் வீணாவறதத் தடுத்துட்டோம். சுற்றுப்பகுதிகள்ல கிணறுகளோட நீர்மட்டம் உயர்ந்துருக்குது. இருபோகம் வேளாண்மை செய்றாங்க. முந்திரிகளாம் பசுமையா இருக்குது" என்றார் மூர்த்தி. சுற்றியும் பசுமையாக இருந்த முந்திரி மரங்களையும் காண்பித்தவர், "விவசாயிங்க கைல கொஞ்சம் காசு கிடைக்குது" என்று முடித்தார்.

வெட்டிவேர் நட்ட இடத்தை நோக்கி நடந்தார்கள். அது செம்மண் ஓடைக் கரை. "அய்யா இங்கதாங்க மூணு வருஷமா வெட்டிவேர் நடறோம். போன வருஷம் ஒரு லட்சத்துக்கு மேல நட்டோம்." பெரியவர் கள்ளங்கபடம் இல்லாமல் சொல்ல ஆரம்பித்தார். மூர்த்திக்கு வியர்வை அதிகமாகிவிட்டது.

“இல்ல சார். இங்க போன வருஷம் மட்டுந்தான் வெட்டிவேர் நட்டோம். பாருங்க” என்று காய்ந்துபோன வெட்டிவேரைப் பிடுங்கிக்காட்டினார். ஆனால், சொன்ன கணக்குக்கு வெட்டிவேரைக் காணோம். மூர்த்தி தொடர்ந்தார். “சார், போன வருஷம் சரியா நட்டோம். மழ இல்ல. நெறய காஞ்சிப்போச்சு.” கேட்காமலேயே சந்தேகத்துக்கு விடைகொடுத்தார். “இந்த வெட்டிவேர் நல்லா வளந்துச்சின்னா, இந்தப் பகுதியே பசுமை ஆயிடும்.” ஆருடம் சொல்ல ஆரம்பித்தார். அய்யனாரும் மூர்த்தியுடன் ஒத்தூதினார்.

“வருஷா வருஷம் இத வச்சே கணக்கு எழுதுறானோ போல.” பின்னாலிருந்து முணுமுணுத்தது ஒரு குரல். ஊர்க்காரர்களை அதிகம் பேசவிடவில்லை. மூர்த்தியே பேசிக்கொண்டிருந்தார். “சார் இன்னிக்கி இது போதும்.” வேலைக்கு முற்றுப்புள்ளி வைத்தார் மூர்த்தி. ஊர்க்காரர்களிடம் விடைபெற்றார்கள்.

தமிழுக்குப் புது அனுபவம். வெட்டிவேர் நட்டுக் கணக்கு காட்டுவது சுலபமாக இருப்பதாக நினைத்தான். அரசின் திட்டங்களை நடைமுறைப்படுத்துவதில் உள்ள குளறுபடிகள் தெரிந்தன. பயன்பாடுகள் மக்களைச் சென்றடைகின்றன. உடனடியாக அவர்களின் கண்களுக்குத் தெரியவில்லை என்பதும் புரிந்தது தமிழுக்கு.

அலுவலகத்தை நோக்கி சைக்கிள் புறப்பட்டது. மூர்த்தி அறிவுரை வழங்கலானார். “சார் ஊர்க்காரனுங்க சொல்றத அப்படியே நம்பிடக் கூடாது. அரசு எவ்வளவு செய்தாலும் இல்லாத பொல்லாததச் சொல்லிக்கிட்டு இருப்பாங்க. இந்தத் திட்டம் வந்ததுக்கு அப்பறம் இந்தப் பகுதி முன்னேறிடுச்சி. நெறய பேருக்கு வேல கிடைக்குது. நெறய குட்ட வெட்டிருக்கோம். எல்லாக் குட்டைலயும் தண்ணி நிக்குது. ஊர் பசுமையா இருக்கு. விவசாயம் நல்லா இருக்கு.”

அரசு அதிகாரியின் நம்பிக்கையை, அவர் பெற்றதற்கான காரணத்தை அறிய முடிந்தது. அலுவலகம் வந்ததும் பதிவேடுகளையும் பயனாளிகளின் பட்டியலையும் காண்பித்தார். கைநாட்டுகளே அதிகம் இருந்தன. பியூன் சிரித்துக்கொண்டே வெளியே சென்றார். வெட்டிவேர் நட்டதற்கான கணக்கையும் குட்டைகளின் கணக்குகளையும் காண்பித்தார். ஏடுகள் சரியாக இருந்தன. காடுகளில்தான் குறைவாக இருந்தன. மக்களுக்குக் காட்டின விசுவாசத்தைவிட, அதிகாரிகளுக்குக் காட்டின விசுவாசம் அதிகமாகத் தெரிந்தது. கடைநிலை ஊழியர் வேலை என்றாலும் அரசு அலுவலருக்கான கலையைக் கற்றுத் தேர்ந்திருந்தார்.

சாயுங்காலம், தமிழை ஆண்டிமடத்துக்கு அழைத்தார் மூர்த்தி. இடைப்பட்ட நேரத்தில் தமிழின் ஆலோசகராக மாறியிருந்தார். "வேளாண் உதவி இயக்குநர் திருச்சியிலருந்து வராரு. வாரத்துல ரெண்டு நாலு இருந்துட்டுப் போய்டுவாரு. அவரு வர்ற நேரத்துல பயனாளிகளோட ரெக்கார்ட எழுதிக்குடுக்கணும். எல்லாத்திலேயும் கணக்கப் பாத்துட்டுப் போய்டுவாரு. மூணு பொண்ணுக இவருக்கு. அதனால, அப்படியும் இப்படியும் இருக்கத்தான் செய்யும்." தமிழின் நம்பிக்கையைப் பெற முயன்றார்.

"சார், நீங்க இங்க தங்க வேணாம். இது கிராமம். பொழுது போகாது. ஆண்டிமடத்துல வாடகைக்கு வூடு பாத்துத் தரேன். அங்கத் தங்கிக்கிங்க. அதான் நல்ல டவுனு. நல்லாப் படம் பாக்கலாம்." ஆண்டிமடத்தைப் பிரமிக்கவைத்தார்.

"ஆண்டிமடத்துல சண்முகா, அருணான்னு ரெண்டு தியேட்டர் இருக்கு. இந்தச் சுத்துப்பட்டுக் கிராமம் படம் பாக்கணும்னா, அங்கதான் போவணும்." அந்த இரண்டு திரையரங்க முதலாளிகளும் பஸ் வைத்திருந்தார்கள். சண்முகா பேருந்தில் இடம் கிடைத்தாலே, அதில் ஏறியவனுக்கு ஊருக்குப்போன மகிழ்ச்சி கிடைக்கும். "சுத்தி இருக்கிற கிராமத்துக்கு எதாவது வேணும்ன்னா இங்கதான் வரணும். விவசாயிங்க உரம், பூச்சி மருந்து வாங்க, ஞாயிற்றுக் கெழம சந்தைக்குக் காய்கறி வாங்க இங்க வரணும். ஆட்டு மாட்டுச் சந்தையும் உண்டு. இங்கருந்து கிராமங்களுக்குலாம் போவணும்னா டவுன் பஸ் இருக்கு. நாங்க கடைசி ட்ரிப்ல ஆடுகளை ஏத்திக்கிட்டுப் போவோம். வூடு கட்ட சாமான் வாங்குவோம். டாக்டர் இருக்காங்க. கிராமத்துல யாருக்காவது ஒடம்பு சரியில்லைன்னா இங்கதான் வரணும். திருச்சி, கும்பகோணம், விருதாச்சலத்துக்கெல்லாம் பஸ் வசதி இருக்கு. அப்பறம் சாப்பாட்டுக்குத் தஞ்சை மெஸ். சைவம். சுத்தமா இருக்கும். கிராமத்துலருந்து பெரிய வசதிக்காரங்க பைக்ல வருவாங்க. சைக்கிள்ல வரவங்களும் அதிகம்."

தமிழுக்கு வேறு வழி இல்லை. மூர்த்தியிடம் வாடகை வீடு பார்க்கச் சொன்னான். அறுநூறு ரூபாய் மாத வாடகைக்கு, மேல் மாடியில் அறை பிடித்துக் கொடுத்தார்.

"நைட்டு பத்து மணிக்குள்ள வந்திடணும். அறைல சமைக்கக் கூடாது. சிகரெட், தண்ணிப் பழக்கம் கூடாது." பின்பும் வீட்டு முதலாளிக்குப் பயம் போகவில்லை. "சும்மாசும்மா வீட்டுக்கு வெளிய வரக் கூடாது" என்று அவரது பெண்களுக்குக் கட்டளை போட்டார்.

பல்பின் உள்ளே டங்ஸ்டன் இழை ஒளியை உமிழ்ந்தது. இரவு உணவுக்காக வெளியே சென்றான் தமிழ். ஒரு பரோட்டாவுடன்

நிறுத்தினான். வயிற்றில் இடம் இருந்தது. சட்டைப்பை அனுமதிக்க வில்லை. அரசு கொடுக்கும் உதவித்தொகையால் வயிற்றுப் பிரச்சினை யைத் தீர்க்க முடியவில்லை. மூன்று வேளையும் வெளியே சாப்பிட்டு வயிற்றைக் கழுவ முடியவில்லை. வாரத்துக்கு மூன்று நாள் சண்முகம் வீட்டிலிருந்து புளியோதரை எலுமிச்சம் சோறு கொண்டுவந்து கொடுத்தான்.

"உங்களைப் பாக்க யாரோ முத்துன்னு வந்திருக்கார்." இனிமை யான குரல். எட்டிப்பார்த்தான் தமிழ். தாவணி போட்ட உருவம் உள்ளே ஓடியது.

"வாங்க முத்து. என்ன சொல்லாமக்கொள்ளாம வந்திருக்கிறீங்க." நாற்காலியை விரித்தான்.

கல்லூரியில் தமிழுக்கு ஒரு வருடம் சீனியர். பெற்றோர் விவசாயம். வானம் பார்த்த பூமி. இரண்டு சகோதரிகள். படிப்பை வறுமை தொடரவிடவில்லை. முதுகலைப் படிப்பைப் பாதியிலேயே நிறுத்திக் கொண்டார். வேலைக்காக மாலத்தீவு போனவர்.

ஒரு டம்ளர் தண்ணீர் கொடுத்தான். கீழே பாயில் உட்கார்ந்து கொண்டான் தமிழ். "எப்படி இருக்கீங்க?"

"நான் நல்லா இருக்கேன். இந்த வேலையில எப்ப சேந்த? வேல பரவால்லியா?"

"வேலைல சேர்ந்து மூணு மாசம் ஆவுது. சம்பளம் சாப்பாட்டுக்கே பத்தல. ஊர்ல இருக்கவும் முடியல. அடுத்த வேலைக்குப் போற வரைக்கும் இங்க இருக்கலாம்ன்னு வந்தேன்" என்றவன், "சரி வாங்க கடை மூடறதுக்குள்ள சாப்பிட்டு வந்துடுவோம்" என்றான் தமிழ்.

தெருவோரக் கடை பெஞ்சில் உட்காந்தார்கள். "ரெண்டு ரெண்டு புரோட்டா குடுங்க." தமிழ் சத்தம் கொடுத்தான். வாழை இலையில் பரிமாறப்பட்ட பச்சைப் பட்டாணிக் குருமா ருசியாக இருந்தது. குப்பைத்தொட்டியில் இலையை வீசிவிட்டுக் கையைக் கழுவினார்கள்.

"பில்ல நான் கொடுக்கிறேன்." முந்திக்கொண்டார் முத்து.

"ஒரு முக்கியமான விஷயம் பேசணும். அதான் வந்தேன்" என்றவர் தொடர்ந்தார். "நாலு வருஷம் மாலத்தீவுல வேலை பாத்துட்டேன். நல்ல சம்பளம். இனிமே அங்க போவல. எனக்கென்னமோ நாம சிவில் சர்வீஸ் தேர்வு எழுதணுன்னு தோணுது."

தமிழுக்கு ஒன்றும் புரியவில்லை. பேந்தப்பேந்த விழித்தான். "கவலைப்படாத நான் சொல்லித்தரேன்."

"நம்மளால முடியுமா?" தயக்கத்துடன் கேட்டான் தமிழ்.

"நான் தெளிவா இருக்கேன், நம்மளால முடியும். என் கல்லூரி நண்பன் பழனிச்சாமி சிவில் சர்வீஸ்ல பாஸாயிருக்கான். நாமளும் எழுதலாம்."

சிவில் சர்வீஸப் பற்றி விளக்க ஆரம்பித்தார். "அதுக்கு 'எம்பிளாய் மென்ட் நியூஸ்' பத்திரிகையைப் பாக்கணும். அது ஆண்டிமடத்துல கெடைக்காது. நான் பெரம்பலூரிலருந்து வாங்கிட்டுவரேன். முதல் நிலைத் தேர்வுக்குப் பிறகு, மெய்ன்ஸ் எழுதணும். அதுல பாஸாயிட்டா, டெல்லில நேர்காணல். புத்தகம் நெறய வாங்கணும். சென்னைல தங்க வேண்டிருக்கும். அதுக்குப் பணம் தேவைப்படும். அதுல நாம படிச்சிப் பாஸாயிட்டா, கலெக்டர், எஸ்பி ஆயிடலாம்" என்று முடித்தார்.

கொட்டாவி விட்டான் தமிழ். இருவரும் பாயில் தூங்கினார்கள்.

தமிழ் அவனுடைய வாழ்நாளில் கலெக்டர், எஸ்பியைப் பார்த்தது கிடையாது. 'முத்து ஏதோ கத சொல்றார்' என்று நினைத்தான். கேட்பதற்கு நன்றாக இருந்தது. 'நம்ப மேல உள்ள அக்கறைல அப்படிச் சொல்றார்' என்று நினைத்தான்.

வாழ்க்கையில் பார்த்த உயர் மட்ட அரசு அதிகாரி, ஜெயங்கொண்டம் தாசில்தார்தான். அதுவும் சாதி இருப்பிடச் சான்றிதழ் வாங்குவதற்கு மூன்று நான்கு நாட்கள் காத்துக்கிடப்பான். தாசில்தார் ஒரு நிமிடம்கூட அவனை நிமிர்ந்துபார்த்தது கிடையாது. ஊரில் தெரிந்த பெரிய அரசு அதிகாரி ஊர் தலையாரி பாலு, அப்புறம் விஏஓ. இவர்களுக்கு உள்ள அதிகாரத்தைப் பார்த்தே பயந்தவன். அரசு வழங்கும் நிவாரணத்தையும் சலுகைகளையும் பெற இவர்களின் கடைக்கண் பார்வை பட வேண்டும். சான்றிதழ்கள் பெற பரிந்துரைக்கும் அதிகாரமும் இவர்களிடமே. பரிந்துரைக்க மறுத்தால் என்ன செய்வதென்று தெரியாது தமிழுக்கு. சான்றிதழ்கள் பெறுவதற்குக் காலம் தாழ்த்தும்போதும் ஒன்றும் செய்ய முடியவில்லை. யாரிடமும் புகார் கூற முடியவில்லை. அப்படிக் கூறினால் இன்னும் காலதாமதம் ஆகலாம். பணம் கொடுத்து வேலையைத் துரிதப்படுத்தவும் முடியவில்லை. இவர்களை எப்போதும் பயத்துடனே பார்க்க வேண்டியிருந்தது தமிழுக்கு. அதிலிருந்து விடுதலை இல்லை.

இப்போது முத்து சொன்ன கதையில் லயித்துப்போனான் தமிழ்.

தமிழுக்கு வயது இருபத்தாறு. தேர்ச்சி பெறுவோம் என்ற நம்பிக்கை கிடையாது. ஆனால், முத்து ஊக்கப்படுத்தினார். தமிழுக்கும் சேர்த்து விண்ணப்பம், புத்தகங்கள் வாங்கிவந்தார். இரண்டு பேரும்

சேர்ந்து விண்ணப்பித்தார்கள். மே 1996-ல் முதன்முதலில் சிவில் சர்வீஸ் எழுத தமிழைச் சென்னைக்குக் கூப்பிட்டுவந்தார். சென்னைக்கு வருவது வாழ்க்கையில் இரண்டாம் முறை.

சென்னை என்றால் இனம்புரியாத பயம். புரிய முடியாத மனிதர்கள். இருட்டில் எதையோ தொலைத்துவிட்டு, வெளிச்சத்தில் எதையோ தேடுபவர்கள். வாகனப் பேரிரைச்சல். சென்னையில் எங்கு தங்குவது என்று தெரியாது. சைதாப்பேட்டையில் தங்கிக்கலாம் என்றார் முத்து. அவருடைய நண்பர்கள் அங்கு இருந்தார்கள். சொந்தக் காரர்கள் இருக்கிறார்கள். மாமா ஒருத்தர் சென்னையில இருந்தார். அவர் சென்னையைப் பற்றிச் சொல்லிருக்கிறார். "ஜாக்கிரதையா இருக்கணும். ஆட்டோக்காரன் நம்பள ஏமாத்திப்புடுவான். பிக்பாக்கெட் அடிக்கிறவங்க நெறையா இருக்காங்க. பஸ்ல போறப்ப உஷாரா இருக்கணும். இதயெல்லாம் மீறி நான் சென்னைல வேல பாக்கிறவன். ரொம்பத் தெறம இருந்தாத்தான் சென்னைல வாழ முடியும்" என்று சொல்லுவார்.

காலையில் ஐந்து மணிக்கு, பாரிஸ் பேருந்து நிலையத்தில் இறங்கினார்கள். ஆட்டோச் சத்தம். சென்னை மாமா நினைவுக்கு வந்தார். கொஞ்சம் பிரமிப்பு. நிறைய பயம். மாமா பெரிய ஆளுதான் என்று நினைக்கத் தோன்றியது. வரவேற்காத உறவுகள்.

"சார் எங்க போவணும்?"

"சைதாப்பேட்டைக்கு வாரீங்களா?" என்றார் முத்து.

"அண்ணாநகர் வருதுன்னா சொல்லு." அவர் வழியைச் சொன்னார் ஆட்டோ ஓட்டுநர்.

"இல்லீங்க."

"சைதாப்பேட்டைக்குப் பஸ் இருக்கா?" கேட்டான் தமிழ்.

"இங்கே உக்காரு வரும்." சுரத்தின்றிச் சொன்னார் ஆட்டோ ஓட்டுநர்.

"ஆட்டோவில் போகலாம்" என்றார் முத்து.

தமிழ், "பஸ்ல போவலாம். ஆட்டோல போற காசுக்கு மதியம் நல்லா சாப்பிடலாம்" என்றான்.

"என்னால புத்தக மூட்டைகளைத் தூக்க முடியாது." சோர்வாகச் சொன்னார் முத்து.

இருவரும் புத்தகப் பெட்டிகளைச் சுமந்துநின்றார்கள். ஒரு ஆட்டோக்காரர் "சைதாப்பேட்டை வரும்" என்றார்.

“என்னது இவரு கேக்கற காசுக்கு ஊர்ல பசுமாடு வாங்கிடலாம் போல.” தமிழ் ஆச்சரியப்பட்டான்.

“ஏன் அதயே வாங்கி, அங்கேயே மேச்சிக்கிட்டுத் திரிய வேண்டியதுதானே? இங்க எதுக்கு வந்த? காலங்காத்தால நல்ல கிராக்கி. நமக்குன்னு வந்து மாட்டுது பாரு.” ஆட்டோக்காரர் கோபப்பட்டார். பேரம் பேசினார்கள். ஒருவழியாகச் சைதாப்பேட்டைக்கு வந்துசேர்ந்தார்கள்.

சந்துசந்தாகப் பயணம் தொடர்ந்தது. மாடு குறுக்கே படுத்துக் கிடந்தது. நகர்ப்புற மாடு. சலசலப்புக்கு அஞ்சாமல் அசைபோட்டுக் கிடந்தது. மனிதப்பயல்கள் அங்குமிங்கும் காலையிலேயே ஏன் ஓடுகிறார்கள் என்பதைப் புரிந்துகொள்ள விருப்பம் இல்லாமல், ஈக்களை ஓட்டிக்கொண்டிருந்தது. அது போட்ட சாணியைப் பெட்டியுடன் தாவிக்கடக்க முயன்று தோல்வி கண்டான் தமிழ். குதிகாலில் சாணி ஒட்டிக்கொண்டது. நண்பர் தங்கியிருந்த வாடகை வீட்டைக் கண்டுபிடித்தார் முத்து. ஒரு சின்ன அறை. அதில் இரண்டு பேரும் தங்குவதற்கு இடம் கொடுத்தார். காலைக்கடன்களை முடித்துவிட்டு வெளியே சென்று சாப்பிட்டுவந்தார்கள்.

சென்னை வெயில் சுட்டெரித்தது. தண்ணீர்ப் பிரச்சினை. கொசுக்கடி. போர்வையால் மூடிக்கொண்டான். வியர்த்தது. விடிகிற வரை தூங்க முடியவில்லை. தங்க இடம் கொடுத்தவருக்கு ஏகப்பட்ட விதிமுறைகளைச் சொல்லியிருந்தார் வீட்டு முதலாளி. அதை முத்துவின் நண்பர் யாருடனும் பகிர்ந்துகொள்ளவில்லை. அடுத்த நாள் காலையில் கிணற்றில் தண்ணீர் இறைக்கப் போனபோது எல்லாம் தெரியவந்தது. இரவு தூங்குவதற்கு முன்னால் அந்தக் கிணற்றில் நான்கு குடம் தண்ணீர் இறைத்துக்கொள்ளலாம். இல்லாவிட்டால் காலையில் மூன்று மணிக்கு எழுந்து, அடிபம்பில் தண்ணீர் அடிக்க வேண்டும். தமிழுக்குத் தண்ணீர் சிக்கனத்தைக் கற்றுக்கொடுத்தது சைதாப்பேட்டை. ஒரு குடத்துத் தண்ணீரில் குளித்துத் துணியும் துவைக்கக் கற்றுக்கொண்டார்கள். ஒரு வாரம் தங்கியிருந்தார்கள். முதல்நிலைத் தேர்வு எழுதிவிட்டு, ஆண்டிமடம் திரும்பினார்கள். முடிவுகள் வெளிவந்தன. முத்து பாஸ் ஆகிவிட்டார். பின் அடுத்தகட்டத் தேர்வுக்குப் படிக்க சென்னை நோக்கிப் புறப்பட்டார். தமிழ் தோல்வியுற்றான்.

மூர்த்தியுடன் மானாவாரி நீர்ப்பிடிப்புத் திட்டத்தில் பணியைத் தொடர்ந்தான்.

அரசு முத்திரையிட்ட இரண்டு கடிதங்களுடன் சண்முகம் ஆண்டிமடம் விரைந்துகொண்டிருந்தான். வேலை முடித்துக் குளித்து

மின்விசிறியின் கீழ் அமர்ந்திருந்தான் தமிழ். சண்முகம் மேலே ஏறிவந்தான்.

“உங்களுக்கு ரெண்டு லெட்டர் வந்திருக்கு.” தமிழ் ஆர்வத்துடன் பிரித்தான். தலைகால் புரியவில்லை. ஒரே நேரத்தில் இரண்டு அரசு வேலைகள். வேளாண் விரிவாக்க அலுவலருக்கும் வேளாண் வேதியியல் அலுவலருக்கும். எந்த சிபாரிசும் இல்லாமல் கிடைத்த வேலைகள். நம்ப முடியவில்லை.

தம்பியுடன் தெருவோரச் சாப்பாட்டுக் கடைக்குச் சென்றான். “நாலு பரோட்டா ரெண்டு ஆம்லெட்.” வயிறு முட்டச் சாப்பிட்டார்கள். அடுத்த நாள் கடிதங்களை எடுத்துக்கொண்டு நீர்ப்பிடிப்புத் திட்ட அலுவலகம் சென்றான் தமிழ். களப்பணியைப் பார்வையிட மூர்த்தி தயாராக இருந்தார். செய்தியைப் பகிர்ந்தான் தமிழ். மூர்த்தியின் பணிவு அதிகமாகியது.

“சார் நீங்க ஆண்டிமடத்துக்கே வேல வாங்கிட்டு வந்துடுங்க” என்று ஆலோசனை வழங்கினார் மூர்த்தி. “சார் இனிமே நீங்க பச்சை இங்க்ல கையெழுத்துப் போடலாம்.”

தமிழ் திகைத்துப்போனான். பச்சை மையின் வலிமை தமிழுக்குத் தெரியும். அரசு அவ்வளவு அதிகாரத்தை அந்த மைக்குக் கொடுத்து வைத்திருந்தது. கிராமத்தில் பிறந்தவனுக்குப் பச்சை மையில் கையெழுத்து வாங்குவதன் வலி தெரியும். கல்விச் சான்று, சாதிச் சான்று, வருமானச் சான்று, இருப்பிடச் சான்று என எந்த நகலை, விண்ணப்பத்தோடு இணைத்தாலும் பச்சை மையில் கையெழுத்து வாங்க வேண்டும். அந்த அதிகாரிகள் நகர்ப்புற அலுவலகங்களில் வேலை பார்ப்பவர்கள். முதலில் அவர்களைக் கண்டுபிடிக்க வேண்டும். அதற்கு சிபாரிசு வேண்டும். அவர்களைக் கண்டால் நான்கு அடி தள்ளி நிற்க வேண்டும். அந்தக் கையெழுத்தைப் போடுவதற்குக் காசு வாங்கின அதிகாரிகளும் உண்டு. சில அதிகாரிகள் கையெழுத்துப் போடுபவனுக்குப் பெரிய சலுகை செய்ததாகச் சொல்வார்கள். அந்த அதிகாரம் தமிழுக்குக் கிடைத்திருக்கிறது.

“பேட்டையில் இனிமே யார் கேட்டாலும் பச்சை மையில கையெழுத்துப் போடணும்” என்று நினைத்துக்கொண்டான் தமிழ்.

12

"என் புள்ளையப் படிக்கவைக்க நான் பட்ட பாடு எனக்குத்தான் தெரியும்." ராசக்குமாரி பரபரப்பாக இருந்தார்.

"ரெக்கட்ட, அந்த இட்லிக் குண்டான எடுத்துக்கிட்டு வா. அம்மில இந்த மொளகாயத் தேங்காயோட நல்லா அறடா. விருந்தாடிங்க வராங்க." இரட்டை மண் அடுப்பைப் பற்றவைத்தார்.

இட்லிப் பானையில் கால் அளவு தண்ணீர் ஊற்றி அடுப்பில் வைத்தார். விறகு எரியவில்லை. பலக்கட்டையில் கீழே அமர்ந்து 'ஃபூ ஃபூ' என்று இரும்பு ஊதாங்குழலால் அடுப்பை ஊதினார். கூரைவீட்டின் உள்ளேயே புகை சுற்றியது. கண்ணீரை முந்தானையில் துடைத்துக்கொண்டார். "இந்த அடுப்புல குனிஞ்சி குனிஞ்சி எத்தனை நாளைக்கு ஊதறதோ. இடுப்பு ஒடிஞ்சதுதான் மிச்சம்." புலம்பிக் கொண்டே வேலை பார்த்தார் ராசக்குமாரி.

வானம் பார்த்த பூமி தூறலைக் கண்டதுபோல் இட்லித் துணி ஈரத்தைக் கண்டது. துணியை இட்லித்தட்டின் குழியில் அழுத்தி விட்டார். மண்பானையில் இருந்த மாவைக் கிண்டிவிட்டு இட்லித் தட்டில் ஊற்றி உள்ளே வைத்தார். பைக் சத்தம் வெளியே கேட்டது.

இரா. செல்வம் 157

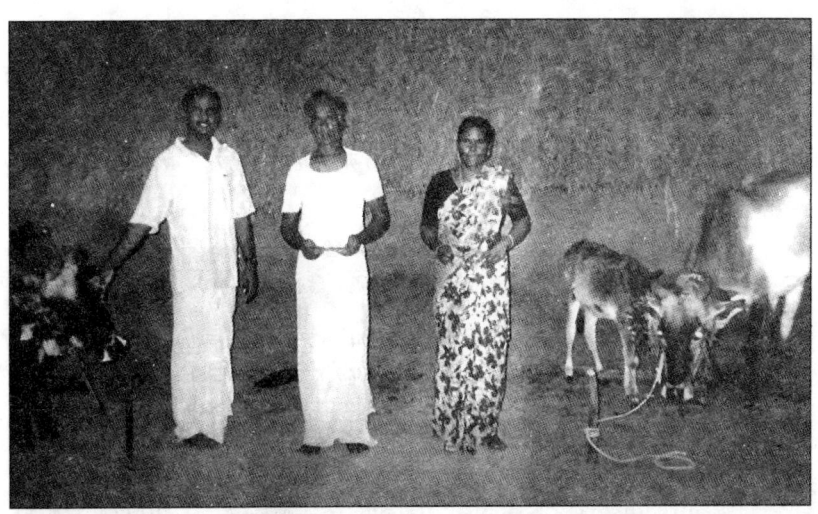

ஜாவா பைக்கிலிருந்து இறங்கினார் சின்ன மைத்துனர். சைக்கிளில் வந்துசேர்ந்தார் பெரிய மைத்துனர். "வாங்க மச்சான்." வரவேற்றுத் திண்ணையில் மைத்துனர்களை உட்காரவைத்தார் நடுப்புள்ளை. பிரித்தானியா பிஸ்கட்ஸ் இரண்டு பாக்கெட்டுகளும் ஆப்பிள் பழங்களும் வந்தன. பங்காளிகள் வந்துசேர்ந்தார்கள். வீடு கோலாகலமாக இருந்தது.

"என்னா மச்சான்? தமிழ் எங்க?" கேட்டார் சின்ன மைத்துனர்.

"குளிச்சிக்கிட்டுருக்கான்." தன்னுடைய பெண்ணைக் கல்லூரியில் படிக்க வைத்துக்கொண்டிருந்தார்.

"கண்ணா சீக்கிரம் தமிழை வரச்சொல்லுடா" என்றார் நடுப்புள்ளை.

அடுத்து, அண்ணன் மகன் கரிகாலனை கூப்பிட்டுக் கூடத்தில் இலையை போடச் சொன்னார் நடுப்புள்ளை. அங்கு இரண்டு பேர் உட்காரலாம் இரண்டு பேர் நிற்கலாம்.

இரண்டு மச்சான்களும் பாயில் உட்கார்ந்தார்கள். இட்லி பரிமாறப்பட்டது. ராசக்குமாரியின் பாசம் பொங்கி இலையில் ஓடிக்கொண்டிருந்தது. இரண்டு அண்ணன்களுக்குப் பரிமாறுவதில் கொள்ளை இன்பம்.

"**த**மிழ நா படிக்கவைக்க பட்ட பாடு வீண்போகல. தெனைக்கும் காலையில நாலு மணிக்கு எழுப்பிவிட்டேன். நான்தான் படிக்க வச்சேன். வேண்டாத கோயில் இல்ல. வேண்டுதல் வீண்போகல.

குலதெய்வம் சிறை மீட்டார். நா சொன்னதக் கேட்டுடிச்சி. கவர்மெண்டு வேலைக்கு போறான்." மகிழ்ச்சியும் தற்பெருமையும் வழிந்தோடின ராசக்குமாரிக்கு.

"இனிமே இந்தக் குடிசையை மாத்திப்புடலாம்" என்றார் சின்ன அண்ணன்.

"குடும்பத்தை அவன் பாத்துக்க வேண்டியது." நடுப்புள்ளை சொல்லிக்கொண்டே இட்லியை வாயில் போட்டார்.

ஊரெல்லாம் இதுதான் பேச்சு. கட்டையர் தேநீர்க் கடை. "என் பங்காளிப் பய கவர்மெண்ட் உத்தியோகத்திற்குப் போகப்போறான்."

பெரியகரத்தான், தன் சொந்தத்தைக் கூறிப் பெருமை தேடினார். "ஆமாம் நல்ல சம்பளம் கிடைக்கும்ன்னாங்க." ஆமோதித்தார் சேகர்.

"கவர்மெண்ட் வேலை. இனிமே அந்தக் குடும்பத்துக்குப் பிரச்சனை இல்ல. அவன் நல்லாப் படிக்கிற பயதான். இன்னிக்கி வேலையில சேரப் போறதாச் சொன்னாங்க. விருந்தாளிங்க வந்திருக் காங்க." வத்தையர் கூறிக்கொண்டே கடையில் நுழைந்தார்.

"இனிமே அவன் பச்ச மையில கையெழுத்துப் போடுலாம். அவனையும் செந்திலையும் நாந்தான் எம்எஸ்சி படிக்கவைக்க அனுப்பிவச்சேன்." பெருமைப்பட்டார் வத்தையர்.

"பரவாயில்லை நம்ம ஊர்லயும் ஒரு அதிகாரி வந்துட்டான்." வத்தையர் ஜெயங்கொண்டம் வரை போய்வருபவர். அவருக்குத் தாசில்தார் மற்ற அதிகாரிகளைக் கொஞ்சம் தெரியும்.

வேளாண் விரிவாக்க அலுவலர் வேலை ஏலாக்குறிச்சியிலும் வேதியியல் அலுவலர் பணி தஞ்சாவூரிலும் கிடைத்தன. எல்லையில்லா மகிழ்ச்சி. எதிர்பாராமல் கிடைத்த பதவிகள். அரசின் மீது நம்பிக்கையை அதிகப்படுத்தியிருந்தன.

விருந்தாளிகளை வரவேற்றான் தமிழ். "சாப்பிட்டு வாடா" என்றார் நடுப்புள்ளை.

அடுப்பங்கரையில் உட்கார்ந்து சாப்பிட்டான். ராசக்குமாரி பரிமாறினார். "தம்பி மொத மாசச் சம்பளத்தை அப்பாட்ட குடுடா. அந்த மனுஷன் ராப்பகலாக் கஷ்டப்பட்டார்."

தலையாட்டினான் தமிழ். "அப்பாக்கிட்ட சொல்லி பைக் வாங்கிக் குடுங்களேன்." பதிலுக்குக் கேட்டான்.

"உன் சம்பளத்துல மீந்தா பாத்துக்கலாம்." சமாதானப்படுத்தினார் ராசக்குமாரி.

"அம்மா அயர்ன் பண்ணக் குடுத்த சட்ட பேண்டெல்லாம் வந்துடுச்சா?"

"நேத்தே வந்துச்சி. அந்தப் பத்தாயத்துக்குப் பின்னாடி வச்சிருக்கேன்." சூட்கேஸில் அடுக்கினான்.

கல்லூரியில் படித்த புத்தகங்களையும் எழுதிய நோட்டுகளையும் பீரோவிலிருந்து தேடி எடுத்தான். முழுக்கைச் சட்டையை மடித்துப் போட்டான். "நான் ரெடியாயிட்டேன்" என்றான்.

சாமி முன் தேங்காய் உடைக்கப்பட்டது. சூடம் கொளுத்தி தீபாராதனை காட்டினார் நடுப்புள்ளை. ராசக்குமாரியும் நடுப்புள்ளையும் தமிழுக்கு விபூதி இட்டார்கள். விடைபெற்றுப் புத்தக மூட்டையுடன் திருமானூர் நோக்கிப் புறப்பட்டான்.

வேளாண் அலுவலர்-விரிவாக்கப் பணியில் நிறைய விடுமுறை கிடைக்கும். குடிமைப்பணித் தேர்வுக்குத் தயார்செய்ய வசதியாக இருக்கும் என்று சொல்லியிருந்தார் உதவி இயக்குநர். எனவே, இதில் சேர முடிவுசெய்திருந்தான் தமிழ்.

திருமானூர் வேளாண் வளர்ச்சி அலுவலர் அலுவலகம். ஆணையைக் கொடுத்தான். ஏலாக்குறிச்சி அவர் கட்டுப்பாட்டில்

வந்தது. "ஏலாக்குறிச்சில வேலைசெய்யணும். திருமானூர்ல தங்கிக்கலாம்" என்றார் வளர்ச்சி அலுவலர்.

"உங்களுக்கு எந்த ஊரு?"

"கங்கைகொண்டசோழபுரம் பக்கத்துல, பேட்டை சார்."

"அரசுக் குடியிருப்புல தங்கிக்கிறீங்களா?"

"சரி" என்றான்.

தமிழுக்கு வீடு ஒதுக்கப்பட்டது.

அரசுக் கட்டடங்கள் வறுமைக்கோட்டிற்குக் கீழ் வாழும் மனிதனைப் போல் காட்சியளித்தன. பாழடைந்த வீடு. கதவுகள் உடைந்து மக்கியிருந்தன. சுவர்களில் பூஞ்சைகள். கழிப்றையில் தண்ணீர் ஒழுகிக்கொண்டே இருந்தது. சிதிலமடைந்த சமையலறை. மின்விளக்குகள் இல்லை. பழுதடைந்த ஸ்விட்ச் போர்டுகள். உள்ளே எருக்கஞ்செடி முளைத்திருந்தது. பல வருடங்கள் சுண்ணாம்பைக் காணாத கட்டடம். சுவரில் செங்கற்கள் தெரிந்தன. பக்கத்து வீடுகளில் கருப்பையாவும் ராமசாமியும் இருந்தார்கள். உதவி வேளாண் அலுவலர்கள். இருவரும் வந்தார்கள்.

"சார், ராமசாமி கள்ளங்கபடமற்ற உள்ளம். மொறட்டுத் தீனி. ஆளப் பாருங்க எப்படி இருக்கார்" என்றார் கருப்பையா.

"சார், இவருக்குத் திங்கறது எதுவும் ஒடம்புல ஒட்றது இல்ல. அதான் இப்படி இருக்கார்."

"எங்களுக்கும் இப்படித்தான் சார் வீடு குடுத்தாங்க. அரசுக் கட்டடம் கொஞ்சம் முன்னபின்ன இருக்கும்."

"சொல்லுங்க சார், ஆள வச்சி வீட்ட சரிசெஞ்சிடலாம்." நம்பிக்கையூட்டினார்.

"இதுக்கு முன்னாடி, இந்த வீட்ல இன்னொரு சீனியர் இருந்தார். அதுக்கப்புறம் ரெண்டு வருஷமா அப்படியேதான் இருக்கு. சரிசெஞ்சு தங்கிக்கலாம் சார்."

இருவரும் தமிழின் கீழ் வேலைபார்க்க வேண்டியவர்கள். தானாக முன்வந்தனர். அடுத்த நாள் ஆட்கள் வந்தார்கள். கருப்பையா தலைமையில் வீடு சுத்தம் செய்யப்பட்டது. அரசுக் கட்டடங்களில் கலை இல்லை. வேளாண் துறையும் கால்நடைத் துறையும் அரசிற்கு இரண்டாந்தர குடிமக்கள்தான். வருவாய்த் துறை செலுத்தும் அதிகாரத்தை வேளாண் துறை செலுத்த முடியாது.

தமிழின் கீழ் நான்கு உதவி அலுவலர்கள். திருமானூரில் தங்கி ஏலாக்குறிச்சி வேலைக்குச் சென்றுவந்தான். ஒவ்வொருவருக்கும் ஐந்தாறு வருவாய்க் கிராமங்கள். வேளாண் தொழில்நுட்பத்தை விவசாயிகளிடம் எடுத்துச் செல்லுதல், பிரச்சினைகளைத் தீர்த்து வைத்தல், அன்றாடம் செய்த வேலைகளைப் பதிவேட்டில் எழுதுதல், கண்காணித்தல் போன்ற வேலைகளில் ஈடுபட்டிருந்தான் தமிழ். சில நேரங்களில் துறை அலுவலர் பிரச்சினையையும் தீர்க்க வேண்டும். தலைமையிடத்திலும் பதிவேடு இருக்கும். பெரும்பாலும் ப-போட்டிருப் பார்கள். ப-என்றால் பயணம். எந்த ஊர்ப் பயணம் என்று யாருக்கும் தெரியாது. தொலைபேசியும் போக்குவரத்தும் அதிகம் இல்லாத அந்தக் காலங்களில் அவர்களைக் கண்டுபிடிக்கவே முடியவில்லை. புதிய வேலை. அரசு வேலை. புதிய ஊர்.

பேருந்தில் உதவி அலுவலருடன் சென்றுவந்தான். சாலைகள் குண்டும் குழியுமாக இருந்தன. இலவசப் பிரசவத்திற்காக வடிவமைக்கப் பட்டவை. சில நேரங்களில் குதிரைச் சவாரி செய்வதைப் போல இருக்கும். தார் ஊற்றியதற்கான அறிகுறிகள் தென்படவில்லை. இருபுறங்களிலும் படர்ந்து வளர்ந்திருந்த வாகை மரங்களில் மைனாக் களும் காக்கைகளும் கூடுகட்டியிருந்தன. பசுமையான நெல்வயல்கள். வாழையும் கரும்பும் செழித்துநின்றன.

தூத்தூரும் வைப்பூரும் அரசுத் துறைக்கு எட்டாத கிராமங்கள். தமிழ் அந்தக் கிராமங்களைப் பார்வையிட முடிவுசெய்தான். ராமசாமியும் தமிழும் புறப்பட்டார்கள். பெரிய அய்யா அந்த ஊரில் பெரிய விவசாயி. “வணக்கம் அய்யா. நல்லா இருக்கீங்களா?”

“சார், நம்ம டெப்போவுல புதுசா சேந்த ஏஓ சார். படிச்சிட்டு நேரா வந்திருக்காங்க. நம்ம வயலைக் காட்டலாம்ன்னு கூட்டிக்கிட்டு வந்தேன்” என்றார் ராமசாமி.

“வாங்க தம்பி. நல்லா இருக்கீங்களா. மோர் குடிக்கிறீங்களா?” திண்ணையில் பேசிக்கொண்டிருந்தார்கள்.

“அய்யா, இப்ப என்ன பயிர் பண்ணிக்கிட்டு இருக்கீங்க?”

“ரெண்டு ஏக்கர் பருத்தி, நாலு ஏக்கர் கரும்பு, அஞ்சாறு ஏக்கர் நெல்லு நட்டிருக்கேன்.”

“வயலைப் பாக்கப் போகலாங்களா?.”

“இப்பதான் வந்தேன். சரி வாங்க போய்ப் பாத்துட்டு வரலாம்.”

தள்ளி இருந்தன வயல்கள்.

"ஒரு போர் இருக்கு தம்பி. வாய்க்காத் தண்ணி கொஞ்சம் வரும்." கதையைக் கேட்டுக்கொண்டே பெரியய்யாவைத் தொடர்ந்தார்கள் தமிழும் கோவிந்தனும். உச்சி வெயில். மேகக்கூட்டங்கள் இடையிடையே வெப்பத்தைத் தணித்துச் சென்றன. தூரத்தில் கொக்குகள் இரைக்காகத் தவமிருந்தன. கிட்டே நெருங்கியவுடன் தவம் கலைந்து பறந்தன. நெல் பால்கட்டும் பருவம்.

"பாத்து அடி எடுத்துவைங்க. களிமண்ணு வழுக்கி வுட்டுடும்."

"அய்யாவுக்கு எத்தனை புள்ளைங்க? என்ன பண்றாங்க?" கேட்டுக் கொண்டே நடந்தான் தமிழ்.

"நாலு பசங்க. ரெண்டு பொண்ணுங்க. பொண்ணுங்களுக்குக் கலியாணம் ஆயிடுச்சி. இன்னும் ரெண்டு பசங்களுக்குக் கலியாணம் ஆகல. ரெண்டு பேரும் ஊர்ல இருக்கானுங்க. ஒருத்தன் அரியலூர் சிமென்ட் பாக்டரில வேலைபாக்குறான். இன்னொருத்தன் சிங்கப்பூர் போய்ட்டான்." சொல்லிக்கொண்டே வயலை நெருங்கினார்.

"துறைலருந்து எதுவும் குடுத்தாங்களா?"

"அப்பப்ப ராமசாமி வந்துட்டுப்போவார். உயிர் உரம்ன்னு ஏதேதோ குடுக்கறார். ரெண்டு வாரத்துக்கு முன்னால நீலப்பச்சைப்பாசி குடுத்துட்டுப் போனார். அதை வயல்ல போட்டிருக்கேன். எதாவது ஸ்பிரேயர் இருந்தா வந்து வாங்கிக்கச் சொல்லுவார். பூச்சி மருந்தும் உரங்களும் தராங்க."

"மானியம் தராங்களா?"

"அதுக்குத்தான் இந்த விக்காத உயிர் உரங்களை எங்கத் தலையிலக் கட்டிவுடுறாங்க." நடந்துகொண்டே இருந்தார். ராமசாமியுடன் நெருங்கிய பழக்கம் தெரிந்தது.

ராமசாமியைப் பார்த்து, "ஏன் அப்படி?" என்றான் தமிழ்.

"சார், உயிர் உரத்த எங்களால தனியா விக்க முடியாது. விவசாயிங்க வாங்க மாட்டாங்க; அதான் மற்ற பொருளோட சேத்துக் குடுத்திடுறோம்" என்றார் ராமசாமி.

அதற்கு ஏதும் பதில் சொல்லாமல், "அய்யா, நெல்லு இவ்வளவு பசுமையா இருக்கே, நல்ல விளைச்சல் வருங்களா?" என்று கேட்டான் தமிழ்.

"கொஞ்சம் கஷ்டம்தான் தம்பி. பச்சை புடிக்கிற அளவுக்கு வெளச்சல் கிடையாது. ஒரு காலத்துல யூரியா போடுங்கன்னு தொல்லை

பண்ணுனாங்க. அறுபதுல நெறைய ரசாயன உரங்களைப் போடச் சொன்னாங்க. யூரியா டிஏபி பொட்டாஷ் போட்டோம். எங்களுக்குத் தெரியாமலே வயல்ல போட்டுட்டுப் போனாங்க. விளைச்சல் நல்லா இருந்தது. இப்ப ரசாயன உரம் போடக் கூடாதுன்னு சொல்றாங்க. தொழுஉரம், பசுந்தழை, உயிர் உரங்களைப் போடச் சொல்றாங்க. ஆனா பழைய மாதிரி விளைச்சல் கெடயாது."

நீலப் பச்சைப்பாசி நெல்வயலில் நன்றாக இருந்தது. "இது ஆகாயத்துல இருக்கிற நைட்ரஜனைப் பூமிக்குக் கொண்டுவரும்." விளக்கினான் தமிழ்.

"அப்பிடித்தான் சொன்னாங்க."

மோட்டார் கொட்டகையில் சிறிதுநேரம் ஓய்வு எடுத்துவிட்டு வீடுத் திரும்பினார்கள். பின்னர், தமிழும் ராமசாமியும் விடைபெற்று விட்டுப் புறப்பட்டார்கள்.

தேர்வை முடித்து டிசம்பர் மாதம் திருமானூர் வந்தார் முத்து. வரும்போது குடிமைப்பணிக்கான பொது அறிவு, வேளாண், தாவரவியல் புத்தகங்கள் வாங்கிவந்தார். இந்த வருடம் கண்டிப்பாகத் தேர்ச்சிபெற்றுவிடுவதாகக் கூறினார். தேர்விற்குத் தயார்செய்ய வேண்டுமென்று ஊக்கப்படுத்தினார். தமிழுக்கு சந்தேகம் தெளிய வில்லை. வயது இருபத்தேழு. தேர்வில் நம்பிக்கை வரவில்லை. அரசு வேலை கிடைத்துவிட்டது. பெரிய ஆர்வம் இல்லை. முத்து விடுவதாக இல்லை. "தமிழ் இந்த வருஷம் எழுதுறோம். நாம பாஸாயிடலாம்" என்றார்.

தமிழுடன் கல்லூரியில் படித்த ஒருவர் இப்போது குடிமைப் பணியில் தேர்ச்சிபெற்றார். தமிழுக்கு நம்பிக்கை துளிர்த்தது. தமிழின் முன் கலெக்டர்கள், எஸ்பிக்கள் வந்துசென்றார்கள். அவர்களின் அதிகாரம் வேளாண் அலுவலர் அதிகாரத்தைவிட அதிகமாகத் தெரிந்தது. மாபெரும் கனவாகிப்போனது. தமிழைத் தூங்கவிடவில்லை கனவு. வேளாண் குடும்பம், பின்தங்கிய கிராமம் முன்நின்றது. உறவுகள் கொடுத்த சாட்டையடிகளுக்கும் உதிர்ந்துபோன கனவு களுக்கும் இந்தத் தேர்வின் மூலம் விடை கிடைக்கும் எனத் தோன்றியது. முயன்றுபார்க்கவில்லை என்றால் வாழ்நாள் முழுவதும் வருந்த வேண்டும். முயன்று தோல்வி என்றால் வருந்தத் தேவையில்லை என்ற முடிவுக்கு வந்தான் தமிழ். இரண்டாவது முறை விண்ணப்பித்தான். வேலை முடித்து இரவில் படிக்க ஆரம்பித்தான்.

இப்போது போதுமான அளவிற்கு சம்பளம் கிடைத்தது. திருமானூரில் சோற்றுப் பிரச்சினை தீர்ந்தது. முத்து நன்றாகச் சமைப்பார். சாமான் கழுவும் வேலையைத் தமிழ் பார்த்தான். இருவருக்கும் நிம்மதி.

தமிழுக்குக் கூடுதல் பொறுப்பு தரப்பட்டது. திருமானூரில் வேளாண் அலுவலர் பணியைப் பார்த்துக்கொள்ள வேண்டியிருந்தது.

அரியலூர், உதவி வேளாண் இயக்குநர் தலைமையில், மாதாந்திரக் கூட்டம். கூட்டத்தில் ஜெயங்கொண்டம் உதவி வேளாண் இயக்குநர் அலுவலகத்தில் இருந்தும் அலுவலர்கள் கலந்துகொண்டார்கள். கூட்டம் காலை பதினோரு மணிக்கு ஆரம்பித்தது. ஒவ்வொரு அலுவலரும் தாங்கள் நிறைவேற்றிய திட்டங்களின் நிதி இலக்கு களையும், பயன்பெற்ற பகுதி விவசாயிகளின் பெயர்களையும் கூறினார்கள்.

தமிழின் நெஞ்சில் நீண்ட நாட்களாக அந்த நெருப்பு கனன்று கொண்டிருந்தது.

தமிழ் பேச அழைக்கப்பட்டான். ஏலாக்குறிச்சி இலக்குகளைப் பேசி முடித்தான். பின் ஜெயங்கொண்டம் வேளாண் ஒழுங்கு முறை விற்பனைக்கூடத்தில் கடலை விற்கச் சென்று அவமானப்பட்டதைக் கூறினான். அங்கு நடக்கும் அநியாயத்தை நிறுத்த வேண்டும் என்றான். மொத்தக் கூட்டமும் தமிழை வித்தியாசமாகப் பார்த்தது. தமிழுக்கு அதுதான் முதல் அரசு அலுவலர் கூட்டம். பதற்றத்துடன் பேசினான். தான் பேசிய மொழி புரியவில்லையோ என்று யோசித்துநின்றான்.

மேலிருந்து உரத்த குரல். "உட்காருங்க. அதைப் பத்தி இங்க பேசக் கூடாது" என்றது உயர் அதிகாரியின் கட்டளை.

தமிழை யாரும் கவனத்தில் எடுத்துக்கொள்ளவில்லை. அவனுக்குச் சந்தேகம். பேசியது தவறா சரியா என்று புலப்படவில்லை. உட்கார்ந்தான். அடுத்த முப்பது விநாடிகளில் சபையின் மௌனம் கலைந்தது. அடுத்த தலைப்பைப் பேசினார்கள். மாபெரும் ஏமாற்றம். ஒழுங்குமுறை விற்பனைக் கூடத்தில் ஏற்பட்ட காயத்தைவிட இங்கு ஏற்பட்ட காயமும் வலியும் அதிகமாக இருந்தது. மற்றவரிடம் சொல்வதற்கு வாய்ப்பு கிட்டவில்லை. 'அரசுக்கு அது பெரிய விஷயமில்லையா? இந்தச் சபை அதற்கான இடமில்லையா? அரசு நடைமுறைகளை அவன் புரிந்துகொள்வில்லையா?' தன்னைத் தேற்றிக்கொண்டு வெளியில் வந்தான். குழப்பம் அதிகரித்தது.

வடகிழக்குப் பருவமழை ஆரம்பித்தது. குளிர்க்காற்று வீசியது. கிளிகளும் காக்கைகளும் இருட்டும் முன்பே கூடு தேடின. குருவிகள் குளிரில் நடுங்கின. சிறுசிறு தூறல்கள். பெருங்காற்று வீச ஆரம்பித்தது. அரசுக் குடியிருப்பு ஆட்டம் கண்டது. வெளியே மழை. வீட்டுக்குள் தண்ணீர் ஊற ஆரம்பித்தது. ஓட்டைக்கதவு. மின்சாரம் துண்டிக்கப் பட்டது. இரவு முழுதும் மழை.

மழை நிற்கவில்லை. வாகை மரங்கள் சாலைகளில் சாய்ந்தன. இருள் கப்பிக்கொண்டது. நெல்வயல்கள் ஏரிகளாகின. குளங்களும் குட்டைகளும் கரை உடைத்து ஓடின. ஓடைகளெல்லாம் ஆறுகளாகி விட்டன. எங்கும் வெள்ளக்காடு. புயல். ஏலாக்குறிச்சிச் சாலை துண்டிக்கப்பட்டது. சாலைகளையும் பாலங்களையும் உடைத்துக் கொண்டு வெள்ளம் ஓடியது. பருத்திப் பூக்களும் காய்களும் அழுகின. வாழையும் கரும்பும் சாய்ந்தன. மக்காச்சோளம் அழிந்தது. கழனியெல்லாம் வெள்ளம். குடிசைகள் அடித்துச் செல்லப்பட்டன. கூரை வீடுகள் இடிந்து வீழ்ந்தன.

வாடகை வீடு பார்த்துச் சென்றான் தமிழ். ராமசாமியும் கருப்பை யாவும் உதவினார்கள்.

மாநிலத்தில் ஆட்சி மாற்றம் நடந்திருந்தது. விவசாயிகளுக்குப் பணம் வழங்கப்படும் என்று அரசு அறிவித்தது. பாதிக்கப்பட்ட பகுதியைக் கண்டறிந்து, பயிர் இழப்பை மதிப்பிட வேண்டும் என்று அறிவுறுத்தப்பட்டது. வேளாண் அலுவலர் அலுவலகத்தை விவசாயிகள் முற்றுகையிட்டனர். வருவாய்த் துறையும் வேளாண் துறையும் இணைந்து செயல்பட வேண்டிய தருணம். நிர்வாகத்தில் வருவாய்த் துறைப் பங்களிப்பும் அதிகாரமும் அதிகம். அத்துடன் வேளாண் துறை இணைந்து செயல்படுவது கடினமாக இருந்தது. விவசாயிகள் வேளாண் துறை பக்கம் அதிகம் வருவது கிடையாது. மானியம் கிடைக்கும்போது நாடுவது உண்டு.

வேளாண் துறையை இந்தப் பெருவெள்ளம் மக்களுக்குக் காட்டிக்கொடுத்தது. தமிழும் உதவி அலுவலர்களுடன் ஆலோசனை நடத்தினான். பயிர் இழப்பை மதிப்பிடுவது வேளாண் துறைக்கு சவாலாக இருந்தது. அரசு இயந்திரம் இரவுபகலாகச் செயல்பட்டது. இடையில் வருவாய்த் துறையும் வேளாண் துறையும் இடிபட்டன. ஒரு வாரத்தில் பயிர் இழப்பீட்டுப் பகுதியைக் கணக்கீட்டு அறிக்கை சமர்ப்பிக்கும்படி ஆணைகள் பறந்தன. வருவாய்த் துறை ஒரே வாரத்தில் பயிர் இழப்பீட்டுப் பகுதி அறிக்கையைச் சமர்ப்பித்தது. அதில் ஒரு அறிக்கை வேளாண் துறைக்கு வந்துசேர்ந்தது. தமிழும் பாதிக்கப்பட்ட

பகுதிகளையும் பயிர்களையும் கிராமவாரியாகப் பார்வையிட்டான். ஒப்பிட்டுப் பார்த்ததில் இரு துறைகளின் அறிக்கைகளும் ஒத்துப் போகவில்லை. மொத்தப் பரப்பைவிட பாதிக்கப்பட்ட பரப்பு அதிகமாகிப்போனது. ஏரி குளங்கள் சாலைகள் சுடுகாடுகளும் பயிர் பாதிக்கப்பட்ட பகுதிகளாக அறிவிக்கப்பட்டிருந்தன. மக்களின் எதிர்பார்ப்பும் அவசரமும் கட்டுக்குள் அடங்கவில்லை. உண்மை நிலையைக் கண்டறிய வேண்டிய கட்டாயத்திற்கு வேளாண் துறை தள்ளப்பட்டது.

அலுவலர் குழுக்களை அமைத்தான் தமிழ். கிராமவாரியாகக் குழுக்கள் பிரிக்கப்பட்டன. ஒவ்வொரு குழுவும் தனித்தனிக் கதைகளைக் கூறின. ராமசாமியும் கருப்பையாவும் சிவசிதம்பரமும் பம்பரமாகச் சுழன்றார்கள். ஒவ்வொரு கிராமமும் ஒவ்வொரு பாடத்தைக் கற்றுக்கொடுத்தது. சில கிராமங்களில் எல்லோருக்கும் இழப்பீட்டுத் தொகை வேண்டும் என்று பிடிவாதம் பிடித்தார்கள். சில கிராமங்களில் பயிரிழப்பு ஏற்பட்டவர்களுக்கு மட்டும் தொகை வழங்க வேண்டும் என்றார்கள். நிலையைக் கட்டுக்குள் கொண்டுவருவது சிரமமாக இருந்தது. தமிழ் பல கிராமங்களில் அமைதிக் குழுக்கள் அமைத்தான். அதில் ஊர்த்தலைவர், நாட்டாமைகள் சேர்க்கப்பட்டார்கள். இழப்பீட்டுப் பகுதிகளை அடையாளம் காண அமைதிக் குழுவுக்கு அறிவுறுத்தப்பட்டது. அந்தக் குழுக்கள் கொடுக்கும் அறிவுரையின் பேரில் இழப்பீடு வழங்க முடிவுசெய்தான் தமிழ். பல்வேறு கிராமங் களில் இழப்பீடு சரியாக மதிப்பிடப்பட்டது. பதிவுசெய்யப்பட்டவர் களுக்கு அடுத்த நாள் இழப்பீட்டுத் தொகை வழங்கப்பட்டது. திருவிழாபோல் அலுவலகம் காட்சியளித்தது. பாதுகாப்பிற்குக் காவல் துறை அழைக்கப்பட்டது. விவசாயிகளிடம் கையொப்பம் பெற்று நிதி வழங்குவது சிக்கலாக இருந்தது. பதிவேடுகளில் கையெழுத்து பெற்றுக்கொண்டிருந்தார் ராமசாமி. பிறகு, விவசாயிகள் தமிழிடம் சென்றனர்.

"கைநாட்டுக்காரங்க அதிகமா வராங்க சார்."

சோமுவைக் கூப்பிட்டு, "கூட்டத்தைக் கட்டுப்படுத்துங்க" என்றான்.

ராமசாமி வேகமாகக் கத்திச் சொன்னார். சோமு கோபமடைந்தார். "ஏன் கழுத மாதிரி கத்துற?" சோமுவுக்குக் காது மந்தம்.

வேலை சுறுசுறுப்பாக நடந்தது. ராமசாமி, கருப்பையா, சிவசிதம்பரம் இரவுபகலாக உழைத்தனர். தமிழும் இரவு இரண்டு மூன்று மணி வரை உட்கார்ந்து பதிவேடுகளை சரிபார்த்தான்.

ஏடுகளிலும் இழப்பீட்டுத் தொகை வழங்குவதிலும் தவறுகள் இல்லாமல் பார்த்துக்கொண்டனர். பணி முடிய மூன்று மாதங்கள் எடுத்தன. மூன்று மாதங்களில் தமிழுக்குப் படிப்பினை கிடைத்தது. மற்றவருடன் கூடிச் செயல்படுவதற்கும், பேரிடர் காலங்களில் செயல்படுவதற்கான அனுபவம் கிடைத்தது. சிறப்பான அலுவலர்களைக் கண்டறிவதற்கான வாய்ப்பாகவும் இருந்தது. குடிமைப்பணித் தேர்விற்குப் படிப்பது தடைபட்டது.

திருச்சியிலிருந்து பத்து மணிக்குப் புறப்பட்டு ஒரு மணிக்கு திருமானூர் வந்துசேர்வார் வேளாண் வளர்ச்சி அலுவலர். மதிய உணவை முடித்து ஐந்து மணிக்குப் புறப்பட்டுத் திருச்சி அடைவார். அவருடைய பணி நேரம், பயணிக்கும் நேரத்தை உள்ளடக்கியதாக இருந்தது. வெள்ள நிவாரண காலத்திலும் அவர் பணியில் மாற்றமில்லை. இரண்டு மாதங்களாகியும் அவர் வெள்ள நிவாரணப் பணியில் ஈடுபடவில்லை. அவர் வேலைகளைத் தமிழ் தூக்கிச் சுமந்தான்.

வழக்கம்போல் ஒரு மணிக்கு அலுவலகம் வந்துசேர்ந்தார் வளர்ச்சி அலுவலர். உள்ளே நுழையும் முன்பே விவசாயிகள் அவர் மீது விழுந்தார்கள். அலுவலகத்திற்கு வெளியே இருநூறு விவசாயிகள். அவருக்குச் சிக்கல். எதிரான கோஷங்கள் வலுத்தன. தள்ளுமுள்ளு. எப்படியோ அலுவலகத்தினுள் நுழைந்துவிட்டார். படபடப்பு. சோமுவை அழைத்துக் கத்தினார். சோமு வழக்கம்போல் தண்ணீர் கொடுத்தார். காவல் துறையை அழைத்தார்.

"தமிழ் எங்க? கூப்பிடு."

"சார் அவர் இன்னிக்கி லீவு."

கோபம். மதியச் சோறு சாப்பிட முடியவில்லை. சொல்லாமல் தமிழ் விடுப்புக் கடிதத்தை விட்டுச் சென்றிருந்தான். அலுவலர்கள் எப்படி வேலை செய்கிறார்கள் என்பது அவருக்குப் புரிந்தது.

"தமிழ் இனிமே நீங்க லீவ்ல போவணுன்னா எங்கிட்ட முதலிலேயே சொல்லணும்" என்றார்.

"சரிங்க சார்" உள்ளுக்குள் சிரித்துக்கொண்டான். அவர் மாறியதாகத் தெரியவில்லை. அரசு இயந்திரத்தை தன் போக்கிலே கையாண்டார். அடுத்த நாள் நிவாரணப் பணிகளைக் கவனிக்க ஆரம்பித்தான் தமிழ். கருப்பையாவும் ராமசாமியும் சிரித்துக்கொண்டே நின்றார்கள்.

கல்லூரி முடித்துவிட்டு கனவுகளுடன் அரசுப் பணியில் சேர்ந்தவன் தமிழ். துறை மூலம் புதிய ரகங்களை அறிமுகப்படுத்தலாம், விளை பொருட்களுக்கு சரியான விலை கிடைக்கச் செய்யலாம், விளைச்சலை அதிகப்படுத்தலாம், விவசாயிகளின் வருமானத்தை அதிகரிக்கலாம் என்றெல்லாம் எண்ணினான் தமிழ். வேளாண் துறை எதிர்பார்த்தது போல் இல்லை. துறைக்கும் விவசாயிகளுக்கும் நெருங்கிய உறவு இருப்பதுபோல் தெரியவில்லை. துறை அனைத்து விவசாயிகளையும் சென்றடையவில்லை. கனவுகள் தகர்ந்தன.

குடிமைப்பணித் தேர்விற்கு உழைக்க ஆரம்பித்தான். முத்துவும் பயணித்தார். சென்னைக்குப் படையெடுப்பு நடந்தது.

13

குடிமைப்பணித் தேர்வு மீது தமிழுக்கு நம்பிக்கை வந்தது. இரண்டாம் முயற்சியில் நேர்காணலுக்கு டெல்லி சென்றான். சென்னை ரயில் நிலையத்தில் மக்கள் பரபரப்பாக ஓடிக்கொண்டிருந்தார்கள். திருவிழாக் கூட்டம்போல் இருந்தது. இரண்டாம் வகுப்புப் பெட்டியைக் கண்டுபிடித்து முத்துவும் தமிழும் அமர்ந்தார்கள். ஷூக்களைக் கழற்றிக் கீழே வைத்துப் பெட்டிகளைத் தள்ளிவிட்டான். துண்டை எடுத்து இருக்கையில் போட்டான். மின்விசிறி வேகமாகச் சுழன்றது. கோடைகாலம் வெப்பத்தை உமிழ்ந்தது. கையை மடித்துத் தலையணையாக வைத்துத் தூங்க முயன்றான். பக்கத்துப் படுக்கையில் முத்து குறட்டை விட்டார்.

இரவுபகலாக முப்பத்தாறு மணிநேரப் பயணம். நகர்ப்புறங்களைக் கடக்கும்போது குப்பைகளும் கிராமப்புறங்களில் குளிர்க்காற்றும் காடுகளிலிருந்து சருகுகளும் உள்ளே வந்தன. ரயில் பெட்டியில் தண்ணீரும் சூடாக இருந்தது. ரயில் நிலையங்களில் இறங்கித் தாகம் தணித்தார்கள். முத்து பழைய அனுபவத்தைக் கூறினார். நாக்பூரில் ஆரஞ்சுப் பழங்களை வாங்கிவந்தார். கழிப்பறை சென்றுவந்த தமிழ்

முகம்சுளித்தான். "அப்படித்தான் இருக்கும்" என்றார் முத்து. "கழிப்பறையப் பராமரிக்குற அளவுக்குக்கூட நாம வளரல" என்றான் தமிழ். பெருமூச்சுடன் மத்தியப் பிரதேசத்தில் பீடி இலைக் காடு களையும் மலைகளையும் கடந்தது தொடர்வண்டி. கருவேல மரங்களும் நெய்வேலிக் காட்டாமணக்குச் செடிகளும் கூடவே பயணித்தன.

சில இடங்களில் குடிசைகளுக்கு இடையே ரயில் செல்வதுபோல் தெரிந்தது. வெளியே கட்டில்கள் கிடந்தன. குடிசைகளுக்கு நடுவே எருமைகளும் பன்றிகளும் திரிந்தன. பல்வேறு நிலையங்களில் பெட்டியில் ஏறுபவர்கள் சக பயணிகளை மதிப்பது இல்லை. கால்நடைகளாகப் பயணிகள் ஏறுவதும் இறங்குவதுமாக இருந்தார்கள். மக்கிப்போன உணவுப்பண்டங்களும் வடைகளும் பெட்டியில் வந்துசென்றன. வடைகளை வாங்கி வயிற்றை நிரப்பினான் தமிழ். எதிர்ப்படுக்கையில் பெரிய முண்டாசு கட்டியவர் பத்துப் பதினைந்து ரொட்டிகளை வெங்காயத்துடன் வெளுத்துக் கட்டினார். அவர் சீக்கியர் என்றார் முத்து.

சில ரயில் நிலையங்களில் "கருப்பையா தியான் தே" என்றது ஒலிப்பெருக்கி. "கருப்பா இருக்குறதால யாரோ நம்மளத் திட்றாங்களோ?" வேடிக்கையாக முத்துவிடம் கூறினான் தமிழ். "டேய் அது க்ருபையா. தயவுசெய்துனு அர்த்தம்."

"இந்தக் குடிசையையும் ரயில்வே ஸ்டேஷனையும் சுத்தமா வச்சிக்க நம்மால முடியாதா?" முத்துவைக் கேட்டான் தமிழ்.

"அதுக்குப் பல வருஷம் ஆகலாம். இந்தியாவப் புரிஞ்சிக்க ரயில்ல போனா போதும்" என்றார் முத்து.

காலையில் புதுதில்லி வந்தது. வழித்தடங்களில் திரள்திரளாகக் கையில் சொம்புடன் மக்கள் நின்றார்கள். மேலே பருந்துகளும் கழுகுகளும் பறந்தன. சூரியக்கதிர்கள் தில்லியில் புக முயன்றன. புகை மண்டலத்திற்குள் நுழைவதுபோல் இருந்தது. வானத்தின் நிறம் பழுப்பும் வெள்ளையும் கலந்ததாக இருந்தது. புதுதில்லி ரயில் நிலையம் வந்தது. "அப்பாடா, காய்கறிச் சந்தைக்கிப் போயிட்டு வந்த மாதிரி இருக்கு" என்றான் தமிழ்.

நேர்காணலுக்கான நாள் நெருங்கியது. தமிழ்நாடு இல்லத்தில், அரசின் கொள்கைகளையும் நாட்டு நிலவரங்களையும் நண்பர்களுடன் விவாதித்தான். நேர்காணலை எதிர்கொள்வது பற்றி முத்து கூறினார். தெரிந்த கேள்விகளுக்குப் பதில் கூற வேண்டும். தெரியவில்லை என்றால் தெரியவில்லை என்று நேர்மையாகப் பதில் கூற வேண்டும். பொழுதுபோக்குப் பற்றிக் கேள்விகள் இருக்கும் என்றார்.

“பொழுதுபோக்குனா?”

“புத்தகம் படிப்பது, இசை கேட்பது” என்றார்.

“பாடப்புத்தகம் மட்டும்தான் தெரியும்; இசைன்னா, ஊர்ல கேக்குற எம்ஜிஆர் பாட்ட பாட வேண்டியதுதான்” என்றான் தமிழ். முத்து சிரித்தார்.

பொழுதுபோக்கிற்குத் தேவையான சில புத்தகங்களைத் தெரிந்து கொண்டான் தமிழ். பொழுதுபோக்கு வண்ணத்துப்பூச்சி சேகரித்தல் எனக் கூறலாம் என்று முடிவுசெய்தான். பதிலைத் தயார்செய்தான் தமிழ். தேசிய, மாநிலப் பிரச்சினைகள், வெளியுறவுக் கொள்கை, தற்போதைய வேலையை ஏன் விட வேண்டும் என்பன பற்றித் தெரிந்திருக்க வேண்டும் என்றார் முத்து.

நேர்காணலுக்கு முன் தமிழ்நாடு இல்லத்தின் பக்கத்துச் சந்தில் முடி வெட்டிக்கொள்ளச் சென்றான் தமிழ். உயரமான நாற்காலியில் உட்கார வைக்கப்பட்டான். சைகையின் மூலம் தகவல் பரிமாறினான். ராணுவ வீரனுக்கு முடிவெட்டியதைப் போல் இருந்தது தமிழின் சிகை அலங்காரம்.

நேர்காணல் அன்று காலையில் எழுந்து குளித்துவிட்டுச் செய்திகளைப் பார்த்தான். உணவை முடித்தான். பேண்ட், முழுக்கைச் சட்டை யணிந்து, டை கட்டுவதற்குப் போராடினான். முத்து பயிற்சி கொடுத்தார். நீல கோட் அணிந்து வெளியே வந்தான்.

ஆட்டோ பிடித்துத் தேர்வாணைய அலுவலகம் அடைந்தான். கோடை வெயிலின் வேகத்திற்கு மேல், நெஞ்சில் படபடப்பு அதிகரித்தது. மேல்சட்டை நனைந்திருந்தது. குளிர்சாதன அறையில் அமர்ந்து ஆசுவாசப்படுத்தினான். அறையினுள் வியர்த்துக்கொண்டிருந்த மற்ற மாணவர்களைப் பார்த்தான். சிலர் நடந்தார்கள். சிலர் அன்றைய செய்தித்தாள்களில் மூழ்கியிருந்தார்கள். சிலர் டையைச் சரிசெய்தார்கள். தமிழ் வெளியில் இருந்த கழிப்பறைக்குச் சென்றுவந்தான். ஒரு டம்ளர் தண்ணீர் குடித்தான். டை சரியாக உள்ளதா என்று கண்ணாடி முன் நின்று பார்த்தான். நடைபயின்றான். வியர்வை குறையவில்லை.

அந்த நிமிடங்களுக்காகவும் நொடிகளுக்காகவும் காத்திருந்தான். அழைப்பு வந்தது. கதவைத் திறந்தான். அமரவைக்கப்பட்டான். புலிக்குகையில் நுழைந்த மானைப் போல் இருந்தான். கேள்விக்கணைகள் பாய்ந்தன. வேளாண் பாடங்களைப் பற்றி, வேலையைப் பற்றி, பொருளாதாரத்தைப் பற்றித் துளைத்து எடுக்கப்பட்டது.

தமிழ் தன் வாழ்வில் முதல் ஐஏஎஸ் அதிகாரியைச் சந்தித்தான். ஆபிரகாம் ஐஏஎஸ். குழுத் தலைவர். தமிழுக்கு இருபத்தெட்டு வயது. வெளிநாட்டுக் கொள்கைகள் பற்றி கேள்விகள் அதிகம் இருந்தன. பொழுதுபோக்கு பற்றியும் கேட்கப்பட்டது. அதைப் பற்றியும் தமிழ் அறிந்திருக்கவில்லை. நேர்காணல் அவனை ஏளனப்படுத்தியதைப் போல் உணர்ந்தான். நேர்காணல் முடிந்ததும் டைக்கும் கோட்டுக்கும் விடுதலை.

தேர்வு முடிவுகள் வந்தன. தமிழ் தேர்ச்சியாகவில்லை. முத்துவும் தேர்ச்சி அடையவில்லை. அடுத்த படையெடுப்பிற்குத் தயாரானான்.

இந்த முறை சென்னை அண்ணா பயிற்சி நிறுவனத்தில் படிக்க வேண்டும் என்று முடிவுசெய்தான். மூன்றாம் முறை. முதல்நிலைத் தேர்வில் வெற்றிபெற்றான். முத்துவும் வெற்றிபெற்றார். பணியிலிருந்து மூன்று மாதம் விடுப்பு. சென்னை நோக்கிப் புறப்பட்டான்.

அண்ணா நகரில் தமிழக அரசின் மேலாண்மைப் பயிற்சி நிறுவனம் குடிமைப்பணித் தேர்வு எழுத உணவும் உறைவிடமும் வழங்கியது. உணவிற்கான தொகை குறைவாக இருந்தது. இந்த நிறுவனம் ஐஏஎஸ், ஐபிஎஸ், ஐஆர்எஸ், ஐஏஎஸ் எனப் பல குடிமைப் பணி அதிகாரிகளை உருவாக்கியுள்ளது.

காலை வெயில். ஒற்றை வேப்பமரம் நிழலைக் கொடுத்தது. அசோக மரங்கள் வளர்ந்துநின்றன. அரசுக் கட்டடம். சுண்ணாம்பைக் கண்டு பல வருடங்கள் ஆகியிருந்தன. சுவர்கள் ஆங்காங்கே சிதிலமடைந்திருந்தன. வறுமையைப் பறைசாற்றி நின்றன.

தமிழும் முத்தும் ஆட்டோவிலிருந்து இறங்கினார்கள். ஆட்டோ ஓட்டுநரிடம் தமிழ் பேரம் பேசினான். புத்தக மூட்டைகளை முத்து இறக்கிவைத்தார். கட்டடத்தின் முன்பு கூட்டமாக நின்றுகொண்டிருந்தார்கள். "என்ன கூட்டம் முத்து?" என்றான் தமிழ்.

பக்கத்தில் இருந்த மாணவரிடம், "சார் ஏன் எல்லாரும் கூட்டமாக நிக்கிறாங்க?" முத்து கேட்டார்.

"சார், மூணு தடவ மெயின்ஸ் எழுதுனவரு, அதான் அவர்கிட்ட நிக்கிறாங்க" என்றார் ராதா.

தமிழும் முத்துவும் அவர் கூறிய அறிவுரைகளைத் தூரத்திலிருந்து கேட்டார்கள். பேச முயன்றான் தமிழ். "அய்யாவிடம் இப்போது நீங்கள் பேச முடியாது" என்றார் ராதா, மூன்றாவது முறை தேர்வு எழுத வந்த மாணவர்.

ஏன் என்று தமிழுக்கு விளங்கவில்லை.

முதல்வர் பிரபாகர் அறைக்குள் நுழைந்தார்கள் தமிழும் முத்துவும். "உக்காருங்க சார்."

"முதல்நிலைத் தேர்வில் வெற்றிபெற்றுவிட்டோம். முதன்மைத் தேர்விற்கு வந்துள்ளோம்" என்றார்கள்.

தமிழுக்கும் முத்துவுக்கும் விண்ணப்பம் கொடுத்தார். பூர்த்தி செய்து சமர்ப்பித்தார்கள். "தமிழகம்போல் எந்த மாநிலமும் மாணவர் களை ஊக்கப்படுத்துவது இல்லை" என்றார் முதல்வர்.

மூன்றாம் தளத்தில் அறை ஒதுக்கப்பட்டது. அறைக்கு நான்கு மாணவர்கள். வாழ்த்துகள் சொல்லி அனுப்பினார் முதல்வர்.

சென்னை மாநகர வாகனப் போக்குவரத்துச் சத்தங்கள் இரவு பகல் பாராது ஒலித்தன. இதுவரை பழக்கப்படாத சூழல். அறை மாற்றுவதற்கும், வேறு இடத்தில் தங்கிப் படிப்பதற்கும் வாய்ப்பு இல்லை. இரவானது. தூங்க முயன்றான் தமிழ்.

குளியலறையில் காற்று வரும் சத்தம் காலையில் எழுப்பிவிட்டது. தண்ணீர்க் குழாய்கள் திறந்து வைக்கப்பட்டிருந்தன. விடுதி முழுதும் பரபரப்பானது. ஒரு மணிநேரம் மட்டுமே விடுதியில் தண்ணீர் வந்தது. அதற்குள் காலைக்கடன்களை முடித்துக் குளித்துத் தயாராக வேண்டும். பொதுவான குளியல் கழிப்பறை. சிலர் அறைகளில் பிளாஸ்டிக் டேங்க் வைத்துத் தண்ணீர் பிடித்துவைத்தார்கள். தண்ணீர் சிக்கனத்திற்கான பயிற்சி நன்றாக இருந்தது.

"என்ன தமிழ், இதான் முதல் தடவையா?" என்றார் ஞானம். கோயம்புத்தூரைச் சார்ந்தவர்.

"இரண்டாவது முறை."

"இன்டர்வியூ எப்படி இருந்துச்சி?"

"நல்லா இருந்துச்சி. மார்க்தான் போடலை." சிரித்தான் தமிழ்.

"டேய் நல்ல போர்டு மாட்டற வரைக்கும் இன்டர்வியூக்குப் போகணும்" என்றார் முத்து.

இது அவருக்கு நான்காம் முறை. "நானும் ரெண்டு தடவ இன்டர்வியூ போயிட்டு வந்தேன். இந்தத் தடவ கண்டிப்பா வாங்கிடுவேன்" என்றார் ஞானம்.

"எனக்கு ரெவென்யூ சர்வீஸ் கெடச்சா போதும். நான் செட்டில் ஆயிடுவேன்."

“நீங்கலாம் என்ன சர்வீஸ்க்கு முயற்சிசெய்றீங்க?” பூரியை உள்ளே தள்ளிக்கொண்டே கேட்டார் சந்தோசம். உணவே பிரதானம்.

“ஐபிஎஸ்” என்றான் தமிழ்.

“ஐஏஎஸ்” என்றார் முத்து.

சங்கர் மூன்று முறை நேர்காணலைச் சந்தித்தவர். தங்கள் கதைகளை அளந்துகொண்டிருந்தார்கள். தமிழுக்குக் கதைகேட்பது சுவாரஸ்யமாக இருந்தது. தோல்வியடைவது புதியதல்ல என்பதை அறிந்தான் தமிழ். ஆறுதலாக இருந்தது.

சந்தோசம் தன் குறிக்கோளைக் கூறினான். “நான் இந்தத் தடவ மெய்ன்ஸ் க்ளியர் பண்ணுனா போதும். இன்ஜினியரிங் காலேஜ்ல அசிஸ்டன்ட் ப்ரொபஸர் வேல கெடைக்கும்” என்றார். சிலர் அந்தப் பயிற்சி நிறுவனத்தை ஐந்தாறு ஆண்டுகள் ஆக்கிரமித்து வைத்திருந்தார்கள்.

ஏழாவது ஆண்டு பயணத்தை நோக்கிக் காத்திருந்தார் ராஜா. முதலில் இரண்டு வருடங்கள் தேர்வு எழுதினார். இடையில் தனியார் நிறுவன வேலையில் சேர்ந்துவிட்டார். பிறகு, தேர்வு எழுத ஆரம்பித்தார். தொடர்ந்து எழுதிக்கொண்டே இருந்தார். இந்தியக் குடிமைப்பணித் தேர்வுகளின் முதுபெரும் தலைவர் எனப்பட்டார்.

ராதாவும் கணேசனும் தமிழகத் தேர்வாணையத் தேர்வுகளுக்கு படித்துக்கொண்டிருந்தார்கள். இப்போது முதன்மைத் தேர்வு எழுதத் தயாரானார்கள்.

காலையில் யோகப் பயிற்சி மேற்கொள்வார் ராதா. சூரியக்கதிர்களைக் கிரகிப்பதற்கு முயல்வார் கணேசன். இருவரும் இணைபிரியாத நண்பர்கள். அறைக்குச் சென்று குளித்துவிட்டு சரியாக எட்டு மணிக்கு உணவறைக்கு வருவார்கள். பின் ஒரு மணிநேர ஓய்வு.

தேர்வு அன்று காலையில் ஏழு மணிக்கே பயிற்சி நிலையத்தில் ஆட்டோ வந்து நிற்கும். காலை உணவை முடிப்பார்கள். ஆட்டோவில் பாய் தலையணை, தண்ணீர், மதிய உணவு, புத்தக மூட்டைகள் ஏற்றப்படும். ஒரு மணிநேரத்துக்கு முன்பாகத் தேர்வு மையங்களை அடைவார்கள். மரத்தின் நிழல் தேடி ராதா அலைவார். பாய் விரிக்கப்படும். கணேசன் புத்தக மூட்டையை அவிழ்த்துப் புத்தகங்களை அடுக்கிவைப்பார். அவர்கள் புத்தகங்களை எடுக்கும்போது பெரும்பாலும் அழைப்பு மணி அடிக்கும். மீண்டும் அனைத்தையும் ஒன்றுசேர்த்துக் கட்டிவைப்பார்கள்.

தேர்வறைக்கு இரண்டு பெட்டிப் பேனா பென்சில்களுடன் செல்வார்கள். உணவு இடைவேளையிலும் இந்தச் சம்பிரதாயங்களை நிறைவேற்றுவார்கள். மரத்தடி நிழல். புத்தக மூட்டைகள் திறத்தல். அடுக்கிவைத்தல். மதிய உணவு. சற்றே கண்ணயர்தல். படிக்க ஆரம்பித்தல். தேர்வு மணி. மூட்டை கட்டுதல். தேர்வறைக்குச் செல்லுதல். ஆட்டோவில் பயிற்சி நிலையம் அடைதல்.

அடுத்த நாள் தேர்விற்கும் அதே முறை. ஆறு முறை முதல்நிலைத் தேர்வில் தேர்ச்சிபெற்றவர், மேலும் ஒரு முறை நேர்காணலுக்குச் சென்றுவந்தவர் கணேசன். ராதா ஒரு முறை முதல்நிலைத் தேர்வில் வெற்றிகண்டவர். நான்காம் ஆண்டிற்கான முயற்சியில் இருந்தார். உள்ளத்தையும் உடலையும் பாதுகாப்பதில் தீவிர பற்று கொண்டவர். தொடர்ந்து தேர்வு எழுதுவதைப் பொழுதுபோக்காக ஆக்கிக் கொண்டார்.

முருகன் நான்காம் முறை முதன்மைத் தேர்விற்குத் தயார்செய்து கொண்டிருந்தார். உணவறையில் தமிழுக்கு அவரின் அறிமுகம் கிடைத்தது. அவர் தில்லி செல்லும்போது பல்வேறு புத்தகங்களை வாங்கிக் குவித்திருந்தார். தற்கால நிகழ்வுகளைப் பற்றிய புத்தகங்களைத் தில்லியிலிருந்து வரவைப்பவர். தமிழ் அவரிடம் கற்றுக் கொள்ளலாம் என்று ஆர்வமாக இருந்தான்.

"நாம ஒவ்வொரு பாடத்தையும் விவாதித்துப் படிக்கலாமே?" என்றான் தமிழ்.

"சரி" என்றார் முத்து.

பொது அறிவையும் பொருளாதாரத்தையும் விவாதிக்கலாம் என்றான் தமிழ். இருவரும் முயன்றார்கள். பலர் கலந்துகொள்ள மறுத்துவிட்டார்கள். முருகனுடன் பொருளாதாரத்தையும் பொது அறிவையும் விவாதிக்கலாம் என்றபடி இருவரும் முருகன் அறை நோக்கி நடந்தார்கள்.

கதவைத் தட்டிவிட்டு உள்ளே நுழைந்தார்கள். திடுக்கிட்டுப் போனார் முருகன். திடுதிப்பெனப் படுக்கையை விட்டு எழுந்தார். கைலியை மடக்கிக் கட்டினார். துண்டைத் தோளில் போட்டார். அவசர அவசரமாகப் படுக்கையில் கிடந்த புத்தகங்களைப் போர்வையால் மூடினார். எழுந்து நின்றார்.

"என்ன முருகன்? நம்ம இன்னிக்கிப் பொது அறிவு பத்தி பேசலாமா?"

"முத்து கொஞ்சம் தல வலிக்கிற மாதிரி இருக்கு."

"அப்படினா சாயந்தரம் சந்திக்கலாமா?" என்றான் தமிழ்.

"அடுத்த வாரம்" என்றார்.

மீண்டும் தமிழும் முத்தும் முருகனைப் பார்க்கச் சென்றார்கள்.

"வணக்கம் முருகன். இன்னைக்கி இந்தியா-இலங்கை வெளியுறவுக் கொள்கைய விவாதிக்கலாமா?" என்றான் தமிழ்.

தயங்கினார் முருகன். தமிழ் புரிந்துகொண்டான். எழுந்து கொண்டார் முருகன். 'இன்னுமா அறையைவிட்டு வெளியே போகவில்லை' என்பதுபோல் இருந்தது அவரின் வரவேற்பு. தன் அறிவை மற்றவரிடம் பகிர்ந்துகொள்ளக் கூடாது என்ற பிடிவாதத்தில் இருந்தார்.

விசித்திரமான பழக்கம். திறந்த விவாதமோ, பாடங்களைப் பற்றிய உரையாடலோ இல்லை. பயிற்சி நிறுவனத்தில் அறிவுப் பகிர்தலை யாரும் விரும்பவில்லை. புத்தகப் பகிர்வுகளும் கிடையாது. பலர் விவாதத்தில் பங்கேற்காமல் பதுங்கினார்கள்.

விசித்திரமான சூழல்கள். எப்போதும் கூச்சலும் குழப்பமுமாக இருந்தது. என்ன செய்வதென்று புரியவில்லை தமிழுக்கு. நூல்நிலையம் பெரியதாக இல்லை. அதே அறையில்தான் படிக்க வேண்டும். பகல் நேரங்களில் படிப்பதைவிடக் கதை பேசுவது அதிகமாக இருந்தது. பலரும் பெருமை பேசினார்கள்.

ஓரிரு வாரங்களில் நிலையைப் புரிந்துகொண்டான். இப்போது அங்கிருந்து தேர்வுகளை எழுதுவதா, எழுதாமல் ஓடிவிடுவதா? புரியவில்லை. எழுத வேண்டும் என்ற எண்ணம் எழுந்தது.

தமிழ் தன்னை மாற்றிக்கொண்டு இரவில் படிக்க ஆரம்பித்தான். பகலில் இரண்டு மணி வரை உறங்கி, காலை மூன்று மணி வரை படித்தான். இரவு அமைதியைக் கொடுத்தது. போதுமான அளவிற்குப் புத்தகங்களைக் கல்லூரி பல்கலைக்கழகங்களிலிருந்து பெற்றுவந்திருந் தான். படிப்பதும் எழுதுவதுமாக இருந்தான் தமிழ்.

ஒரு நாளைக்குப் பதினான்கு மணி நேரம் படித்தான், எழுதினான். வாழ்வா சாவா என்ற போராட்டம். பல ஆண்டுக் கேள்விகளை எடுத்து ஆராய்ந்தான். எந்தப் பகுதிகளில் அதிகம் கேள்விகள் கேட்கப் படுகின்றன என்பதைத் துல்லியமாகக் கணக்கிட்டான். கனன்று கொண்டிருந்தான்.

தூங்கா இரவுகள். பனையடியில் கடலைக்கு நீர் பாய்ச்சிய அதே தூங்கா இரவுகள். இரவு பகல் என்ற பேதமில்லை. புத்தகங்களை ஆழ

உழுதான். நல்ல விளைச்சல் நிலம்போல் பக்குவப்பட்டான். உழைப்பு நம்பிக்கையைத் தந்தது. முதன்மைத் தேர்விற்கான மூன்று மாதங்கள் காற்றில் கரைந்தன. உணவு, உறக்கம், படிப்பு மட்டுமே நடந்து கொண்டிருந்தது. பல்வேறு முறை மாதிரித் தேர்வுகளை எழுதினான். பயிற்சி நிறுவன முதல்வர் பிரபாகர் தொடர்ந்து மாதிரித் தேர்வுகளை நடத்திக்கொண்டிருந்தார். பல்வேறு வகைகளில் ஊக்கப்படுத்தினார். நூலகத்தை மேம்படுத்தினார். சிறந்த வழிகாட்டிகளைக் கொண்டு வந்தார். பலர் பயன்பெற்றார்கள்.

மாலை படித்துக்கொண்டிருந்தார்கள். "இந்திய வேளாண்மை பருவ காலங்களின் சூதாட்டம். ஏன்?" என்றான் தமிழ்.

"இதுதான் எல்லாருக்கும் தெரியுமே. புவியியல் படிக்கிற நாங்கக் கூட இதப்பத்தி நெறைய எழுதுவோம்" என்றான் ஞானம்.

"சரி கிராமங்களில் வட்டித் தொழில் அதிகமா இருக்கக் காரணம் என்ன?"

"டேய் நல்ல கேள்வியா கேப்பியா? கிராமம் வட்டிகுட்டின்னுக் கிட்டு." சலித்துக்கொண்டான் ஞானம்.

"பெட்ரோல் டீசல் எரிபொருட்கள் விலையை நிர்ணயிப்பதில் அரசு தலையிடுவது சரியா?" என்றான் தமிழ்.

"மக்களிடமிருந்து வரி வசூலிக்க இதுதான் சரியான முறை" என்றார் முத்து.

பேசிக்கொண்டே ஞானம் ஜீன்ஸுக்குள் தன்னை நுழைத்தான். சிவப்பு டீ-ஷர்ட். நடிகரைப் போல் காட்சியளித்தான். நண்பனுடன் டீ அருந்துவதற்குத் தயாரானான். "டீ குடிக்க வர்றியா?"

தமிழ் மறுத்துவிட்டான்.

அண்ணாச்சி டீக்கடை. பயிற்சி நிறுவனத்திற்குப் பின்னால் இருந்தது. டீக்கடை காலை, மதிய நேரங்களில் அன்னச் சத்திரமாகவும் திகழ்ந்தது. எத்தனையோ மாணவர்களின் பசியைப் போக்கியவர் அண்ணாச்சி. சிலர் பணம் கொடுத்தார்கள். சிலர் கொடுப்பேன் என்றார்கள். அனைவருக்கும் அன்னமிட்டு அகமகிழ்ந்தார். பலரின் வயிற்றை நிரப்பினார். சில்லறையை நிரப்பவில்லை. தில்லிக்கு நேர்காணலுக்குச் செல்ல சிலருக்குப் பணமும் கொடுத்தார். அண்ணா நகரில் தங்கிப் படித்தவர்களுக்கு அண்ணாச்சியைத் தெரியாமல் இருக்க வாய்ப்பில்லை. அவரின் கடைக்குள்ளும் வெளியேயும் இந்தியப் பொருளாதாரமும் அரசமைப்புச் சட்டங்களும் தற்கால நிகழ்வுகளும்

விவாதிக்கப்பட்டன. ஆனால், அவரின் பொருளாதாரத்தை யாரும் விவாதிக்கவில்லை.

டீ குடித்துவிட்டு வரும்போது நண்பர் ஒருவருடன் வந்தான் ஞானம். "ஏய் கல்யாணம், இங்க எப்ப வந்த?" என்றார் முத்து.

"நானும் சிவில்ஸ் எழுதுறேன்: ஞானத்திடம் புத்தகம் வாங்க வந்தேன்" என்று சொன்னார்.

"டேய் தமிழ். இவர்தான் கல்யாணம். எங்க வேளாண் கல்லூரி. மதுரை." அறிமுகப்படுத்தினார் முத்து. 'வணக்கம்' சொன்னான் தமிழ்.

அவ்வப்போது அறைக்கு வந்துசென்றார் கல்யாணம். தமிழுக்கும் நண்பரானார். அவரும் இரண்டு முறை நேர்காணல் சென்றுவந்தவர். தமிழ் அவரது அனுபவங்களைக் கேட்டுத் தெரிந்துகொண்டான். எப்படி நேர்முகத் தேர்வில் அதிக மதிப்பெண்கள் எடுப்பது என்றான். அதெல்லாம் முதன்மைத் தேர்வு முடிவுகள் வந்ததும் பேசலாம். வேளாண் பாடத்திற்கான தேர்வுகள் நெருங்கின. அதைப் பற்றி விவாதிக்க வந்திருந்தார் கல்யாணம்.

"கல்யாணம் எல்லாம் படிச்சி முடிச்சாச்சா? ஒருங்கிணைந்த பூச்சி-நோய்க்கட்டுப்பாடு பத்தி சொல்லிக்குடுங்க" என்றான் தமிழ்.

நன்றாக விளக்கிச் சொன்னார் கல்யாணம். "எல்லாமே நல்லா படிச்சிருக்கீங்களே!" ஆச்சரியப்பட்டான் தமிழ்.

"இல்ல பாஸ். ஒரு தடவத் திரும்பிப் பார்த்தா போதும். எல்லாம் போன வருஷம் எழுதினதுதான." இருவரும் பாடத்தைப் படிக்க வில்லை. குடும்பக் கதைகளைப் பேசினர்.

"படிக்கிறப்ப கதக் கேட்டா சொகமா இருக்கு" என்றான் தமிழ்.

முதன்மைத் தேர்வுகள் முடிந்தன. டிசம்பர் ஆறு 1999. காலையில் தினத்தந்தி பார்த்துக்கொண்டிருந்தான். சென்னையிலிருந்து கோவை சென்ற சேரன் எக்ஸ்பிரஸில் குண்டுவெடிப்பு. இளைஞர் சாவு. ஈரோடு ரயில் நிலையத்தில் வெடித்தது. முதலில் அதைச் சாதாரணமாகக் கடந்துகொண்டிருந்தான் தமிழ்.

பையிலிருந்து வேளாண் கல்லூரி அடையாளச் சீட்டுகள், வேளாண் புத்தகங்கள் சிதறிக்கிடந்தன. நெஞ்சம் படபடக்க ஆரம்பித்தது தமிழுக்கு. பெயரைத் தேடினான் தமிழ். வேளாண் கல்லூரி மாணவர் கல்யாணம் இறந்துவிட்டார். அதை ஜீரணிக்க முடியவில்லை. முத்துவை அழைத்துக் காட்டினான். தமிழும் கல்யாணமும் பழகிய

நாட்கள் மிகவும் குறைவு. அவர் மதுரை வேளாண் கல்லூரி. தமிழ் கிள்ளிகுளம் வேளாண் கல்லூரி. இனம் புரியாத ஈர்ப்பு இருவரையும் நெருங்கிய நண்பர்களாக மாற்றியிருந்தது.

பழகிய காலங்களை அசைபோட்டான் தமிழ். கல்யாணம் தனது குடும்பச் செய்திகளைத் தமிழிடம் பகிர்ந்திருந்தார். "பாஸ் நான் ஒரே மகன். தங்கை ஒருத்தி படிச்சுக்கிட்டு இருக்கா. இந்தத் தடவ நான் சர்வீஸ் வாங்கிடுவேன்" என்றார்.

"நேத்து அப்பா போன் பண்ணினார். என்னத் தேர்வு முடிஞ்சி ரெண்டு நாள் கழிச்சி ஊருக்கு வரச்சொன்னார். இந்தத் தடவ குலசாமிக்கிப் படையல் வைக்கணுன்னு சொன்னார்."

"ஏன் ரெண்டு நாள் கழிச்சிப் போவணும்?" என்றான் தமிழ். டிசம்பர் ஐந்தாம் தேதி வேளாண் பாடத்திற்கான கடைசித் தேர்வு.

"நாளைக்கி டிசம்பர் ஆறு, பாபர் மசூதி இடிப்பு எதிர்ப்பு நாள். ட்ரைன்ல போனா எவனாவது குண்டு வச்சிப்புடுவானோன்னு பயப்படுறார். அவரோட சேந்துக்கிட்டு எங்கம்மா ஒப்பாரி வேற."

"அப்படின்னா ரெண்டு நாள் இங்கத் தங்கிக்கிங்க. நாம ஒரு சினிமாப் பாத்துட்டுப் போவோம்."

"சரி பாஸ். அப்பாகிட்ட திண்டுக்கல் வரலன்னு சொல்லிடுறேன். ஆனா அடுத்த நாள் நான் கோவை போறேன். அங்க என் பிரென்ட்ஸ் இருக்காங்க. அவங்ககூட ரெண்டு நாள் தங்கிகிட்டு ஊருக்குப் போறேன். வீட்ல யாருக்கும் சொல்லல." விடைபெற்றுச் சென்றார் கல்யாணம்.

தேர்வு முடிந்து பயிற்சி நிலையத்திற்கு வந்தான் தமிழ். கல்யாணத் திற்காகக் காத்திருந்தான். வெகு நேரமாகியும் வரவில்லை.

"கல்யாணம் வந்தாரா?" ஞானத்திடம் கேட்டான் தமிழ்.

"வந்துட்டுப் போய்ட்டார். இன்னைக்கே ஊருக்குப் போறாராம். உங்ககிட்டே சொல்லச் சொன்னார்."

சினிமாவுக்குப் போகவில்லை தமிழ். அதைப் பெரிதாக எண்ணிக் கொள்ளவில்லை.

அடுத்த நாள் குண்டு வெடிப்புச் சம்பவத்தில் ஒரே ஒருவர் பலியாகியிருந்தார். அவர் கல்யாணம். தமிழுக்கு விளங்கவில்லை. "ஒருவேள சாவப்போறது முன்னாடியே தெரியுமோ?" என்று வினவினான் முத்துவிடம்.

அவரின் பெற்றோர் தடுத்தும் நண்பர்களிடம் சொல்லாமலும் அவர் பயணத்தை அன்றே தொடர்ந்துவிட்டார். அவரது பெற்றோர் கணிப்பும் சரியாக இருந்தது. இந்தியக் காவல் பணியில் சேர வேண்டும் என்பதே கல்யாணத்தின் கனவு. சேர்ந்திருந்தால் எத்தனையோ குண்டுவெடிப்புகளைத் தடுத்திருக்கலாம். தீவிரவாதிகளைப் பிடித்திருக் கலாம். ஆனால், மற்றொரு தீவிரவாதியின் பசிக்கு இரையாகிவிட்டார். முதன்மைத் தேர்வில் வெற்றிகண்டவர். நேர்காணலுக்கு வழிகாட்டு வதாகக் கூறியிருந்தார். குடும்பத்தையும் நண்பர்களையும் சோகத்தில் ஆழ்த்திச் சென்றுவிட்டார். தமிழின் கண்களில் நீர் வழிந்தோடியது.

14

தமிழ் திருமானூரிலிருந்து அரியலூருக்கு மாற்றப்பட்டிருந்தான். அரியலூர் புழுதிக்காற்று. சிமெண்ட் தொழிற்சாலைகள். பேருந்து நிலையம் முழுவதும் சாக்கடை. பன்றிகள் திரிந்தன. ஏரிக்கரையில் துணிகள் காய்ந்தன. வெள்ளை வேட்டிகளும் சட்டைகளும் பழுப்பாகத் தெரிந்தன. ஜெயங்கொண்டம் பேருந்திலிருந்து இறங்கினான் தமிழ். தேர்வுகள் முடித்து வேளாண் அலுவலர் பணியை அரியலூரில் தொடர்ந்தான் தமிழ்.

நெய்வேலிக் காட்டாமணக்கு அழிப்புத் திட்டம். ஏரி குளம் குட்டைகளைக் காட்டாமணக்குச் செடி ஆக்கிரமித்திருந்தது. நெய்வேலிக் காட்டாமணக்குச் செடிகளின் பரப்பளவைக் கணக்கிட்டு அதை வெட்டி, இயந்திரங்கள் கொண்டு அழிக்க வேண்டும். ஏரி குட்டைகளைப் பார்வையிடப் பணிக்கப்பட்டிருந்தான் தமிழ். பரப்பளவுகளைச் சமர்ப்பித்தான். பதிவேடுகளை அதிகாரிகள் தயாரித்தார்கள். இதில் கணக்கு எழுதுவது சுலபமாக இருந்தது. எவ்வளவு பரப்பளவு அழிக்கப்பட்டது என்ற தகவல் தமிழிடம் பகிரப்படவில்லை.

அதிகாரிகள் மகிழ்ச்சியாக இருந்தார்கள். மேலே கொடுக்கப்பட்ட தகவல்கள் சரியில்லை என்பதை உயர் அதிகாரிகளிடம் எடுத்துக்

கூறினான் தமிழ். பதில் இல்லை. அந்தத் திட்டத்தை அதிகாரிகள் நினைத்தபடி செயல்படுத்த தமிழ் தடையாகத் தெரிந்தான். வளர்ச்சி அலுவலர், தமிழை விஜயவாடா-ஏலேறு எண்ணெய்ப்பனை ஆராய்ச்சி நிலையத்திற்கு அனுப்பிவைத்தார். விவசாயிகளுடன் புறப்பட்டான் தமிழ்.

ஒருங்கிணைந்த பூச்சி நோய் நிர்வாக முறைகளைப்பற்றி விழிப்புணர்வு ஏற்படுத்திக்கொண்டிருந்தான். பருத்தி நெல் பயிர்களுக்கு வயல்வெளி விளக்கம் செய்துகாண்பித்தான் தமிழ்.

முதன்மைத் தேர்வு முடிவுகள் அறிவிக்கப்பட்டன. தமிழும் முத்துவும் தேர்ச்சிபெற்றார்கள். நேர்காணல் தேதிகள் அறிவிக்கப்பட வில்லை. முன்கூட்டியே தமிழும் முத்துவும் ரயில் பயணத்தைத் தொடர்ந்தார்கள். நேர்காணல் முடியும் வரை தமிழ்நாடு அரசு இல்லத்தில் தங்க அனுமதி கிடைத்தது. நல்ல உணவு. தமிழக அரசு நேர்காணல் பயிற்சிக்கு உதவித்தொகை வழங்கியது. நல்ல பயிற்சியும் கிடைத்தது. சிகை அலங்காரம். டை கட்டுதல். கோட் அணிதல். மீண்டும் தொடர்ந்தன பழைய சம்பிரதாயங்கள். இந்த முறை தமிழ் தைரியத்துடன் காணப்பட்டான்.

அறைக்குள் நுழைந்தான். அறையில் வட்ட மேஜை. நடுவில் நேர்காணல் குழுத் தலைவர். அவருக்கு இரண்டு பக்கங்களிலும் இருவர் இருவராக நான்கு பேர். அவர்களும் ஆவலாக இருந்தார்கள். ஒருவர் பெண்மணி. குழுவின் தலைவர் கோப்புகளைக் கவனித்தார். முதலில் பெண்மணிக்கும் பிறகு மற்றவர்க்கும் வணக்கம் கூறி நின்றான் தமிழ்.

குழுத் தலைவர் நிமிர்ந்தார். "உட்காருங்கள்."

தமிழ் நன்றி தெரிவித்தான். குழுத் தலைவர் ஒருமுறை சுற்றிப் பார்த்தார். அவரே கேள்விக்கணைகளைத் தொடுத்தார். சரமாரியாக அறுபதுக்கும் மேற்பட்ட கேள்விக்கணைகள். இந்திய வேளாண்மை யையும் அமெரிக்க வேளாண்மையையும் ஒப்பிட்டுக் கேட்டார். எத்தனையோ அம்புகளைத் தடுத்தபோதும் சில அம்புகள் தைத்தன. அவருக்கு வெற்றிக்களிப்பு. மற்றவர்களைப் பார்த்துப் புன்னகை பூத்தார். தீக்குழியில் இருப்பதாக உணர்ந்தான் தமிழ். இளைப்பாற நேரமும் இல்லை. அதற்கான இடமும் அது இல்லை. தொடர்ந்து அதே வேகத்தில் கேள்விக்கணைகள். தங்களின் வெற்றியைப் பறைசாற்றத் துளைத்தார்கள். பொழுதுபோக்கு பற்றிய கேள்விகளும் கேட்கப் பட்டன. படித்தவற்றைக் கொண்டு சமாளித்தான் தமிழ். நாற்பது நிமிடங்களுக்குப் பிறகு நேர்காணல் முடிந்ததாகக் கூறினார்கள். தமிழ் நன்றியை உதிர்த்து வெளியிப்போய் வந்தான். நேர்காணல் குழு

வெற்றியடைந்ததாக எண்ணினான். கையில் கோட்டை எடுத்துக் கொண்டான். டையைத் தளர்த்தினான். ஆட்டோவில் தமிழ்நாடு இல்லம் வந்துசேர்ந்தான்.

சென்னை திரும்ப வேண்டும். சரோஜினி நகர் முன்பதிவு மையம். நீண்ட வரிசை. ஒரு மணிநேரத்துக்கு மேல் தமிழும் நண்பர்களும் நின்றார்கள். இரண்டாம் வகுப்புப் படுக்கை வசதி இருக்கை அடுத்த மாதம் என்றார்கள். முன்பதிவு இல்லாமல் பயணித்தான் தமிழ். அவனுடன் சுந்தரமும் நாராயணனும் சேர்ந்துகொண்டார்கள். தமிழ்நாடு எக்ஸ்பிரஸ். இரண்டாம் வகுப்பில் படுக்கைக்குக் கீழே பேப்பரைப் போட்டு, மூவரும் சென்னை நோக்கிப் பயணித்தார்கள்.

தேர்வு முடிவுகள் வெளிவந்தன. வெற்றிபெற்றான் தமிழ். முத்துவும் நண்பர்களும் வெற்றிபெற்றார்கள். முத்துவுக்குச் சுங்கத் துறையில் பணி கிடைத்தது. ரயிலில் இரண்டாம் வகுப்புத் தரையில் பயணித்தவர் களுக்கு இந்திய ரயில்வே போக்குவரத்துப் பணியும், இந்திய ரயில்வே பணியாளர் பணியும் கிடைத்தன. தமிழுக்கு ரயில்வே போக்குவரத்துப் பணி கிடைத்தது.

தமிழ்நாட்டில் ஆட்சியராக வேண்டும் என்ற எண்ணத்தில் படித்தான் தமிழ். மாபெரும் ஏமாற்றம். வெற்றியிலும் தோல்வி. சோகம் கவ்வியது தமிழுக்கு. கலெக்டர், எஸ்பி என்ற இரண்டு பணிகளையே தமிழின் வீட்டிலும் ஊரிலும் அறிவார்கள். ரயில்வே பணி பற்றி அவர்களுக்குத் தெரியாது.

குடிமைப்பணித் தேர்வில் வெற்றிபெற்றுதான் வந்தேன் என்றான். யாரும் செவிமடுக்கவில்லை. தமிழுக்குக் கிராமத்தில் தீர்க்க வேண்டிய பிரச்சினைகள் ஏராளம். சாலையில் ஆரம்பித்து பள்ளி, சுகாதார நிலையம், கால்நடை மருத்துவமனை, நீர்த்தேக்கத் தொட்டிகள், மின்வசதிகள், தனிநபர்ப் பிரச்சினைகள் என்று அத்தனையும் காத்துக்கிடந்தன. தமிழ் இந்தப் பிரச்சினைகளைத் தீர்க்க வேண்டும் என்று நடுப்புள்ளையும் ராசக்குமாரியும் சண்முகமும் எதிர்பார்த்தார்கள். ரயில்வே பணியில் இவற்றுக்குத் தீர்வுகள் இல்லை என்பதை முத்துவும் கூறியிருந்தார். சுங்கத் துறையில் சேர முத்து முடிவெடுத்தார்.

காலையில் முத்து வீட்டிலிருந்து ஊர்வலம் புறப்பட்டது. தெருக்களைக் கடக்கக் கடக்க, இரை விழுங்கிய பாம்பின் வயிறுபோல் ஊர்வலம் பெரிதாகிக்கொண்டே வந்தது. குலசாமிக்கு நேர்ந்துவிட்ட ஆடு ஊர்வலத்துக்குத் தலைமைதாங்கிச் சென்றது. அந்த ஆடும் முத்துவுக்காகக் காத்துக்கிடந்தது. அவர் வெற்றிபெற்றால், இது வெட்டுப்படும் என முத்துவின் அப்பா வேண்டிவிட்டது. இது

இரண்டாவது ஆடு. அதற்கு முன்பு நேர்ந்த ஆட்டிற்கு வயதாகிவிட்டது. முத்து தேர்ச்சி பெறுவதாகத் தெரியவில்லை. அது விற்கப்பட்டுவிட்டது. இப்போது இரண்டாவது ஆடு. ஆட்டுக்கு முக்தி அளிக்க முத்து முடிவெடுத்துவிட்டார். மீண்டும் தேர்விற்கான முயற்சிகளை நிறுத்திக் கொண்டார். வீட்டில் அனைவரும் பெருமூச்சு விட்டனர்.

முத்துவின் பெருமைகளைப் பேச ஆரம்பித்தார் வேலு. "அவன் தெறமையானவன். காலேஜ் படிக்கறப்பவே தெரியும். பெரிய ஆளா வருவான்னு."

"அவன் நல்ல புத்திசாலிப்பா" என்றார் வடிவு.

"ஆமாம்" என்றார் வேலு.

"இவ்வளவு நாளா நீ ஊர்லே இல்லையே. இன்னிக்கி எப்படி வந்த?"

"என் மாமன் வூட்டுக்குப் போயிருந்தேன். கெடா வெட்டுன்னாங்க. அதான் பாத்துட்டுப் போவலாம்ன்னு வந்தேன்."

"இந்தக் கறிக்கொழம்புச் சோத்துக்காக இவ்வளவு தூரம் வந்திருக்கியே."

"ஏல, நம்ம பய ஒருத்தன் படிச்சி பெரிய வேலைக்கிப் போறான். பாக்க வேணாமாடா?"

"எதப் பாக்கப்போறேன்னு எனக்குத் தெரியும். நீ வா" என்றான் வடிவு.

புளியந்தோப்பு. ஆரஞ்சும் சிவப்பும் குழைத்த பூக்கள் உதிர்ந்து கொண்டிருந்தன. பிஞ்சுகளும் இருந்தன. கரும்பச்சையாக இலைகள். வாண்டுகள் புளியங்கொம்பில் தொங்கிக்கொண்டிருந்தார்கள். நடுவே வீரனார் ஒற்றைக்காலை மடக்கிக் கம்பீரமாக உட்காந்திருந்தார். ஒரு கையில் சூலம். இன்னொரு கையில் வெட்டரிவாள். அறுக்கப்பட்டுக் குங்குமம் தடவிய எலுமிச்சம் பழங்கள் கிடந்தன. வீரனாரின் பின்னே சிறிய அறை கட்டப்பட்டிருந்தது. உள்ளே ஆத்தாள் அமர்ந்திருந்தாள். வீரனாரின் முன்னே சூலங்கள் உயரமாக நின்றன. சுற்றிலும் இடிந்து போன சுவர்கள். குலதெய்வத்திற்குப் படையல் போட்டு பல மாதங்கள் ஆகியிருக்கும்போல.

ஆடு நிறுத்தப்பட்டது. பூசாரி வந்தார். இடிந்துபோன சுவர் ஓரத்தில் ஆட்டைக் கட்டினார். தாம்பாளத்தில் தேங்காய், ஊதுபத்தி, சூடம், எலுமிச்சை இருந்தன. பூசாரியின் தீட்டிய அரிவாள் பளபளத்தது. குடத்தில் தண்ணீர், பக்கத்தில் குண்டானும் வைக்கப்பட்டிருந்தது.

"அய்யனார அந்த மஞ்சளக் கரைடா. கொஞ்சம் குங்குமத்தைப் போடுடா." குரல் கொடுத்தார் பூசாரி. மாவிலையை எடுத்துத் தண்ணீரில் போட்டான். ஆத்தாளின் முன்னே ஆட்டை நிறுத்தினார் பூசாரி.

"ஆடு வெட்டப்போவுது எல்லாரும் வாங்க." கூவினான் அய்யனார். கூட்டம் சுற்றி நின்றது. ஒருவரை ஒருவர் முண்டியடித்து முன்னே வர முயன்றார்கள்.

தமிழ் ரசித்துக்கொண்டே பக்கத்தில் நின்றான். முத்து ஆட்டின் பக்கம் நின்றார்.

ஆட்டின் மீதும், ஆட்களின் மீதும் மஞ்சள்-குங்குமம் கலந்த தண்ணீரைத் தெளித்தார் பூசாரி. ஆடும் தலையை ஆட்டியது. ஆட்டின் தலையில் தண்ணீர் ஊற்றப்பட்டது. கழுத்தில் மாலையை மாட்டி னார்கள். பூசாரியின் பக்கத்தில் ஆட்டைப் பிடித்துக்கொண்டு முத்துவின் அப்பா பெருமாள் நின்றார். பூசாரி பேரம் பேசினார்.

"இருநூறு ரூபா குடுத்துடுங்க."

"யோவ் அவ்வளவுக்கு எங்க போவ. நூறு வாங்கிக்க. கொஞ்சம் கறியும் சோறும் தாரேன்."

"நூத்தம்பதாவது குடுங்க."

"ஆட்ட வெட்டய்யா. கேக்கற நேரமா இது."

“பூசாரி ஆத்தா வரம் குடுத்துடுச்சி. இன்னும் என்னய்யா பண்ற?” பின்னாடி இருந்த பெருசு, பட்டைக்கும் கறிக்கும் குரல் கொடுத்தது.

ஆடு தலையைப் பலமாக உதறியது. “ஆத்தா சரின்னு சொல்லிட்டா. வெட்டப்போறேன். எல்லாம் வேண்டிக்கிங்கோ.” பூசாரி அரிவாளைத் தூக்கிப் போட்டார். தலை தொங்கியது.

“ஏய் பூசாரி. காலையில சாப்புட்டு வந்தியா? ஒழுங்கா வெட்டத் தெரியல? நீயெல்லாம் பூசாரியா?”

பூசாரி நேரடியாக ஆத்தாளிடம் பேச ஆரம்பித்தார்.

“ஆத்தா நீ கவலைப்படாதே! சொன்னபடி இருநூறு கொடுத்துடு வாங்க.” ஆத்தாளைச் சாட்சியாக்கிக்கொண்டார்.

“நல்ல வரம் குடு ஆத்தா” என்று மறுபடியும் போட்டார். தலை துண்டானது. கூட்டத்திற்குக் கறி உறுதிசெய்யப்பட்டது. கூட்டம் கலைந்து மரத்தடிக்குச் சென்றது.

வேலியை நோக்கி ஓடினான் கிருஷ்ணன்.

அடுப்பு பற்றவைத்துப் பெரிய பானைகளில் பெண்கள் அரிசியிட்டார்கள். இரண்டு குண்டாக்களில் கறி வேகவைக்க ஏற்பாடாகியது. புளியமரத்தடியில் தமிழும் முத்துவும் பேசிக் கொண்டிருந்தார்கள்.

“நல்ல காலம் ஆட்டுக்கு விடுதலை குடுத்துட்டீங்க” என்றான் தமிழ்.

பானையில் இருந்த தண்ணீரை டம்ளரில் எடுத்துக் குடித்தான். கோயிலின் அடுத்த பக்கத்தில் இருந்த கும்பல் ஓடிவந்தது. மூச்சிரைக்க தமிழின் முன் நின்றது. “கிளாஸ் எத்தனை ரூபா?”

“ரெண்டு ரூபா.” சிரித்தான் தமிழ்.

“நல்லா இருக்குமில்ல” என்று துருவியது பெருசு.

“நல்ல சரக்குதான்.”

ஒரு கிளாஸ் எடுத்துக்கொண்டு மறைவாகச் சென்றார் பெருசு. குடித்துவிட்டுத் ‘தூத்தூ’ என்று துப்பிக்கொண்டே வந்தார்.

“ஏலே இது சாராயம் இல்லடா.” முகம் கோணலாகியது.

“என்ன சார்? இப்படிப் பண்ணிட்டிங்க?” பெருசு முனகிக் கொண்டே கறிச்சோறு சமைக்கும் இடம் நோக்கி நகர்ந்தார்.

முகத்தில் பாதி ஏமாற்றம். 'கறிச்சோறையாவது முதல்லயே உக்காந்து புடிச்சுடணும்' என்று சபதம் எடுத்துக்கொண்டார். பானையைச் சுற்றி நின்றுகொண்டிருந்தார். தமிழும் முத்துவும் படையல் முடிந்து வீடு திரும்பினார்கள். பூசாரியின் வேண்டுதல் பலிக்கவில்லை. பேரம் கறிச்சோற்றுக்கும் நூற்றைம்பதுக்கும் முடிந்து விட்டது.

மீண்டும் நான்காம் முதல்நிலைத் தேர்வை எழுதினான் தமிழ். முடிவுகள் வெளிவந்தன. முதல்நிலைத் தேர்வில் தோல்வி. ஏமாற்றம். கனவுக்கோட்டைகள் உடைந்து நொறுங்கின. குழம்பிய குட்டை யானான். வேளாண் துறையை விட்டு விலகினான். ரயில்வே துறைப் பயிற்சிக்குப் புறப்பட்டான் மசூரி நோக்கி.

ரயில் பயணம் பழக்கமாகியிருந்தது தமிழுக்கு. தில்லியில் மாநிலங்களுக்கு இடையேயான பேருந்து நிலையம் வந்தடைந்தான். பரபப்பாக இருந்தது. மூட்டையும் முடிச்சுமாக மக்கள் சென்று கொண்டிருந்தார்கள். ஆங்காங்கே குப்பைகள். கூட்டம் அலைமோதியது. மொழி புரியாத இரைச்சல். ஒரு பேருந்தில் டெஹ்ராடூன் ஆங்கிலப் பெயர்ப்பலகையைப் பார்த்தான் தமிழ்.

எட்டு மணிநேரப் பயணம். கரும்பும் கோதுமையும் சாலையின் இருபுறங்களிலும் காணப்பட்டன. ஒற்றை மாட்டு எருமை வண்டி களில் விவசாயிகள் கரும்பு ஏற்றிச் சென்றார்கள். வளமான மண். தேக்குமரக் காடுகள் டெஹ்ராடூன் முன் நிறைந்திருந்தன. டெஹ்ராடூன் பேருந்து நிலையம் வந்தடைந்தான் தமிழ். குண்டும் குழியுமாக இருந்தது. டீக்கடையின் முன் நின்றவர்களிடம் "மசூரி, மசூரி" என்று கூறினான் தமிழ்.

தெரியாத மொழி இந்தி. ஊர்ப் பெயரைச் சொல்லிப் பேருந்தைக் கண்டுபிடித்தான். சிலர் கைகாட்டினார்கள். சைகை மொழிக்குத் தாவினான் தமிழ். நின்றவர்கள் பேருந்தை அடையாளம் காட்டி னார்கள். பேருந்தின் பின்னால் தகரங்கள் துருத்திக்கொண்டு இருந்தன. பெயிண்டைப் பார்த்துப் பல வருடங்கள் ஆகியிருக்கும்போல. சிறிய ஜன்னல்கள். பாதிக் கண்ணாடி மேலே ஏற்றப்பட்டிருந்தது. பான்பராக் கறைகள் கண்ணாடிக்கும் பேருந்திற்கும் வண்ணத்தை அளித்தன. பழுப்பு நிற இருக்கைகள். சிறிய பேருந்து. பேருந்தின் பின்படிக்கட்டு வழியாக சூட்கேஸை உள்ளே தள்ளினான். மேலே ஏறி மீதி சூட்கேஸை உள்ளே இழுத்தான். இருக்கைகளுக்கு இடையில் வைக்க இடமில்லை. ஆட்களே காலை மடக்கி உட்கார வசதியில்லை. பேருந்தின் கடைசி இருக்கையில் கம்பியை ஒரு கையில் பிடித்துக்கொண்டு மறு கையில்

பெட்டியைப் பிடித்துக்கொண்டான். கூண்டுக்குள் சிக்கிய சிறுத்தை போல ஆனான்.

பேருந்து நகர ஆரம்பித்தது. பின்னால் வருபவர்கள் புகை மண்டலத்தில் சிக்குண்டார்கள். அதுவே இருச்சக்கர வாகனத்தில் வருபவர்கள் பேருந்தை இடிக்காமல் பார்த்துக்கொண்டது. டிக்கெட்டைப் பெற்றுக்கொண்டான். சற்றுத் தூரம் கழித்து உறுமல் அதிகமானது. பேருந்து இமயமலை அடிவாரத்தை அடைந்தது.

பச்சைப் பட்டாடை உடுத்திப் படுத்திருந்தாள் இமயம். ஆங்காங்கே பெருமரங்களும் செடிகளும் கொடிகளும் நிறைந்திருந்தன. சாலை ஓரங்களில் வாகை மரங்கள் அடர்ந்து படர்ந்திருந்தன. தூரத்தில் தேவதாரு, ஊசியிலை, தேக்கு மரங்கள் காணப்பட்டன. எத்தனை நூற்றாண்டுகளைக் கடந்தவை என்று அறிய முடியவில்லை. சிறு அருவிகள் சாலை ஓரங்களில் சலசலப்பை ஏற்படுத்தின. குயில்களும் மைனாக்களும் ஆங்காங்கே இன்னிசை பாடின. மெல்லிய காற்று தழுவியது. மேகக்கூட்டங்கள் மலை மேல் தவழ்ந்தன.

வானம் பார்த்த பூமியில் பிறந்து வானத்தைத் தொடும் பூமியில் பயணித்துக்கொண்டிருந்தான் தமிழ். பழக்கமில்லாத மனிதர்கள். புரியாத இடங்கள். கொண்டைஊசி வளைவுகளில் ஆடிஆடி பேருந்தைச் செலுத்தினார் ஓட்டுநர். பேருந்தின் ஆட்டத்திற்கேற்ப பயணிகளும் ஆடிக்கொண்டிருந்தார்கள். எண்ணெய் காணாத, பூக்கள் இல்லாத தலைகள். இடதுபுறம் மட்டுமே வண்டியை ஓட்ட வேண்டும் என்ற விதிமுறையை ஓட்டுநர் தவறவில்லை.

கடைசியில் குறுகிய சந்து வழியாக முக்கிமுனகி ஏறியது பேருந்து. பெருமூச்சு விட்டு ஆசுவாசப்படுத்திக்கொண்டது. என்ஜின் வேகத்தை அதிகப்படுத்தி ஓட்டுநர் நிறுத்தினார். பேருந்திலிருந்து அனைவரும் இறங்கினார்கள். இதுதான் மசூரி என்று ஊகித்துக்கொண்டு இறங்கினான் தமிழ்.

பெட்டியைக் கையில் தூக்கினான். சிறிய பேருந்து நிலையம். மக்கள் பரபரப்பாக இயங்கினார்கள். சைக்கிள் ரிக்ஷாக்கள் நின்றன. வாடகை மகிழ்வுந்துகள் நின்றன. குழந்தைகள் குதிரை மேல் சவாரி செய்துகொண்டிருந்தார்கள். வளமையான மனிதர்களும் இளமையான மங்கைகளும் நடந்துகொண்டிருந்தார்கள். பெண்கள் உதட்டுச் சாயம் பூசியிருந்தார்கள். கண்ணாடி ஜன்னல்கள் பொருத்தப்பட்ட ஹோட்டல்கள் தென்பட்டன. எப்படி அந்த ஐஏஎஸ் அகாடமியைக் கண்டுபிடிப்பது?

அங்கே அருகில் நின்றவரிடம் "அகாடமி" என்று கூறினான் தமிழ். ஒடுக்கு விழுந்த கன்னங்கள், குழிவிழுந்த கண்கள், அழுக்கடைந்த பேண்ட் சட்டை போட்டவர் பரிதாபத்துடன் பார்த்தார். மீண்டும் "அகாடமி" என்றான். அவர் தலையசைத்துக் கையை நீட்டினார். பின்னால் தமிழ் நடந்தான். பெட்டியைத் தூக்குவது கடினமாக இருந்தது. ஊரில் கடலை மூட்டையும் நெல் மூட்டையும் தூக்கிய பயிற்சி உதவியாக இருந்தது. இருவரும் ஆங்காங்கே நின்று புன்னகை பூத்தார்கள்.

சைகை மொழியில் நடைப்பயணம். அவர் இதற்கு முன்பு பல்வேறு மாணவர்களைப் பார்த்திருக்கக்கூடும். நடத்தியே அகாடமிக்குக் கொண்டுசேர்த்தார். குளிரிலும் வியர்த்தது. வளைந்து வளைந்து சென்றது சாலை. பிறகுதான் தெரிந்தது அது மூன்று கிலோமீட்டர் தூரம் என்று.

லால் பகதூர் சாஸ்திரி தேசிய பயிற்சி நிறுவனம், மசூரியில் அடியெடுத்துவைத்தான் தமிழ். இந்திய குடிமைப்பணித் தேர்வில் ஐஏஎஸ், ஐபிஎஸ், வெளியுறவுத் துறை, வருமானவரித் துறை, மற்ற குடிமைப்பணிக்கும் தேர்வானவர்கள் அடிப்படைப் பயிற்சிக்கு வந்தார்கள்.

உள்ளே சர்தார் பட்டேல் சிலையும் லால்பகதூர் சாஸ்திரி சிலையும் வரவேற்றன. தேவதாரு மரங்களும் பைன் மரங்களும் பயிற்சி நிலையத்தில் நிறைந்திருந்தன. மலையைச் சுற்றிலும் மேகக்கூட்டங்கள் தாலாட்டுப் பாடி நின்றன. பயிற்சி நிலையத்தில் ஆண்களும் பெண் களும் பட்டாம்பூச்சிகளாகச் சுற்றித்திரிந்தார்கள்.

வரவேற்பறையில் நுழைந்து கடிதத்தைக் கொடுத்தான் தமிழ். காவேரி விடுதியில் அறை ஒதுக்கப்பட்டது. இருநூறு மீட்டர் தூரத்தில் கீழே இருந்தது. வழிகாட்டியவரைப் பயிற்சி நிலைய உணவறையில் கண்டான் தமிழ். இருவரும் புன்னகைகளைப் பரிமாறினர். அவர் தமிழுக்கு உணவைப் பரிமாறினார். சமையல்காரர் என்று புரிந்தது தமிழுக்கு. அவர் பயிற்சிக்கு வரும் மாணவர் என்று முன்னமே அறிந்திருந்தார் போலும். பெட்டி தூக்கும் பயிற்சியைத் தமிழுக்கு அவர் கொடுத்திருக்க வேண்டியதில்லை. வாடகை வண்டியை எடுத்தாவது அகாடமி வந்திருக்கலாம்.

வேறு கிரகத்தில் பயணிப்பதுபோல் இருந்தது தமிழுக்கு. பல்வேறு மொழி, உணவு, உடை. ஜீன்ஸ் டீ-சர்ட்டுகளில் வலம்வரும் மங்கைகள், மழலைமொழியும் கிளிமொழியும் பேசும் குயில்களாகத் தெரிந்தார்கள். பல்வேறு மாநிலங்களிலிருந்து வந்த மாணவ மாணவிகள்.

மங்கைகளுடன் கொஞ்சிக்குலாவிடும் இளைஞர்கள். நுனிநாக்கில் ஆங்கிலம். அனைவரும் பரவசத்தில் இருப்பதுபோல் தெரிந்தது தமிழுக்கு.

காலை ஐந்து மணிக்கு விசில் சத்தம். விளையாட்டு மைதானத்தில் டைகர் ராணா விசில் அடித்துக்கொண்டிருந்தார். உடற்பயிற்சி ஆசிரியர். விடுதி பரபரப்பானது. அனைத்து அறைகளிலும் வெளிச்சம் தெரிந்தது. 'சாய், சாய்' எனக் கதவைத் தட்டி தேநீர் கொடுத்தார் பணியாளர். கடும் குளிர். போர்வையிலிருந்து தலையை வெளியே நீட்டினான் தமிழ். ராம்தேவ் அறைத்தோழன். ஏதோ இந்தியில் சொல்லித்திரிந்தார். பேந்தபேந்த விழித்தான் தமிழ். பிறகு, ஆங்கிலத்தில் உரையாடினர்.

உடற்பயிற்சி மைதானத்தில் ராணா அனைவரையும் புரட்டியெடுத்தார். ஒவ்வொரு நாளும் ஒரு பயிற்சி. சிலநாட்கள் யோகா, சிலநாட்கள் பத்து கிலோமீட்டருக்குக் குறையாமல் ஓட்டம்.

ராம்தேவ் மத்தியப் புலனாய்வுப் பிரிவிற்குத் தேர்ச்சிபெற்றிருந்தார். நல்ல உயரம். காண்பவரை வசீகரிக்கும் தன்மை. நுனிநாக்கில் ஆங்கிலம். அதே வருடம் ஆட்சிப் பணிக்கு உத்தரப் பிரதேச மாநிலத்திலிருந்து ரோகிணியும் தேர்ச்சிபெற்றிருந்தாள். காண்பவரின் கண்களைக் கொள்ளை கொண்டாள். ஆங்கிலப் புலமை. இருவரும் ஒன்றாகச் சுற்றித்திரிந்தார்கள். வகுப்புகள் முடிந்து மாலை நேரங்களில் உணவு விடுதிகளிலும் நூலகங்களிலும் அவர்களைக் காண முடிந்தது. ரோகிணியின் பிறந்தநாளை அனைவரையும் அழைத்து விமரிசையாகக் கொண்டாடினார். சிலருக்குப் பொறாமையாகவும் இருந்தது. அவர்கள் காதலிப்பதாக விஜய் கூறினான். அவன் பாதுகாப்புத் துறைக் கணக்காயர் பணியில் சேர்ந்திருந்தான்.

தமிழும் விஜயும் நெருங்கிய நண்பர்கள். ராம்தேவ் ரோகிணி ஜோடிக்கிளிகளாக வலம்வந்தனர். மலையேற்றப் பயிற்சிக்கான குழுக்கள் அமைக்கப்பட்டன. இருவரும் வெவ்வேறு குழுக்களில் சேர்க்கப்பட்டிருந்தனர். ஒரே குழுவில் செல்வதற்கு ராம்தேவ் முயன்றார். நிர்வாகம் ஏற்கவில்லை. மலையேற்றப் பயிற்சிக்குச் செல்லும் அன்று இருவரும் பிரியா விடைபெற்று நின்றார்கள். கங்கோத்திரிக் குழுவில் ராம்தேவ் சென்றார். யமுனோத்திரிக் குழுவில் ரோகிணி சென்றார். பதினைந்து நாட்கள் பயிற்சி முடிந்து குழுக்கள் பயிற்சி மையத்திற்குத் திரும்பினர். ரோகிணியும் ராகுலும் கைகோத்துத் திரும்பினார்கள். ராகுல் இந்திய ஆட்சிப் பணியில் தேர்ச்சி பெற்றிருந்தவர். சில காலங்கள் ராம்தேவ் இந்தியில் சோக கீதங்கள் பாடித் திரிந்தார்.

விடுதி, விளையாட்டு மைதானம், உணவறை, நூலகம், கலையரங்கம், வகுப்பறைகள் என ஒவ்வொன்றும் மலையின் வெவ்வேறு உயரங்களில் இருக்கும். ஒவ்வொன்றிற்கும் மேலேயும் கீழேயும் ஏறி இறங்க வேண்டும். உடற்பயிற்சி முடித்து வகுப்பில் பாடங்களைக் கவனிப்பது சவாலாக இருந்தது. வகுப்பறையில் கனவுகண்டவர்களே அதிகம். பெரும்பாலானோர் தூங்கிவழிந்தார்கள். அது தமிழுக்குப் புதிதல்ல. மாணவர்களை விழிப்புடன் வைத்திருக்க சர்தார் படேல் கூடத்தில் கைகளில்லா இருக்கைகளை நிர்வாகம் வழங்கியிருந்தது. ஜம்மு காஷ்மீர் தீவிரவாதிகளின் பிரச்சினைகளை அப்துல்லா வெற்றிகரமாகக் கையாண்டதை விளக்கிக்கொண்டிருந்தார். வகுப்பு நிசப்தமாகச் சென்றது. திடீரெனக் கீழே விழுந்த சஞ்சய் தன் கறுப்புக் கண்ணாடியைச் சரிசெய்து மீண்டும் இருக்கையில் அமர்ந்தான். வகுப்பு கொல்லென்றது. முன்வரிசையில் சலசலப்பு. பாதி உறக்கத்தில் இருந்த மற்றவர்களும் விழித்துக்கொண்டார்கள்.

தமிழும் ராம்தேவும் ஒருவரை ஒருவர் புரிந்துகொண்டார்கள். இருவரும் தனித்தனியாக மலையேற்றப் பயிற்சிக்குச் சென்றார்கள். தமிழ் திரும்பிவந்தான். கையில் கட்டுடன் உட்காந்திருந்தான் ராம்தேவ். இறங்கும்போது விழுந்து கையை முறித்துக்கொண்டான். மனதும் முறிந்திருந்தது. இருவரும் பயிற்சியை முடிக்க வேண்டும். தினமும் செவிலியர்கள் வருவதாகத் தெரியவில்லை. அவதிப்பட்டான் ராம்தேவ். செவிலியாக மாறினான் தமிழ். குளிப்பாட்டித் துவட்டிவிட்டான். வகுப்பறைக்கு அழைத்துச்சென்றான். தமிழுக்குக் கூடுதல் அனுபவம்.

வளாகத்தில் நின்ற சிவப்புச் சுழல்விளக்கு பொருத்தப்பட்ட மகிழுந்துகள் பெரும் ஏக்கத்தை உண்டாக்கின. வண்டிகள் சைரன் சத்தத்துடன் செல்லும்போது கிடைக்கும் வரவேற்பு வியப்பை ஏற்படுத்தியிருந்தது. அது அதிகாரச் சின்னம். அதில் பயணிக்க வேண்டும் என்பது தமிழின் கனவு. கிடைத்ததோ ரயில்வே துறைப் போக்குவரத்துப் பணி. அப்பணியில் அதிகாரங்கள் இல்லை. அங்கிருந்த வண்டிகளின் அருகில் நின்று புகைப்படங்கள் எடுத்துக்கொண்டான். கிராமத்துக் கனவுகளையும் பிரச்சினைகளையும் மறக்க முடியவில்லை. அந்த ஏக்கம் அவனைத் தின்றன.

மீண்டும் படையெடுத்தான் தமிழ். இன்னும் ஒருமுறை குடிமைப் பணித் தேர்வை எழுத வேண்டும். மூன்று மாதப் பயிற்சிகள் முடிந்தன. தமிழ் வதோதரா ரயில்வே பயிற்சி நிலையத்தில் சேர வேண்டும். அங்கு செல்லவில்லை. நேராகத் தில்லி சென்றான். ரயில்வே அமைச்சகம் ஆங்கிலேயர்களால் கட்டப்பட்டது. பெரிய ஜன்னல்கள். வெளிச்சமும்

காற்றோட்டமும் நிறைந்த கட்டடங்கள். அதற்குப் பின் அவ்வாறான நிர்வாகக் கட்டடங்கள் எழுப்பப்படவில்லை. துணைச் செயலாளரின் அறைக்குச் சென்றான்.

உடைந்துபோன நாற்காலியைக் காட்டினார். தயங்கிக்கொண்டே அமர்ந்தான் தமிழ். இந்தியும் ஆங்கிலமும் கலந்து கேட்டார். "இங்கு ஏன் வந்தாய்?"

"சார், கால் மூட்டு வலி. மூன்று மாதம் விடுப்பு வேண்டும்."

தமிழை மேலும் கீழும் பார்த்தார். "மீண்டும் தேர்வு எழுதப் போகிறீர்களா?"

தமிழ் அமைதியாய் அவரைப் பார்த்து, "ஆம்" என்றான்.

"மீண்டும் தேர்வு எழுத வேண்டும் என்றால் ஒரு வருடம் கட்டாய விடுப்பில் செல்ல வேண்டும். இந்த வருடம் விதிமுறைகள் மாற்றப் பட்டுவிட்டன. அதற்காக நீங்கள் கடிதம் தர வேண்டும்."

அவரிடமே காகிதத்தை வாங்கிக் கடிதத்தைக் கொடுத்துவிட்டு வெளியேறினான்.

15

இந்திய வேளாண்மை ஆராய்ச்சிக்கழகம் தில்லி பூசாவில் அமைந்துள்ளது. புழுதியும் புகையும் நிறைந்த புதுதில்லியில் இனிமையும் குளிர்மையும் தரவல்லது. ஓங்கி வளர்ந்த மரங்கள். கோதுமை விளையும் நிலங்கள். கடுகு வயல்கள். இடையிடையே ஆங்கிலேயர் கால செந்நிறக் கட்டடங்கள்.

பல ஆராய்ச்சி நிலையங்கள், ஆய்வுக்கூடங்கள், வகுப்பறைகள், விடுதிகள் வரலாற்றைத் தாங்கிநிற்பன. ஒவ்வொரு கட்டடமும் ஒவ்வொரு மரமும் ஒவ்வொரு காதல் கதை கூறும். எத்தனையோ விஞ்ஞானிகளையும் பேராசிரியர்களையும் ஆட்சியாளர்களையும் உருவாக்கிய கட்டடங்கள். ஆராய்ச்சி நிலையம் பறவைகளுக்குச் சரணாலயம். முதுகலை வேளாண் கல்வி படிக்க வருபவர்களுக்கும் அதுதான் சரணாலயம். இந்தியா முழுவதிலிருந்தும் வேளாண் கல்லூரி மாணவர்கள் அங்கு தங்கி குடிமைப்பணித் தேர்வுக்குப் படிப்பதுண்டு. ஒரு காலகட்டத்தில் விஞ்ஞானிகளை உருவாக்குவதைவிட ஆட்சிப் பணியாளர்களை அதிகமாகப் பூசா உருவாக்கியது.

ஐந்தாம் முறை. தமிழின் கனவு தூங்கவிடவில்லை. எரிந்து கொண்டிருந்தது. கடைசியாக ஒரு முயற்சி.

"தெய்வத்தான் ஆகா தெனினும் முயற்சிதன் மெய்வருத்தக் கூலி தரும்" என்று வள்ளுவரும், "தேடிச்சோறு நிதம் தின்று" என்று பாரதியாரும் தீ மூட்டினார்கள்.

இம்முறை பூசாவில் தங்கித் தேர்வை எழுதலாம் என முடிவு செய்தான். கல்லூரி நண்பன் செந்திலும் செல்வக்குமாரும் பயிர் நோயியல் துறையில் ஆராய்ச்சிப் படிப்பை அங்குத் தொடர்ந்தார்கள்.

ஆட்டோவிலிருந்து இறங்கினான். ஓட்டுநர் "பச்சீஸ்" என்றார்.

தமிழ் "பச்சாஸ்" என்றான். ஆட்டோ ஓட்டுநருக்குப் புரியவில்லை. தனது இந்திப் புலமையை அவரிடம் காட்டினான் தமிழ். நீண்ட நேர விவாதம். கடைசியில் அவர் ஒப்புக்கொண்டு பணத்தைப் பெற்றுச் சென்றார். பெட்டிப்படுக்கையுடன் செந்தில் அறைமுன் நின்றான்.

"வாய்யா பெருசு." அழைத்தான் செந்தில்.

பெட்டியைப் படுக்கைக்குக் கீழே தள்ளினான் தமிழ். காலணி களைக் கழற்றிவிட்டுப் படுக்கையில் அமர்ந்தான். "பயிற்சி எப்படி இருந்தது?" கேட்டான் செந்தில்.

மூன்று மாதகால அனுபவங்களைப் பகிர்ந்தான் தமிழ்.

செல்வா உள்ளே வந்தார். "வாங்க தமிழ். எப்படி இருக்கீங்க?"

உரையாடல் தொடர்ந்தது. தமிழ் தனது இந்தித் திறமையை விளக்கினான். ஆட்டோக்காரரிடம் நடந்த உரையாடலைக் கூறினான். இருவரும் விழுந்து விழுந்து சிரித்தார்கள்.

"சொல்லிட்டுச் சிரிடா" என்றான் தமிழ்.

"பெருசு. அவன் இருபத்தஞ்சு ரூபா கேட்டிருக்கான். நீ அம்பது ரூபா குடுத்திருக்கியே" என்றான். அப்போதுதான் தமிழுக்குப் புரிந்தது, பச்சீஸுக்கும் பச்சாஸுக்கும் உள்ள வித்தியாசம்.

காலை உணவிற்குக் கேன்டீன் அழைத்துச்சென்றான் செந்தில். விருந்தினராக விடுதியில் தமிழை அறிமுகப்படுத்தினான். இருவரும் மாறிமாறி ஒரு வாரம் அவர்கள் அறையில் தங்கவைத்தார்கள். செந்திலும் குடிமைப்பணித் தேர்விற்குத் தயார்செய்தான். தமிழும் செந்திலும் பாடங்களைக் கலந்தாலோசித்தார்கள்.

வருடா வருடம் பூசா வேளாண் ஆராய்ச்சிக் கழக மாணவர்கள் அதிக அளவில் குடிமைப்பணித் தேர்வில் தேர்ச்சியடைந்தார்கள். இது நிர்வாகத்திற்குப் பிரச்சினைகளை உண்டாக்கியது. பெரும்பாலான மாணவர்கள் முதுகலையைத் தொடரவில்லை. ஆராய்ச்சிகளை

முடிக்கவில்லை. நிர்வாகம் இந்த வருடம் மாணவர்களைத் தவிர யாரையும் தங்க அனுமதிப்பதில்லை என்று அறிக்கை விட்டது. அத்துடன் நிற்கவில்லை.

செந்தில் வேகமாக அறைக்கு ஓடிவந்தான். தமிழ் படித்துக் கொண்டிருந்தான்.

"ஐயோ பெருசு. செக்கிங் வரானுங்க."

"என்ன பண்றது?" என்றான். பேண்ட் சட்டைக்குள் நுழைந்து கொண்டான் தமிழ்.

"செல்வா இருக்காரா பாருடா" என்றான். அடுத்த கட்டடத்தில் செல்வா இருந்தார்.

உடனடியாக அங்கே தமிழ் இடமாற்றம் செய்யப்பட்டான். மீண்டும் அங்கே சோதனைக்கு வந்தார்கள். செல்வா அறையில் தமிழை வைத்துப் பூட்டிச் சென்றுவிட்டார். இந்தக் கண்ணாமூச்சி விளையாட்டு இரண்டு வாரங்கள் தொடர்ந்தன. தமிழுக்குச் சிக்கல்கள் அதிகமாகின. முதல்நிலைத் தேர்வை தில்லியிலிருந்து எழுத விண்ணப்பித்துவிட்டான். அங்கே தங்கிப் படிப்பது சிரமமாக இருந்தது. தேர்வு எழுதும் வரை தங்கியிருக்க வேண்டும்.

பயிர் உடலியல் துறை உதவிப் பேராசிரியர் விஸ்வா தமிழுக்குப் புகலிடம் தந்தார். அவருடைய வீடு ஐந்தாம் தளத்தில் இருந்தது. பகலில் அவர் வேலைக்குச் சென்று இரவு திரும்புவார். படிப்பதற்கு வீட்டில் அறை ஒதுக்கிக்கொடுத்தார். தொல்லைகள் ஏதும் இல்லை. ஐந்தாம் தளம். தில்லியில் வெப்பம் நாற்பத்தைந்து டிகிரிக்கு மேல். மின்விசிறி, உடலிலிருந்து தண்ணீர் ஆவியாவதை அதிகப்படுத்தியது. செங்கல்சூளையில் வேலைபார்ப்பது போன்ற அனுபவம் தமிழுக்கு. குழாயில் ஐந்து லிட்டர் கேன் தண்ணீர் பிடித்துக் குடித்துக்கொண்டே இருந்தான். துண்டை நனைத்து மேலே போட்டுக்கொண்டான். சில நேரங்களில் ஈரத்துணியை வயிற்றிலும் கட்டிக்கொண்டான்.

உணவிற்கு வெளியே செல்ல வேண்டும். விடுதியில் உண்பதற்கு யாரேனும் ஒரு நண்பரைச் சார்ந்திருக்க வேண்டும். விருந்தினராகப் பதினைந்து நாட்கள் வைத்துக்கொள்ள முடியும். பட்டினிப் போராட்டம் தமிழுக்கு. பிரியா பிஸ்கட்டால் வயிற்றை நிரப்பினான். இரவு பகலாகப் படிப்பு தொடர்ந்தது. 'கற்கை நன்றே கற்கை நன்றே பட்டினி கிடப்பினும் கற்கை நன்றே. அடைந்தால் ஐஏஎஸ். இல்லையென்றால் இழப்பதற்கு ஒன்றுமில்லை.' நினைவுக்கு வந்தது.

தேர்வு நாள் வந்தது. ஆட்டோவில் ஏறினான் தமிழ். மேற்கு டெல்லி, அரசுப் பள்ளி. முதல்நிலைத் தேர்வு எழுதச்சென்றான். காலையில் தேர்வுகள் முடிந்தன. மதியம் பொது அறிவுத் தேர்வு. பாதித் தேர்வில் ஜன்னல்கள் வேகமாக அடித்தன. குப்பைகளும் பிளாஸ்டிக் பைகளும் உள்ளே வந்தன. புழுதிமண்டலத்தில் மாணவர்கள். மின் இணைப்புகள் துண்டிக்கப்பட்டன. தேர்வறை இருட்டறை ஆகியது. தமிழுக்குப் புரியவில்லை. கோடைகாலங்களில் வட மாநிலங்களைத் தாக்கும் புழுதிப்புயல். ஆந்தி.

இதயத்தை உலக்கையால் குத்துவதுபோல் இருந்தது தமிழுக்கு. வாழ்வின் கடைசி முயற்சி. விடியுமா? விடியாதா? புலப்படவில்லை. கைகள் படபடத்தன. கத்தினான் தமிழ். "சார், லைட். லைட்."

மேற்பார்வையாளர் ஒளி ஏற்றினார். மெழுகுவர்த்தியைக் கொளுத்தி மேசையில் வைத்தார். அந்த வெளிச்சத்தில் தேர்வை எழுதினான். விடைத்தாளைச் சமர்ப்பித்து வெளியே வந்தான் தமிழ். புழுதிப்புயல் அந்தப் பகுதியைத் தாண்டிச்சென்றது. வெளிச்சம் தெரிந்தது.

முதல்நிலைத் தேர்வில் வெற்றி. மீண்டும் அண்ணா பயிற்சி நிலையம் சென்னைக்கு வந்துசேர்ந்தான் தமிழ். பழக்கப்பட்ட இடங்கள். மீண்டும் மீண்டும் தேர்வெழுதும் நண்பர்கள். முதன்மைத் தேர்வை எப்படி எழுத வேண்டும் என்று தெளிவு பெற்றிருந்தான்.

ஐந்தாம் முறை குடிமைப்பணித் தேர்வு. ஒவ்வொரு பாடத்திலும் கடந்த ஐந்து வருடத்திற்கான கேள்வித்தாள்களைப் பார்த்துத் தயார்செய்தான். தேர்விற்கு எதைப் படிக்கக் கூடாது என்ற தெளிவைப் பெற்றான் தமிழ். ஒவ்வொரு பாடத்திலும் தொடர்ந்து கேள்விகள் கேட்கப்படும் பகுதிகள் தெளிவாகத் தெரிந்தன. கேள்விகள் பலவிதங்கள். பதில்கள் ஒரே பகுதியிலிருந்து வந்தன. அதற்கான பதில்களைத் தயார் செய்தான். பல இரவுகள் விடிந்தன. படித்தல், எழுதுதல் பழக்கமானது. ஓய்வு என்பது ஒரு பாடத்திலிருந்து மற்ற பாடத்தைப் படிப்பது மட்டுமே.

பதினான்கு மணிநேரம் நாற்காலியில். மாதிரித் தேர்வுகளைத் தொடர்ந்து எழுதினான். தமிழின் மாதிரி விடைகள் மாணவர்களின் பார்வைக்கு வைக்கப்பட்டன. தற்கால நிகழ்வுகளுக்கு விடைகளைத் தொடர்ந்து தயாரித்தான். ஒவ்வொரு பாடத்தையும் இரண்டு மூன்று முறை படித்தான். படிப்பு இனிமையாகத் தெரிந்தது.

ஒவ்வொரு கேள்விக்கும் நேரம் ஒதுக்கினான். அதற்குள் விடை எழுதிமுடிக்க வேண்டும். இல்லையெனில் அடுத்த கேள்விக்குப் பதில்

எழுத வேண்டும். மதிப்பெண்களுக்குத் தகுந்தவாறு பதில்கள் நீண்டோ குறுகியோ இருக்க வேண்டும். கேள்வி நிர்வாகம், நேர நிர்வாகம் பயின்றான். முகவுரையில் பதில் தொடங்கும், பின் விரிவான பதில். நன்மை தீமை விவாதிக்கப்பட்டு முடிவுரை எழுதப்பட்டது. தேர்வுகள் வந்தன. திட்டமிட்டபடி எழுதி முடித்தான் தமிழ். இந்தத் தேர்வுகளுக்குப் படித்ததே நீண்ட பயிற்சியைக் கொடுத்தது தமிழுக்கு. ஐந்தாண்டுகள் உருண்டோடிவிட்டன.

இதற்குள் நான்கு முறை இந்திய வனப்பணிக்கான தேர்வையும் எழுதியிருந்தான் தமிழ். ஒவ்வொரு முறையும் தோல்வி.

நவஜீவன் எக்ஸ்பிரஸ். இரண்டு நாட்கள் பயணத்திற்குப் பிறகு வதோதரா வந்துசேர்ந்தான் தமிழ். சூரியக்கதிர்கள் ஒளிவீசின. ஆட்டோவில் இந்திய ரயில்வே பணியாளர் கல்லூரியை நோக்கிப் பயணித்தான். கல்லூரி போகும் வழியெங்கும் மக்கள் கூட்டமாக நின்றார்கள். சிலர் அங்குமிங்கும் ஓடினார்கள். பெரிய கட்டடங்களுக்கு முன்பும் குடிசைகளுக்கு முன்பும் கூட்டம். சாலைகளில் போக்குவரத்து நெரிசல். ஏன் காலையிலேயே வெளியில் நிற்கிறார்கள் என்பது தமிழுக்குப் புரியவில்லை.

குடியரசு தினக் கொண்டாட்டங்களுக்காக வெளியில் செல்கிறார்களா என்று புரியவில்லை. அன்று குடியரசு தினம். அதற்கான உடைகளை அணிந்ததுபோல் தெரியவில்லை. யோசித்துக்கொண்டே கல்லூரியை அடைந்தான். கல்லூரியிலும் மாணவர்கள் வெளியே நின்றார்கள். ஆட்டோவிலிருந்து பெட்டியை இறக்கி உள்ளே சென்றான். தமிழுடன் மசூரியில் பயின்ற சுந்தரமும் கல்லூரியின் சீனியர் மகேசனும் அங்கே நின்றார்கள்.

“வாப்பா” என்றார் மகேசன்.

“இப்பதான் வரீங்களா?” சுந்தரம் கேட்டார்.

“உள்ளார பெட்டிய வச்சிட்டு வந்துடட்டுமா?”

“கொஞ்சம் பொறுப்பா. இப்பதான் மொத அலை வந்திருக்கு. அடுத்து வருதான்னு பாத்துட்டு, உள்ளார போவலாம்” என்றார் மகேசன்.

அன்று குஜராத்தில் பூகம்பம் ஏற்பட்டது அப்போதுதான் புரிந்தது தமிழுக்கு. “உயிர்ச்சேதம் ஏதும் உண்டா?” விசாரித்தான் தமிழ்.

“தெரியவில்லை” என்றார் சுந்தரம்.

மேலும் ஒரு மணிநேரம் வெளியே காத்துக்கிடந்தான். மீண்டும் பூகம்பம் வராது என்ற நம்பிக்கையில் விடுதிக்குள் ஒவ்வொருவராகச் சென்றார்கள். தமிழும் தொடர்ந்தான்.

மற்ற பயிற்சி நிறுவனங்களை விட, அடிப்படைக் கட்டமைப்பு வசதிகள் வதோதராவில் நிறைந்திருந்தன. கணினி ஆய்வகம். டென்னிஸ் விளையாட்டு மைதானம். ஏராளமான கட்டடங்கள். மரங்கள் நிறைந்திருந்தன. பயிற்சி வளாகம் பசுமையாக இருந்தது. மகேசன் இரவில் சுறுசுறுப்பாக இருந்தார். காவலாளி காலை இரண்டு மணிக்கு ஆய்வகத்தை மூடவந்தார்.

மகேசன் தீவிரமாகக் கணினியில் மூழ்கிக்கிடந்தார். "சார் மூட வேண்டும்."

"இன்னும் கொஞ்ச நேரம்." கணினி மையத்திலேயே இரவைக் கழித்துக்கொண்டிருந்தார். காவலாளியை அனுப்பிவிட்டு அறைக்கு வந்தார். ஆழ்ந்த உறக்கத்தில் இருந்தான் தமிழ்!

"தமிழ்." அழைத்தார். பதில் இல்லை. தொடர்ந்து எழுப்பினார்.

"ம் சொல்லுங்க." என்றான் தமிழ்.

"நம்ம கல்லூரி உழவியல் பேராசிரியரை ஞாபகம் இருக்காடா?"

"அவருக்கு இப்ப என்னய்யா?"

"அவரு எனக்கு எப்படி மார்க் போட்டாருன்னு தெரியுமா?"

"காலைல பேசலாமா?"

"இப்ப என்னடா தூக்கம்?"

"அவரு என் 'பேப்பர் கட்ட' மின்விசிறிக்கி அடில போட்டாருடா. அப்பறம் மின்விசிறிய வேகமா வச்சாரு. அது காத்துல பறந்துபோவல. எனக்கு அதிக மார்க் போட்டாரு."

"உனக்கு எப்படி மார்க் போட்டாருன்னு தெரியுமாடா? காலைல சொல்றேன்." புரண்டுபடுத்தான்.

தமிழ் காலையில் ஐந்து மணிக்கு எழுந்தான். "மகேசு" என்று அழைத்தான்.

ஆழ்ந்த நித்திரையில் இருந்தார். தமிழ் விடவில்லை. எழுப்பினான். "அவரு எனக்கு எப்படி மார்க் போட்டாருன்னு சொல்லட்டுமா?" மகேசனின் குறட்டை குறையவில்லை.

ஆறு மணிக்கு உடற்பயிற்சிக்குச் செல்ல வேண்டும். அனைவரும் ஐந்து கிலோமீட்டர் ஓடிவந்து நின்றார்கள். மகேசன் புதரிலிருந்து திடீரென எழுந்துவந்தார். விளையாட்டு ஆசிரியர் ஒருநாள் பிடித்து விட்டார். பின் மகேசன் ஒவ்வொரு நாளும் தனியாக ஓடினார்.

பேராசிரியர் உள்ளே நுழைந்தார். ஐந்தடி உயரம். பின்னால் உள்ள மாணவர்களைப் பார்க்க முடியவில்லை. வகுப்பு நடந்து கொண்டிருந்தது. திடீரெனக் குறட்டைச் சத்தம். அனைவரும் சத்தம் வரும் இடத்தைத் தேடினார்கள். அங்கேயும் மகேசன்.

“மகேசு எழுந்திரு, எழுந்திரு.” அன்வர் எழுப்பிவிட்டான். உடனே பேராசிரியரிடம் கேள்வி கேட்டார்.

“சார் எல்லா ட்ரெயினயும் காலைல ஒரு டைரெக்ஷன்லயும், மாலைல இன்னொரு டைரெக்ஷன்லயும் ஏன் அனுப்பக் கூடாது? அந்த மாதிரி செஞ்சா சிக்னல் பிரச்சனையும் இருக்காது” என்றார்.

வகுப்பறை குலுங்கிச் சிரித்தது. ரயில் போக்குவரத்தைப் பற்றி பாடம் நடத்திய பேராசிரியர் குழம்பிப்போனார். சுதாரித்துக் கொண்டார். “அதற்குக் கட்டமைப்பு வசதிகள் அதிகம் தேவை. அதிக ரயில் நிலையங்கள் அமைக்கப்பட வேண்டும்” என்றார்.

பேராசிரியருக்கும் என்ன நடக்கிறது என்று புரியவில்லை. வகுப்பு இடை வேளையில் சுறுசுறுப்பானார் மகேசன். முதலிலேயே இரண்டு பணிகளுக்கான பயிற்சிகளை முடித்துவிட்டு இங்கே தொடர்ந்தார். முதலில் வங்கி வேலைக்கான பயிற்சி. பின் எல்லைப் பாதுகாப்புப் பணியில் கமாண்டன்ட் பயிற்சி. தமிழகத்திலும் குடிமைப்பணித் தேர்வில் வெற்றிபெற்றார். இப்போது பயணத்தைத் தொடர்கிறார்.

ராஜஸ்தான்-உதய்பூர் பிராந்திய ரயில்வே பயிற்சி நிறுவனத்தில் இருந்தான் தமிழ். முதன்மைத் தேர்வு முடிவுகள் வெளிவந்தன. தமிழ் தேர்ச்சிபெற்றிருந்தான். இந்த முறை நேர்காணலைச் சிறப்பாக மேற்கொள்ள வேண்டும் என்ற உறுதியில் இருந்தான். சமகால நிகழ்வுகளில் அதிக கவனம் செலுத்தினான். தமிழுடன் நான்கு மாணவர்கள் தேர்ச்சிபெற்றிருந்தார்கள். ஒரு குழுவை அமைத்தான் தமிழ். அதில் ஒவ்வொருவருக்கும் தலைப்பு கொடுக்கப்பட்டது. அந்தத் தலைப்பைப் பற்றி முழுத் தகவல்களையும் திரட்டி விவாதிக்க வேண்டும். சமகால நிகழ்வுகள் விவாதிக்கப்பட்டன. தமிழ் குறிப்பெடுப்பதை நிறுத்தவில்லை. அடுத்து நேர்காணலுக்கான ஒத்திகை ஒரு மாதம் நடைபெற்றது. தமிழ் முன்னின்று நடத்தினான். எவ்வாறு உடை உடுத்த வேண்டும், கேள்விகளை எதிர்கொள்ள வேண்டும் என்பதைப் பற்றித் தினம் விவாதித்தான். இப்போது

பொழுதுபோக்கு பற்றிய பதில்களைத் தெரிந்துகொண்டான். அங்கிருந்தவர்களின் நேர்முக அனுபவங்களைத் தெரிந்துகொண்டான். தன்னம்பிக்கை பிறந்தது. கேள்விக்கணைகள் எப்படி வந்தாலும் எதிர்கொள்ளலாம் என்ற எண்ணம் ஏற்பட்டது.

குழுத் தலைவர் தேப் பர்மன். எந்தப் படபடப்பும் இல்லாமல் உள்ளே நுழைந்தான் தமிழ். குழுத் தலைவருக்கும் மற்றவர்களுக்கும் வணக்கம் கூறினான்.

“குட் மோர்னிங்” என்றார்கள். இருக்கை அளிக்கப்பட்டது. நன்றி கூறினான். ஆர்வமாகக் குழுத் தலைவரை நோக்கினான்.

“எஸ் மிஸ்டர் தமிழ். ஏன் ஒவ்வொரு பணியாக விட்டுவிட்டு ஐஏஎஸ் வர வேண்டும் என்கிறீர்கள்?”

“சார், கிராமத்திலிருந்து வருகிறேன். மக்களின் பல்வேறு பிரச்சினைகளை நேரடியாக அனுபவித்துள்ளேன். இந்த ஒரு பணியே மக்களின் பிரச்சினைகளைத் தீர்ப்பதற்கு வாய்ப்பு அளிப்பதாக உள்ளது. மற்ற பணிகளில் அந்தந்தத் துறைசார்ந்த மாற்றங்களையே கொண்டுவர முடியும். இந்தப் பணி மூலம் மக்களுக்கு நேரடியாக சேவையாற்ற முடியும்.”

“ரயில்வே பணியைச் சிறப்பாகச் செய்யலாமே?”

“சார், சமூகத்தில் மாற்றங்களைக் கொண்டுவர ஐஏஎஸ் வாய்ப்பளிக்கும்.”

“வேளாண் துறையில் வாய்ப்புகள் இருந்திருக்குமே?”

“எஸ் சார். உழவனின் மகனாக, உழவனாக, அவர்களின் பிரச்சினைகளை அறிந்திருந்தேன். நான் நினைத்த மாற்றங்களைக் கொண்டுவர இயலவில்லை. அதில் அதிகாரங்கள் ஓர் எல்லைக்குள் கட்டுப்படுத்தப்பட்டிருந்தன.”

“வேளாண்மைக்கு மானியங்கள் தொடர வேண்டுமா?”

“ஆம். இது விவசாயிகளின் வாழ்வாதாரத்தை உயர்த்துகிறது. ஆனால், வழங்கப்படும் முறைகளில் மாற்றங்களைக் கொண்டுவரலாம். மற்ற துறைகளுக்குக் கொடுக்கும் மானியத்தைவிட வேளாண் துறைக்குக் குறைவாகவே உள்ளது. இது தொடர வேண்டும்.”

தலைவர் அடுத்த உறுப்பினரைப் பார்த்தார். பொருளாதாரத்தைப் பற்றி கேள்விக்கணைகள். “உலகமயமாக்கப்பட்ட சூழலில் எரிபொருட்கள் விலை நிர்ணயத்தில் அரசு தலையீடு வேண்டுமா?”

“தேவையில்லை. உலகச் சந்தை விலைக்கேற்ப ஏற்றமோ இறக்கமோ மக்களுக்கு நேரடியாகக் கொண்டுசெல்லலாம்.”

“வெளிநாட்டு முதலீடுகளை இந்தியாவில் அனுமதிக்கலாமா?”

“ஆம். புதிய தொழில்நுட்பங்களை, மூலதனத்தை அவர்கள் கொண்டுவருவார்கள். வேலைவாய்ப்புகள் அதிகமாகும். அதைச் சார்ந்த பல துறைகள் வளரும். ராணுவம் போன்ற முக்கியத் துறைகளை விட்டுவிட்டு மற்ற துறைகளில் வெளிநாட்டு முதலீடுகள் வரலாம்.”

அடுத்த உறுப்பினர், “பஞ்சாயத்து ராஜ் அமைப்புகள் எதிர்காலத்தில் வெற்றிபெறுமா?” என்றார்.

“உறுதியாக வெற்றிபெறும். மக்களுக்கு அதிகாரப்பரவல் வேண்டும். பஞ்சாயத்து அமைப்புகளுக்குத் தேவையான திட்டங்களை அவர்களே தீட்டிக்கொள்ளும் அதிகாரம் வரவேற்கத்தக்கது. அவர்களுக்கு அதிக நிதி ஒதுக்கீடும் செய்ய வேண்டும். நிதி ஈட்டுவதற்கான உரிமைகள் வழங்க வேண்டும்.”

“பெண்களுக்கு இடஒதுக்கீடு வேண்டுமா?”

“ஆம். குறைந்தது முப்பத்து மூன்று சதவீதம். இது பெண்களுக்கு அதிக வலிமையைக் கொடுக்கும். விழிப்புணர்வை ஏற்படுத்தும். அவர்கள் நிர்வாகத்தில் பங்கேற்கும்போது பணவிரயம் குறைக்கப் படும்.”

“இந்திய இலங்கை உறவுகள் எப்படி இருக்க வேண்டும்?”

“இரண்டு நாடுகளும் நட்புரிமை பேண வேண்டும். தமிழர்களின் நலனைக் கருத்தில் கொண்டு வெளியுறவுக் கொள்கை முடிவுகள் இருக்க வேண்டும்.”

“வைகோ ஏன் எல்டீடீஈயை ஆதரிக்கிறார்?”

“அவர்களின் வேண்டுகோள்கள் சரியானதாக இருப்பதாக அவர் கருதுகிறார்.”

“உங்களின் பொழுதுபோக்கு என்ன?”

“சார், வண்ணத்துப்பூச்சிகள் சேகரித்தல்.”

“எப்போதிருந்து செய்கிறீர்கள்?”

“கல்லூரிக் காலங்களிலிருந்து ஈடுபட்டுள்ளேன். பூச்சியியல் துறையில் நாங்கள் பூச்சிகளை வளர்க்க வேண்டும். அப்போது இது ஆர்வமாக இருந்தது. நேரம் கிடைக்கும்போது கிராமங்களில்

வண்ணத்துப்பூச்சிகளைப் பார்ப்பதும் வளர்ப்பதும் பிடிக்கும். பல்வேறு நாடுகளில் வண்ணத்துப்பூச்சித் தோட்டங்கள் அமைத்துள்ளார்கள்."

"இந்தியாவில் எங்கு உள்ளது?"

"சண்டிகரில் இருப்பதாக நினைக்கிறேன்."

"ஜோக் ஒன்று சொல்லுங்கள்."

"சார், போன வருடம் ஒரு நேர்காணல் குழுவில் முந்நூறுக்கு இருநூற்று எழுபது மதிப்பெண்கள் கிடைத்தன."

"யாருக்கு?"

"நேர்காணலில் பங்கேற்ற ஐந்து பேருக்கும் சேர்த்துக் கிடைத்தது."

இப்போது நன்றிகளை அவர்கள் உதித்தார்கள். நம்பிக்கையுடன் தமிழ் வெளியே வந்தான். மனநிறைவுடன் ராஜஸ்தான் திரும்பினான்.

தேர்வு முடிவுகள் வெளிவந்தன. ஐந்து ஆண்டு காலப் போராட்டம் முடிவுக்கு வந்தது. தமிழகத்தில் நான்காம் இடத்திலும், இந்தியாவில் 72-ஆம் இடத்திலும் தேர்ச்சிபெற்றிருந்தான். இந்திய ஆட்சிப் பணி உறுதியானது.

பயிற்சிக்காக மீண்டும் மசூரியை நோக்கிப் பயணம். பழக்கப்பட்ட இடங்கள். உடற்பயிற்சி, குதிரையேற்றம், மலையேற்றம், இந்தியச் சுற்றுலா போன்றவை அலுவலர்களுக்குப் புதிய பரிமாணங்களைக் கொடுத்தன.

காலையில் ஐந்தரை மணிக்கு விளையாட்டு மைதானத்தில் நிற்க வேண்டும். குளிர்கால உடையில் மைதானத்திற்கு ஓடினான் தமிழ். ஆண்கள் பெண்கள் அனைவரும் வரிசையில் நின்றார்கள். உடற்பயிற்சி ஆரம்பித்தது. ஒரு மணிநேரம் கடும் குளிரில் வியர்வையை வரவைத்தார் டைகர் ராணா. அடுத்த நாள் ஏழு கிலோமீட்டர் ஓடவைத்தார். ஒவ்வொரு நாளும் புரட்டியெடுத்தார்.

ராணா கையை உயர்த்தி பத்து முறை சுழற்றினார். கோபாலன், கிர்லோஷ், மீனாட்சி மூவரும் ஒருமுறை மட்டுமே சுழற்றினார்கள். அவர் பத்து முறை மூச்சுப்பயிற்சி செய்தார்; இவர்கள் இரண்டு முறை முயன்றார்கள். ராணா அவர்களை சுற்றிச்சுற்றி வந்தார். அவர்கள் அசைவதாகத் தெரியவில்லை. மூவரும் ராணாவை புரட்டியெடுத்தனர்.

நிலையத்தின் இயக்குநர் குதிரையேற்றத்தில் சிறப்புமிக்கவர். அதன் மொழி அறிந்தவர். அவருடன் பத்து கிலோமீட்டருக்குக்

குறையாமல் குதிரைச் சவாரி செய்ய வேண்டும். தினம் வெவ்வேறு திசைகளில் பயணத்தை மேற்கொள்வார். குதிரை ஏறும்போது கீழே விழுந்து கால்களை முறித்துக்கொண்டவர்களும் உண்டு. குதிரைச் சவாரி செய்வது சவாலாக இருந்தது தமிழுக்கு.

மலையேற்றப் பயிற்சி. இது பயிற்சியில் சேர்ந்து ஒரு மாதத்திற்குப் பின் நடைபெற்றது. இருபது நபர்கள் அடங்கிய குழுக்களாகப் பிரித்து மலையேற அனுப்பப்பட்டார்கள். பதினைந்து நாட்கள். இமயமலையில் நதிகள் பிறக்கும் இடங்களையும், மேகங்கள் தவழும் இடங்களையும், வானம் தொடும் இடங்களையும் வெவ்வேறு குழுக்கள் சென்று பார்த்துவிட்டு இறங்கின.

தமிழ், உமா, செந்தில், அமித் மற்றும் பெண்களுடன் ஒரு குழு இமாச்சல பிரதேசம் மெக்லியோட் கஞ்ச் சென்றது. பதினைந்தாயிரம் அடி உயரத்திற்கு மேல் சென்று வர வேண்டும். மலையடிவார முகாமில் ஒரு நாள் இரவு கழிந்தது. அடுத்த நாள் குழு இரண்டாகப் பிரிந்தது. ஒரு குழு இந்த மலையேற்றத் தடம் கடினமானது, இந்தப் பயிற்சியை முடிக்காமல் மசூரி திரும்ப வேண்டும் என்றது. மற்றொரு குழுவிற்குத் தலைமை உமா, மலையேறியே ஆக வேண்டும் என்றார். இறுதியில் மொத்தக் குழுவும் மலையேறியது. சிலர் கோவேறுக் கழுதைகளுடன் மலையேறினர். ஒரு பெண் அலுவலருக்குக் கால் உடைந்தது. அவர் கோவேறுக் கழுதையில் கீழே இறங்கினார். மலையேற்றத் தடங்களில் 'குஜ்ஜர்' மக்கள், கால்நடைகளை மேய்க்கச் செல்லும்போது தங்குவதற்காக மண்குடிசைகளை அமைத்துவைத்திருந்தனர். அங்கும் திறந்தவெளியிலும் அலுவலர்கள் தங்கினர். மலையேற்றப் பயிற்சி, உடல் வலிமையையும் மனவலிமையையும் அளித்தது. இந்தப் பயிற்சியில் சிலருக்கு வாழ்நாள் நட்புகள் கிடைத்தன.

இந்தியச் சுற்றுலாக் குழுவில் தமிழுடன் உமாவும் கோபாலனும் பெண்களும் இணைத்திருந்தார்கள். ராணுவத்துடனான பயிற்சிக்கு இந்தக் குழு பாராமுல்லா மாவட்டம் உரி பகுதிக்குச் சென்றது. அங்குக் கடும் பனிப்பொழிவு. பாகிஸ்தான் எல்லைக்கோட்டில் ஒரு வாரப் பயிற்சி. அது சிறந்த புரிதலைக் கொடுத்தது. அடுத்து விமானப்படை, கடற்படைப் பயிற்சிக்காகவும் உள்நாட்டுக் கிளர்ச்சிகள் பாதிக்கப்பட்ட பகுதிகளில் நிர்வாகங்களைத் தெரிந்துகொள்ளவும் இந்தியாவின் பல்வேறு பகுதிகளிலும் இந்தக் குழு சுற்றுப்பயணம் சென்றது. குழுவில் சிலர் சுற்றுப்பயணத்தில் பொருட்களை வாங்கிக்குவித்தனர். ரயில் நிலையங்களில் அவர்களின் பொதிகளைத் தூக்க முடியாமல் கூலித்தொழிலாளிகளும் ஓடிவிட்டனர்.

“பலருக்கு இந்தப் பயிற்சி இந்தியாவை சுற்றிப்பார்க்க. சிலருக்கு இது பொருட்களை வாங்கிக்குவிக்க” என்றார் உமா. வாழ்நாள் எதிரிகள் கிடைத்தார்கள். ஒரு குழு பல குழுக்களாகப் பயிற்சி முடிந்து திரும்பியது மசூரிக்கு. இந்தப் பயிற்சி இந்தியாவைப் பற்றிய புரிதலைவிட மற்ற அலுவலர்களைப் பற்றிய புரிதலை அதிகம் கொடுத்தது.

பயிற்சி நிறுவனத்திலும் மொழிப் பிரச்சினை தொடர்ந்தது. தமிழகத்தைச் சேர்ந்த அலுவலர்கள் உணவு இடைவெளியில் ஒன்றுகூடித் திரிவது வழக்கம். அன்பு, உமா, மீனாட்சி, தமிழ், கோபாலன் மதிய உணவு முடித்து, தமிழின் இந்தி மொழிப் புலமை பற்றி விவாதித்தார்கள். இவர்கள் ஒன்றாகத் திரிவதைப் பார்த்த இணை இயக்குநர் அருகே வந்தார்.

“விந்திய மலைக்கு வடக்கே உள்ளவர்களிடம் நீங்கள் ஏன் உரையாடக் கூடாது?” என்றார் இணை இயக்குநர்.

“சார், அவர்கள் ஆங்கிலத்தில் உரையாடுவதை விரும்பவில்லை” என்றார் உமா

“அப்படியென்றால், நீங்கள் இந்தி கற்றுக்கொண்டு அவர்களுடன் பேசலாமே?”

“சார், அவர்கள் ஆங்கிலம் கற்றுக்கொண்டு எங்களுடன் ஏன் உரையாடக் கூடாது?”

இணை இயக்குநர் கோபமாக முகத்தைத் திருப்பிக்கொண்டார்.

பயிற்சி முடிந்து இமாச்சலப் பிரதேசம் நோக்கிப் புறப்பட்டான் தமிழ்.

ஏரோட்டுபவனுக்கும் பாராட்டுகள் கிடைத்தன. குக்கிராமத்தில் பிறந்தவனுக்கு இமயமலையில் பணி. கனவுகண்டது தமிழகத்தில் ஆட்சித்தலைவர். அனுப்பப்பட்டது இமாச்சலப் பிரதேசத்திற்கு.

கருமுகிலால் திடீரெனக் காட்டில் ஏற்பட்ட வெள்ளம், காட்டாறாகப் பெருக்கெடுத்து ஓடியதுபோல் ஆனது வாழ்க்கை. இருபத்தேழாம் வயதில் படிக்கலாம் என்று தெரிந்தது. முப்பத்தொன்றாம் வயதில் இந்திய ஆட்சிப் பணியை அடைந்தான். தூங்கா விழிகள். கிடைத்த நட்புகள், பெற்ற அனுபவங்கள், ஏற்ற இன்னல்கள் ஏராளம்.

தமிழின் கலப்பை இன்னும் பொன்னேரில் பூட்டப்பட்டிருக்கிறது. இப்போது வானத்தைப் பார்த்து நிற்பதில்லை கடலைச்செடி. ஆழ்குழாய்க் கிணறுகள் கடலையையும் வாழ்க்கையையும் பசுமையாக்கிக்கொண்டுள்ளன. தமிழுக்காகக் கால்நடைகள் காத்திருக்கின்றன.

பனையடியில் நடுப்புள்ளையிடம் கற்ற விடாமுயற்சியும் கடின உழைப்பும் களைப்படைய விடவில்லை. மாவட்ட ஆட்சியராக இமயமலையில் பதினைந்தாயிரம் அடி உயரத்தை, இளையராஜாவின் இன்னிசையில் கடக்கிறான்.

கற்றல் இனிமையே. தமிழ் பதினைந்து ஆண்டுகளுக்குப் பிறகு ஹார்வர்ட் பல்கலைக்கழகத்தில், நிர்வாகத்தில் முதுகலைப்படிப்பு...

உழைப்பும் படிப்பும் தொடர்கதையே...

என்னுரை

திரும்பிப்பார்க்கிறேன்! உழவன் மகனாகவும், உழவனாகவும், வேளாண் அலுவலராகவும், ரயில்வே போக்குவரத்துப் பணியாளனாகவும், இந்திய ஆட்சிப் பணியாளனாகவும், ஹார்வர்ட் பல்கலைக் கழக மாணவனாகவும் வாழ்க்கையைக் கடந்துள்ளேன். கால வெள்ளத்தில் அடித்துச்செல்லப்பட்டு கரை ஒதுங்காமல், எதிர் நீச்சலிட்டுப் பயணம் தொடர்கிறது.

செம்மண்ணில் விழுந்த தண்ணீரைப் போன்றது என் இளமையும் வறுமையும். வயல்வெளியில் ஏர் முனையுடன் போராடிய காலங்களே, இனிய நினைவுகளைச் சுமந்துவருகின்றன. ஒரு மூலையில், ஏதோ ஓர் ஏக்கம் உறுத்துகிறது. வாழ்க்கையில் எதையும் சாதித்ததாய் மனம் ஒத்துக்கொள்ள மறுக்கிறது. இந்தச் சமூகத்திற்குத் திருப்பித்தர வேண்டியவை ஏராளம் எனத் தோன்றுகிறது. என் சேவைகள் மூலம், பிறர் முகம் மலரக் கண்டதையே மனம் நிறைவாக ஏற்றுக்கொள்கிறது. இதற்கான வாய்ப்பை இந்திய ஆட்சிப்பணி எனக்கு வழங்கியுள்ளது. இருப்பினும், மக்களிடம் நான் சென்று அடைந்த எல்லையும் இடமும் போதுமானவையாக இல்லை எனத் தோன்றுகிறது.

என் இளமைக்காலம் ஏரோட்டமும் போராட்டமும் நிறைந்தது. வாய்ப்புகள் வழங்கப்படவில்லை. வாய்ப்புகள் வழங்கப்படாத திறமை பாலைவன நிலவு போன்றது. வாழ்வின் ஒவ்வொரு காலகட்டத்திலும் வாய்ப்புகளைத் தேடி வாழக் கற்றுக்கொள்ள வேண்டும். அப்படியே நான் பயணிக்கிறேன். வாய்ப்புகள் மறுக்கப்பட்டதுண்டு. கரைக்குள் காட்டாறு அடங்க வேண்டியதில்லை. வளமில்லை என்றாலும், வளர்ந்துகொண்டிருக்கும் கள்ளிக்காட்டுச் செடிபோல துளிர்க்கிறேன்.

இந்தச் சமூகத்தில் உள்ள சாமான்ய மக்களின் பிரதிபலிப்பே நான். இன்றும் அறுபது சதவீத மக்கள் விவசாயத்தை நம்பி வாழ்கிறார்கள். பெரும்பாலானோர் ஏழ்மையிலும் வறுமையிலும் வாடுகின்றனர். இளமையில் வறுமை கொடியது. வறுமைக்கும் வாழ்க்கைக்குமான போராட்டத்தில், வாழ்க்கையே வெற்றி காண வேண்டும். பல்லாயிரம் மைல்களை வானத்தில் தனியாகக் கடக்கும் வல்லூறுபோல் துணிவாகச் சென்று புதிய பாதை அமைக்க வேண்டும்.

தமிழகத்தின் மிகவும் பின்தங்கிய பகுதியில், வேளாண் குடும்பத்தில் பிறந்து உழைப்பாலும் விடாமுயற்சியாலும், சிறந்த நிலையை என்னால்

அடைய முடிந்தது என்றால், உங்களாலும் அடைய முடியும், அடைய வேண்டும் என்பதற்காக உங்களின் பிரதிநிதியாக இதை எழுதியுள்ளேன்.

இதைச் சுயஆய்வாகச் சமர்ப்பித்துள்ளேன். இங்கே கூறிய பல விடயங்கள் என்னைச் சாதனையாளனாகச் சித்திரிக்கவோ, என் வாழ்வை மற்றவர் பின்பற்ற வேண்டும் என்பதற்காகவோ அல்ல. என் வாழ்க்கைப் பயண நிகழ்வுகள் பலரது வாழ்வில் நிகழ்ந்துகொண்டிருக்கலாம். வாழ்வின் பிரச்சினைகளை எண்ணி மனச்சோர்வு அடையாமல், முன்னேற வேண்டும் என்று எண்ணுகிறேன்.

என் பெற்றோரின் ஊக்கமும் உழைப்பும், இந்தச் சமூகத்திற்குத் தங்களை அர்ப்பணித்து வழிகாட்டிய தலைவர்களும், பல நேரங்களில் தடைகளாக இருந்த உறவுகளும் சமூகமும் எரிசக்தியாக இருந்து என்னை இயக்கிக்கொண்டிருக்கின்றன. இந்தச் சமூகத்திற்கான என் பங்களிப்பை மேலும் அதிகப்படுத்திக்கொள்ள வேண்டும் என்ற எண்ணம், பல கனவுகளை முன்னிறுத்துகின்றன.

ஏமாற்றங்களும் தோல்விகளும் அவமானங்களும் நிறைந்ததே என் வாழ்க்கை. இவை சாதாரண குடும்பத்தில் பிறந்த ஒவ்வொருவரும் சந்திக்க வேண்டிய இன்னல்கள்தான். இது முதல் தலைமுறைப் பிரச்சினை. ஒரு கூலித் தொழிலாளியின் குடும்பத்திலோ, ஏழை விவசாயியின் குடும்பத்திலோ, அரசின் கடைநிலை ஊழியரின் குடும்பத்திலோ பிறந்திருந்தால் நீங்கள் அதற்காக வருத்தப்படத் தேவையில்லை. உங்களுக்கு உழைப்பின் வலிமை தெரிந்தால் போதும்; வானம்கூட எல்லையில்லை.

தன்னை இழந்து என்னை இயக்கும் பெற்றோருக்கும் ((ராமமூர்த்தி) நடுப்புள்ளை -ராசக்குமாரி), என்னுள் கலந்து பயணிக்கும் மனைவி பிரபாவிற்கும், கல்லாதது உலகளவு என அவ்வப்போது நினைவூட்டும் என் குழந்தைகள் ஓவியா, சூர்யாவிற்கும் இதைச் சமர்ப்பிக்கிறேன்.

என் தமிழை மீட்டெடுத்த காசி மாரியப்பன் அவர்களுக்கும், எதார்த்தவாதத்தை எழுதுவதற்கு ஊக்குவித்துச் சிறப்பான அணிந்துரை வழங்கிய எனதருமை கண்மணி குணசேகரன் அவர்களுக்கும், என் பணியின் சகபயணி கோபாலனுக்கும், இந்தப் புத்தகத்தைக் கொண்டு வருவதில் அயராது உழைத்த ஆல்பர்ட், சமஸ், ராஜன், அந்தோனி, அட்டைப் படத்தை வடிவமைத்த டிராஸ்ட்கி மருது மற்றும் 'நியூ செஞ்சுரி புக் ஹவுஸ்' பதிப்பகத்தாருக்கும் அதன் மேலாண்மை இயக்குனர் திரு. சண்முகம் சரவணன், பொது மேலாளர் திரு. இரத்தினசபாபதி ஆகியோருக்கும் நன்றிகள்!

அன்புடன்...

இரா. செல்வம் இ.ஆ.ப

நூறாயிரம் மனிதர்களின் கதை

ஒரு மனிதனின் வாழ்க்கை பற்றிக் கேட்பது எப்போதுமே சுவையானது. ஏனெனில், மிகச் சிறந்த புதினத்திலும் நடக்கவியலாத நிகழ்ச்சிகள் மனிதர்களின் வாழ்வில் நடக்கின்றன. ஒவ்வொரு மனிதனும் தான் வாழ்ந்த காலத்தால் உருவாக்கப்படுகிறான், பிறர் வாழப்போகும் காலத்தை உருவாக்குகிறான். அப்படி ஒரு மனிதனின் கதைதான் இது.

சென்ற நூற்றாண்டின் பிற்பகுதியில் ஒரு சாதாரண வேளாண்மைக் குடும்பத்தில் பிறந்த ஒருவனை, அவனது முயற்சியும் சூழலும் காலமும் சேர்ந்து செதுக்கி ஓர் உயர் பதவியில் அமர்த்துவது தான் இந்தக் கதை.

இந்நூல், கதையின் தலைவனைப் பற்றித் தம்பட்டம் அடிக்கும் பிள்ளைத்தமிழோ பரணியோ உலாவோ அல்ல. தனது பெற்றோரையும், அவர்களது வாழ்க்கையையும், அருகே இருந்த அயலாரையும், தனது ஊரையும், படித்த பள்ளியையும் கல்லூரியையும், அடைந்த நண்பர்களையும், பெற்ற வெற்றிதோல்விகளையும் இன்ப துன்பங் களையும் எளிமையான பார்வை கொண்ட ஒரு சிறுவனாக, மாணவனாக, இளைஞனாக, பின் மனிதனாகப் பார்க்கிறான் தமிழ்; அவனது கண்கள் வாயிலாக நாமும் அந்தக் காட்சிகளைக் காண்கிறோம்.

கடந்துசெல்லும் புகைவண்டியின் சன்னல்கள் வழியாகக் காணும் காட்சிகள்போல் தனது வாழ்க்கைக் காட்சிகளை நமக்குக் காட்டி விடுகிறார் ஆசிரியர்.

இது ஒரு தனிமனிதனின் கதையல்ல; சென்ற தலைமுறையில் தங்களது குடும்பத்தின் முதல் பட்டதாரியாக மலர்ந்த நூறாயிரம் மனிதர்களின் கதை. அவர்கள் அனைவரையுமே வெற்றிவீரர்களாக ஆக்கிய அந்தக் காலத்திற்கும், அதை வழிநடத்திய தலைவர்களுக்கும், அவர்களை உருவாக்கிய நமது மண்ணுக்கும் நாம் அனைவரும் கடன்பட்டுள்ளோம்.

ஆர்.எஸ். கோபாலன். இ.ஆ.ப.